உயிர்ப் பாதை

◆ கே.என்.சிவராமன்

ஒரு லட்சத்துக்கும் மேற்பட்ட
தமிழர்களைப் பலிகொண்ட சயாம்-பர்மா
மரண ரயில்பாதையின் ரத்த சரித்திரம்

சூரியன்
பதிப்பகம்

ISBN: 978-93-85118-79-1

Title :
UYIRP PAATHAI
© K.N.SIVARAMAN

சூரியன் பதிப்பகம்
வெளியீடு: 127

நூல் தலைப்பு:
உயிர்ப் பாதை

நூல் ஆசிரியர்:
© கே.என்.சிவராமன்

ஓவியங்கள்:
அரஸ்
அட்டைப் படம்:
Shutterstock

முதற்பதிப்பு:
நவம்பர் 2016

விலை:
ரூ.200/

சூரியன் பதிப்பகம்
229, கச்சேரி ரோடு, மயிலாப்பூர்,
சென்னை–600004.
விற்பனைப் பிரிவு தொலைபேசி :
044–4220 9191 **Extn:** 21125
மொபைல்: 72990 27361
இமெயில் : **kalbooks@dinakaran.com**

பதிப்பாளர் மற்றும் ஆசிரியர்	:	**ஆர்.எம்.ஆர்.ரமேஷ்**
ஆசிரியர் குழு	:	**தி.முருகன்**
		கே.என்.சிவராமன், பிரபுசங்கர்
சீஃப் டிசைனர்	:	**பி.வேதா**

இந்தப் புத்தகத்தின் எந்த ஒரு பகுதியையும் பதிப்பாளரிடமிருந்து எழுத்துபூர்வமான முன் அனுமதி பெறாமல் மறுபிரசுரம் செய்வதோ, அச்சு மற்றும் மின்னணு ஊடகங்களில் மறுபதிப்பு செய்வதோ காப்புரிமைச் சட்டப்படி தடை செய்யப்பட்டதாகும். புத்தக விமர்சனத்துக்கு மட்டும் இந்தப் புத்தகத்திலிருந்து மேற்கோள் காட்ட அனுமதிக்கப்படுகிறது.

துயர வரலாறு

நாடோடிகளாகப் புதிய தேசங்களுக்குச் சென்றவர்கள் அங்கு ஆட்சியைப் பிடித்து அதிகாரத்தில் அமர்ந்த வரலாறுகள் உண்டு. ஆனால் தமிழர்களுக்கு இப்படிப்பட்ட தேசாந்திரம் துயரங்கள் நிறைந்ததாகவே இருக்கிறது. கறுப்பினத்தவர் அடிமை முறை சட்டப்படி ஒழிக்கப்பட்டபோது, புதிய அடிமைகளாக வெள்ளையர்களுக்குச் சிக்கியவர்கள், இந்தியர்கள் தான். குறிப்பாக இதில் தமிழர்கள் பட்ட வேதனை அதிகம்.

பிரிட்டிஷ் ஆட்சியில் கொத்தடிமைக் கூலிகளாக பல தேசங்களுக்குக் கப்பல்களில் தமிழர்கள் அனுப்பப்பட்டார்கள். மொரீஷியஸ், பிஜி தீவுகள், பிரிட்டிஷ் கயானா, டிரினிடாட் எனப் பல நாடுகளில் கரும்புத் தோட்டங்களில் உழைக்கவும், மலேசிய ரப்பர் தோட்டங்களில் உழைக்கவும் சென்றவர்கள் தமிழர்கள்தான். நூற்றுக்கணக்கானோர் உயிர் கொடுத்து, ஆயிரக்கணக்கானோர் ரத்தம் சிந்தி அந்தத் தேசங்களை வளமாக்கினர். இன்று ‘தமிழன் இல்லாத நாடில்லை’ எனப் பெருமிதத்தோடு சொல்கிறோம். அப்படி இருக்கும் தமிழனின் மூதாதையர்கள் என்ன துயர் அனுபவித்தார்கள் என்ற வரலாற்றுப் பதிவு இங்கு இல்லை. காரணம், ‘தமிழர்கள் வரலாற்றுப் பிரக்ஞையற்றவர்கள்’ என நாமே சொல்லிக்கொள்கிறோம்.

இப்படி மலேசியாவுக்குக் கூலி வேலை செய்யச் சென்ற தமிழர்களை இரண்டாம் உலகப்போர் சமயத்தில் ஜப்பான் ராணுவம் பிடித்துச் சென்று, சயாம் - பர்மா ரயில் பாதையை உருவாக்க முயன்றது. பயங்கர மலைகளும், சீற்றமான நதிகளும், சதுப்பு நிலங்களுமான அந்தப் பகுதியில் அவசரக் கோலத்தில் இந்த ரயில் பாதையை அமைக்கும் பணியில் பரிதாபமாக உயிரிழந்தவர்கள் ஒரு லட்சத்துக்கும் அதிகமான தமிழர்கள். இப்போதும் ‘மரண ரயில் பாதை’ என அழைக்கப்படும் அந்தப் பாதைக்காகத் துயருற்ற தமிழர்களின் வரலாற்றைப் பேசுகிறது இந்த ‘உயிர்ப் பாதை’.

ஹிட்லரின் ஜெர்மனியில் நாஜிக்களிடம் சிக்கி யூதர்கள் அனுபவித்த கொடுமைகளுக்குத் துளியும் குறைவற்றது தமிழர்கள் சந்தித்த இந்தத் துயரம். ஆனால் இதை உலகம் பேசுகிறதா? முதலில் தமிழினம் இதைத் தெரிந்துகொள்ள வேண்டும். அதற்கு இந்த நூல் உதவும்.

- ஆசிரியர்

ரத்த சாட்சியம்!

எங்கள் எம்.டி. இல்லையேல் இந்த நூல் சாத்தியமாகி இருக்காது. 2013ம் ஆண்டு கோடையில் ஒருநாள் கைபேசியில் அழைத்தார். அப்போது அவர் தெற்காசிய சுற்றுப்பயணத்தில் இருந்தார்.

இரண்டாம் உலகப் போர் சமயத்தில் சயாம் - பர்மா இடையில் ரயில் பாதை அமைக்க ஜப்பான் முற்பட்டதையும், அதில் ஒரு லட்சத்துக்கும் அதிகமான தமிழ்த் தொழிலாளர்கள் மரணமடைந்ததையும் குறித்து ஒரு தொடரை எழுதும்படி சொன்னார்.

இதை ஏற்று அதற்கான ஆராய்ச்சியில் இறங்கியபோது பல உண்மைகள் வெளிச்சத்துக்கு வந்தன. அதில் முதன்மையானது, தமிழர்கள் இறந்தது குறித்த பதிவுகள் ஏதும் இல்லாதது.

ஆங்கிலத்தில் எழுதப்பட்ட அனைத்து நூல்களிலும் ஆஸ்திரேலிய மற்றும் இங்கிலாந்தைச் சேர்ந்த போர்க் கைதிகள் மட்டுமே இப்பணியில் ஈடுபடுத்தப்பட்டதாக குறிப்புகள் இருக்கின்றன. இந்த நிகழ்வு குறித்து எடுக்கப்பட்ட ஹாலிவுட் படத்திலும் இவர்களே பிரதானமாகக்காட்சிப்க் படுத்தப்பட்டிருக்கிறார்கள்.

யோசிக்கும் திறன் படைத்த அனைவருக்குமே இதில் இருக்கும் அபத்தம் புரியும். ஏனெனில் 1939ம் ஆண்டில் தொழில்நுட்பங்கள் பெரிதாக வளரவில்லை. பணிகளை சுலபமாக்கும் இயந்திரங்கள் கண்டுபிடிக்கப்பட வில்லை; அல்லது புழக்கத்துக்கு வரவில்லை. மனித உழைப்பை மட்டுமே பயன்படுத்தி சாலைகளும், ரயில் பாதைகளும் அந்தக் காலகட்டங்களில் எல்லா நாடுகளிலும் அமைக்கப்பட்டன.

உடல் உழைப்பு சார்ந்த இந்த வேலைகள் ஆங்கிலேயர்களுக்கு அந்நியமானது. பொருளாதார மட்டத்தில் கீழ்நிலையில் இருக்கும் ஆங்கி லேயர்கள் கூட இதுபோன்ற பணிகளில் ஈடுபடுத்தப்பட்டதாக வரலாற்றில் எங்குமே பதிவாகவில்லை. தப்பித் தவறி இந்த செயல்களில் ஈடுபட்டவர்கள் கூட சதவிகித அளவில் குறைவானவர்களே. மற்றபடி காலனி நாடுகளைச் சேர்ந்த தொழிலாளர்களே / மக்களே இக்காலத்தில் உடல் உழைப்பில் ஈடுபட பணிக்கப்பட்டார்கள்.

இதற்கு வலு சேர்க்கும் வகையில் இன்னொரு விஷயமும் இருக்கிறது. சயாம், பர்மா, மலாய் நாடுகளை ஜப்பான் ஆக்கிரமித்த மறுநிமிடமே அந்தந்த நாடுகளில் வசித்து வந்த ஆஸ்திரேலியர்கள் மற்றும் பிரிட்டிஷ் காரர்களை சிறைப்பிடித்தது. இப்படி கைதான அனைவருமே தொழில்நுட்ப வல்லுநர்கள்; அல்லது அலுவலகங்களில் உயர் பொறுப்பில் இருந்தவர்கள்.

இப்படிப்பட்டவர்கள் நிச்சயம் சுத்தியலால் மலைக்குன்றுகளை உடைத் திருக்க மாட்டார்கள். கோடரியால் மரங்களை வெட்டி யிருக்கமாட்டார்கள். ஆற்றில் இறங்கி மரப்பாலங்களை அமைத்திருக்க மாட்டார்கள்.

எனில், இந்தப் பணிகளை எல்லாம் யார் செய்தது?

இதற்கான பதில்தான் இந்த நூல்.

சர்வ நிச்சயமாக இது கற்பனைப் புனைவு அல்ல. நடந்த கொடூரத்தின் ரத்த சாட்சியங்கள். எதுவும் மிகைப்படுத்தப்படவில்லை. வேண்டுமானால் ‘சம்பவங்களின் வீரியம் குறைக்கப்பட்டிருக்கிறது’ என்று சொல்லலாம். இதற்கான காரணம் கூட இந்த நூலை எழுதியவனின் போதாமைதான். வருங்காலத்தில் வேறு எழுத்தாளர் இதைவிட ரத்தமும் சதையுமான உயிர்ப் படைப்பை படைக்கலாம். படைக்க வேண்டும். அப்போதுதான் அடுத்தடுத்த தலைமுறைகளுக்கு நம் மூதாதையர்கள் அனுபவித்த வேதனை, ரணம், புரியும்.

சயாம் - பர்மா இடையிலான ரயில் பாதை அமைக்கும் பணிக்காக கட்டாயமாக அழைத்துச் செல்லப்பட்டு உயிர் பிழைத்து வந்தவர்களின் அனுபவங்கள் / நேர்காணல்கள் ஏற்கனவே நூல்களாக வந்திருக்கின்றன. இவற்றை மையமாக வைத்து மலேசிய எழுத்தாளர்களான அ.ரெங்கசாமி, சண்முகம் உள்ளிட்டவர்கள் நாவல் எழுதியிருக்கிறார்கள். பல ஆண்டு ஆராய்ச்சிக்குப் பின் உரிய தகவல்களை திரட்டி சீ.அருண், அற்புதமான நூல் ஒன்றைப் படைத்திருக்கிறார்.

கோவையை சேர்ந்த ‘தமிழோசை’ பதிப்பகம் மேலே குறிப்பிடப்பட்ட இந்த நூல்களை எல்லாம் வெளியிட்டிருக்கிறது.

இவை அனைத்தின் தொகுப்பாக இந்த நூலைச் சொல்லலாம்.

ஆரம்ப அத்தியாயங்களில் இடம்பெற்றிருக்கும் ‘தாய்’(லாந்து) மொழிக் கான தமிழ் அர்த்தங்களை சொல்லி என்னை வழிநடத்தியவர் நண்பர் ‘மாயவரத்தான்’ கி.ரமேஷ்குமார்.

போலவே ரத்தம் தோய்ந்த இந்த வரலாற்று தொடருக்கு என்ன தலைப்பு வைக்கலாம் என்று யோசித்தபோது சட்டென்று ‘உயிர்ப் பாதை’யைத் தந்தவர் ‘வண்ணத்திரை’ சினிமா வார இதழின் ஆசிரியரான நண்பர் யுவகிருஷ்ணா.

என் மீது நம்பிக்கை வைத்து தொடர்ந்து என்னை எழுத வைப்பவர் எங்கள் எம்.டி. திரு. ஆர்.எம்.ஆர். அவர் இல்லையேல் நானும் இல்லை. என் எழுத்துக்களும் இல்லை.

தொடர்ந்து உற்சாகப்படுத்தி என் எழுத்துக்கு உறுதுணையாக இருப்பவர் ‘குங்குமம்’ வார இதழின் முதன்மை ஆசிரியரான தி.முருகன்.

இவர்கள் அனைவருக்கும் என் அன்பு.

‘தினகரன் வசந்தம்’ இணைப்பிதழில் இது தொடராக வெளிவந்தபோது உடனுக்குடன் படித்துவிட்டு பாராட்டிய வாசகர்களையும், ஒவ்வொரு அத்தி யாயத்துக்கும் தன் ஓவியம் வழியே உயிர் கொடுத்த நண்பர் அரஸையும் நன்றியுடன் இந்த இடத்தில் நினைத்துக் கொள்கிறேன்.

தோழமையுடன்,

கே.என்.சிவராமன்

sivaraman71@gmail.com

9840907375

சமர்ப்பணம்

அ.ரெங்கசாமி
சண்முகம்
சீ.அருண்
'தமிழோசை' விஜயகுமார்
ஆகியோருக்கு நன்றியுடன்...

1

ஒரேயொரு கோஷம்தான்.

அதுதான் ஒரு லட்சத்துக்கும் மேற்பட்ட தமிழர்கள் உயிர் இழக்கவும், ஆயிரக்கணக்கான இங்கிலாந்து - ஆஸ்திரேலிய போர்க் கைதிகள் இறக்கவும் காரணம்.

மொத்தம் 415 கி.மீ. 218 மைல்.

மலாயா (மலேசியா), சயாம் (தாய்லாந்து), பர்மா என மூன்று நாடுகளையும் இணைக்கும் பாதை.

ஆனால், சமதளம் அல்ல.

ஆங்காங்கே மலைகள் உண்டு. அவற்றை குடைய வேண்டும். காடுகள் உண்டு. மரங்களை வெட்ட வேண்டும். செடி, கொடிகளை அப்புறப்படுத்த வேண்டும். பூமிக்குள் புதையுண்ட பெரும் கற்பாறைகளை அகற்ற வேண்டும். ஆழமான இடங்களில் மண்ணை நிரப்ப வேண்டும். தூர்க்க முடியாத பள்ளங்களில் தேக்கு மரக் கட்டைகளை செங்குத்தாக அடித்து இறக்க வேண்டும். நெடுக சிறுசிறு ஆறுகள். கூடவே பிரமாண்டமான குவாய் மாய் க்லோங் (Khwae Mae Khlong) என்கிற குவாய் நதி (Khwae Yai River) . இவற்றின் மேல் தேக்கினாலான மரப்பாலங்கள்.

ஒரே வார்த்தையில் சொல்வதென்றால் -

மொத்தம் 680 பாலங்கள்.

அனைத்தையும் விட குறுக்கிடும் நம் தோக் (Nam Tok), ஹெல்ஃபயர் கணவாய் போன்ற இயற்கையின் அசுரத்தனத்தை வெற்றிகொள்ள வேண்டும். தேக்கு மரங்களை குறிப்பிட்ட அளவுக்கு அறுத்து சீராக்கி தண்டவாளக் கட்டைகளாக உருவாக்க வேண்டும். இது எளிதில் சாத்தியமாகாத விஷயம். அம்மரத்தின் இயல்பு அப்படி. ஆனாலும் செய்ய வேண்டும். செய்தாக வேண்டும்.

இத்தனையும் வேண்டிய அளவுக்கு செய்தால்தான் 415 கி.மீ. நீளத்துக்கு ரயில் பாதை அமைக்க முடியும்.

◆ கே.என்.சிவராமன்

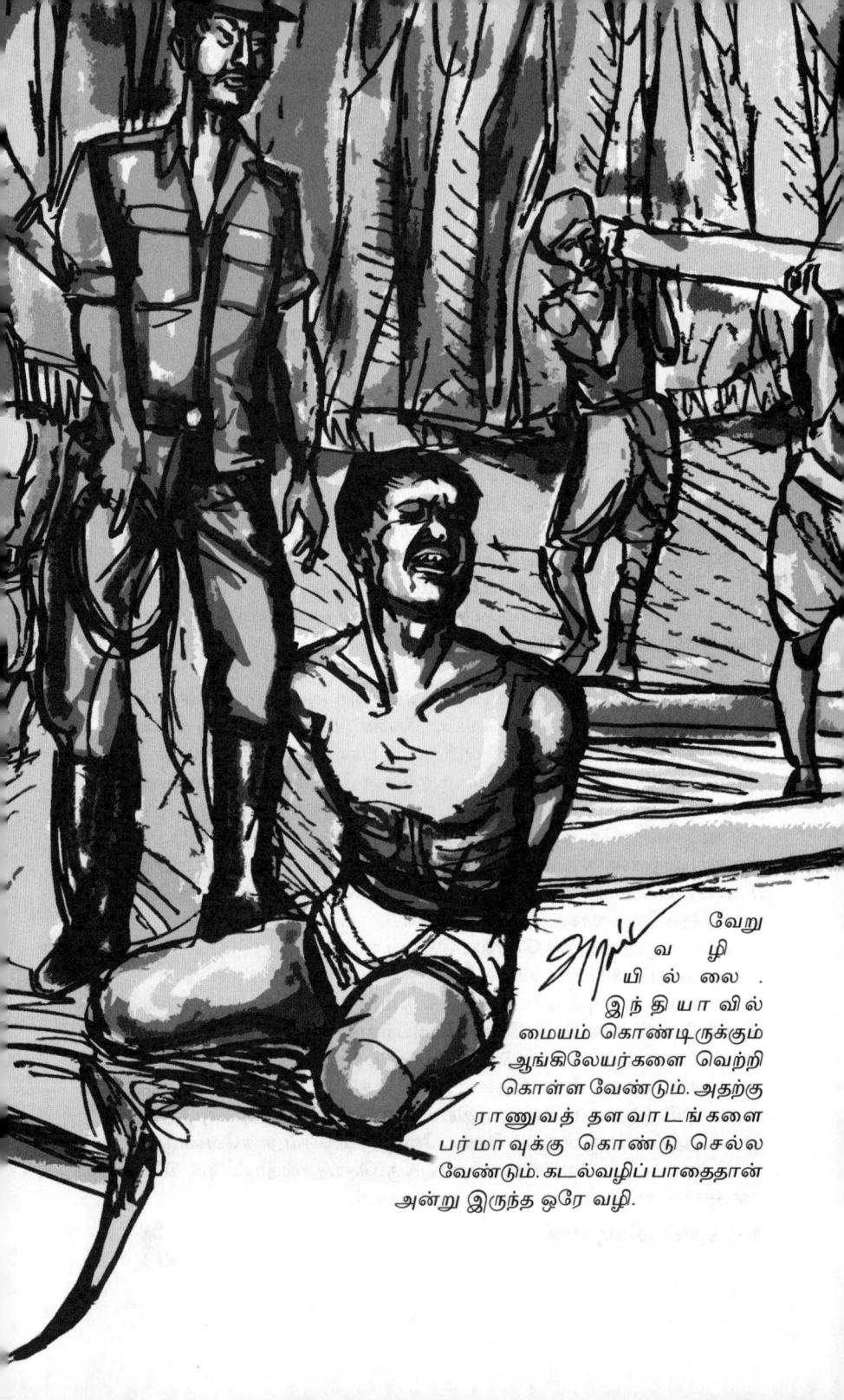

வேறு வழியில்லை. இந்தியாவில் மையம் கொண்டிருக்கும் ஆங்கிலேயர்களை வெற்றி கொள்ள வேண்டும். அதற்கு ராணுவத் தளவாடங்களை பர்மாவுக்கு கொண்டு செல்ல வேண்டும். கடல்வழிப் பாதைதான் அன்று இருந்த ஒரே வழி.

ஆனால் -

கடற்படையில் ஆங்கிலேயர்களே முன்னிலையில் இருந்தார்கள். அவர்களை மீறி கடல் பயணம் சாத்தியமில்லை.

எஞ்சி யிருப்பது தரைவழிப் போக்குவரத்துதான். எனவே என்ன ஆனாலும் சரி, எத்தனை இடறுகள் குறுக்கிட்டாலும் சரி, ரயில் பாதையை அமைத்தே தீருவது என ஜப்பான் முடிவு செய்தது. களத்தில் இறங்கியது.

அப்போது நவீன எந்திரங்களும், தொழில்நுட்பக் கருவிகளும், அறிவியல் கண்டுபிடிப்புகளும் அதிகமில்லை. சந்தையில் கிடைக்கக் கூடிய ஒன்றிரண்டு நவீன எந்திரங்களை விலை கொடுத்து வாங்கும் அளவுக்கு ஜப்பானிடம் பொருளாதார வலிமையும் இல்லை.

எனவே மனித ஆற்றலை கொண்டே ரயில்பாதை அமைக்க

முடிவு செய்தார்கள்.

மண்வெட்டி, மண் கூடை, மண் வாரி, கோடரி, வெட்டரிவாள், கடப்பாரை சுத்தியல், ஆப்பு, சிற்றுளி முதலிய அடிப்படைக் கருவிகள் மட்டுமே கொடுக்கப்பட்டன.

இவற்றை வைத்தே மலைகளை பிளந்தார்கள். வானுயர மரங்களை வெட்டினார்கள். பள்ளத்தை நிரப்பினார்கள். பாலத்தை கட்டினார்கள்.

திட்டமிட பொறியியல் அறிவுள்ள ஆங்கிலேய - ஆஸ்திரேலிய போர்க் கைதிகள் பயன்படுத்தப்பட்டார்கள்.

இறங்கி வேலை செய்ய?

தங்கள் காலனிக்கு உட்பட்ட சீனா, பர்மா, மலாயா, சயாமிலிருந்து அடித்தட்டு மக்களை திரட்டினார்கள். இவர்களில் தமிழர்களே கணிசமானவர்கள்.

மலாயாவில் தோட்டத் தொழிலாளர்களாக இருந்தவர்களை கொத்துக்கொத்தாக பிடித்தார்கள். மளிகைச் சாமான் வாங்க கடைக்கு சென்ற ஆண்களை அப்படியே வண்டியில் ஏற்றினார்கள். குடும்பமாக வருவதென்றால் சலுகை உண்டு என ஆசை காட்டினார்கள். டீக் கடையில் அமர்ந்திருந்தவர்களை, வீட்டில் உறங்கிக் கொண்டிருந்தவர்களை, சமையல் செய்துகொண்டிருந்தவர்களை, வயதானவர்களை, சிறுவர்களை, சிறுமிகளை...

யாரையுமே விட்டு வைக்கவில்லை.

பதினைந்து பேர் ஏறக்கூடிய ரயில் பெட்டியில் எழுபது பேர் வரை அடைத்தார்கள். பயணத்தின்போது காலைக்கடன் கழிக்க வேண்டிவருமே...

எனவே ஒவ்வொரு தொழிலாளியின் ஆசன வாயிலும் உருண்டையான மருந்து ஒன்றை அடைத்தார்கள்.

ஒரு வாரப் பயணத்துக்குப் பின் சிவப்பு மையினால் வரைபடத்தில் சுழிக்கப்பட்ட இடத்தில் இறக்கினார்கள்.

வந்து சேர்ந்த அடித்தட்டு மக்களை அங்கிருந்த ஜப்பானிய காவலர்கள் இரு பிரிவாக பிரித்து சம்பந்தப்பட்டவர்களிடம் ஒப்படைத்தார்கள்.

அங்கிருந்து 140 கி.மீ. நடந்தால்தான் இருப்புப் பாதை அமைக்க வேண்டிய இடத்தை அடைய முடியும். ஓய்வெடுக்கவோ, உறங்கவோ நேரம் கொடுக்காமல் நடக்க வைத்தார்கள். காலில் செருப்பு இல்லை. கற்களிலும் முட்களிலும் பாதங்கள் மிதிபட்டன. கிழிபட்டன. கொப்பளங்கள் பூத்தன. அடர்ந்த காடுகளை கடக்கும்போது அட்டைகள் ரத்தத்தை உறிஞ்சின. பூச்சிகள் கடித்துக் குதறின.

இலக்கை அடைந்ததுமே வேலையை தொடரும்படி கட்டளையிட்டார்கள்.

சாட்டையடிக்கும், கொடூரமான தண்டனைகளுக்கும் பயந்து

உயிர்ப் பாதை

தமிழர்கள் வேலை செய்தார்கள். பணிக் காலத்தில் பருவ மாறுதல் களை எதிர்கொண்டார்கள்.

வெயில் கொளுத்தியது. பருக ஒரு சொட்டு நீர்கூட தரப்பட வில்லை. சிறுநீர் கழிக்க வேண்டுமானாலும் ஜப்பான் காவலர்களி டம் சொல்லிவிட்டுத்தான் செல்ல வேண்டும். கொடுத்த அவகா சத்துக்குள் திரும்பி வர வேண்டும். காலைக்கடன் எல்லாம் வேலை நேரத்தில் கிடையவே கிடையாது. ஒன்று அடக்க வேண்டும் அல்லது கால் சராயிலேயே போக வேண்டும்.

மழை கொட்டியது. சேற்றில் கால் வழுக்கியது. சுமந்து சென்ற இரும்புத் தண்டவாளங்கள் கால்களை, மண்டையை பிளந்தது. வலி தாங்காமல் கதறியவர்களின் வாயில் துணிகள் அடைக்கப்பட்டன. விழுந்த பின் எழுந்திருக்காதவர்களை பூட்ஸ் காலால் உதைத்தார் கள். பிழைக்க வழியில்லை என்று தெரிந்ததும் துப்பாக்கியால் சுட்டார்கள்.

இவ்வளவு அடக்குமுறையுடன் மேற்கொள்ளப்பட்ட பணி - 13 மாதங்களில் முடிந்தது.

ஆம். 415 கி.மீ. நீளமுள்ள சயாம் - பர்மா ரயில்பாதை கட்டி முடிக்கப்பட்டது.

304 கி.மீ. பாதையை சயாமிலும் -

114 கி.மீ. பாதையை பர்மாவிலும் -

ஒரே நேரத்தில் போட ஆரம்பித்தார்கள்.

1943, அக்டோபர் 17 அன்று இவ்விரு பாதைகளும் பர்மாவி லுள்ள கொன் கொய்தா *(Kaeng Khoi Tha)* என்னும் இடத்தில் இணைக்கப்பட்டன.

திறப்பு விழா, எட்டு நாட்களுக்குப் பின் 25.10.1943 அன்று கோலாகலமாக ஜப்பானியர்களால் கொண்டாடப்பட்டது.

அதற்குள் -

ஒரு லட்சத்துக்கும் மேற்பட்ட தமிழர்கள் உயிரிழந்திருந்தார்கள். ஆயிரக்கணக்கான போர்க் கைதிகள் மரணமடைந்திருந்தார்கள்.

இவர்கள் அனைவரது சடலத்தின் மீதும் நின்ற படித்தான் ஜப்பான் ஆனந்தக் கூத்தாடியது.

இரண்டாம் உலகப்போரில் ஹிட்லர் மட்டும் இன அழிப் புப் போரில் இறங்கவில்லை. அதற்கு சமமாக ஜப்பானும் படு கொலையை நிகழ்த்தியது.

ஆனால் -

யூதர்கள் அனுபவித்த அவலம் மட்டுமே இன்று சரித்திரத்தின் பக்கங்களில் இடம் பெற்றிருக்கின்றன.

தமிழர்கள் அனுபவித்த துயரங்களோ அந்தப் பக்கங்களில் மறைந்திருக்கின்றன.

இதற்கு காரணம், அந்த ஒரேயொரு கோஷம்தான்.

◆ **கே.என்.சிவராமன்**

எப்படி, 'ஜெர்மன் ஜெர்மானியனுக்கே' என்று ஹிட்லர் முழங்கினானோ –

அப்படி ஜப்பானியர்களும், 'ஆசியா ஆசியர்களுக்கே' என முழங்கினார்கள்.

அதற்கு பலியானவர்கள்தான் லட்சக்கணக்கான தமிழர்கள். அவர்களும் 'ஆசியர்கள்'தான் என்பதை ஏனோ ஜப்பான் மறந்துவிட்டது. மறைத்துவிட்டது.

வாருங்கள் உயிரெடுத்த உயிர்ப் பாதையில் பயணிப்போம். மறைக்கப்பட்ட இந்த ரத்த சரித்திரத்தை அறிந்து கொள்வோம்...

2

'ஆசியா, ஆசியர்களுக்கே' என்ற கோஷத்தை ஏன் ஜப்பானியர்கள் எழுப்பினார்கள்? இதற்குப் பின்னால் ஒரு நூறாண்டுக் கால சரித்திரம் அடங்கியிருக்கிறது.

19ம் நூற்றாண்டில், உலகில் மூவரில் இருவரை ஐரோப்பியர்களே ஆண்டுவந்தனர். இந்த அதிகார பலம் அவர்களை பெருமிதம் கொள்ளச் செய்தது. உலகம் படைக்கப்பட்டதே தங்களுக்காகத்தான். மற்றவர்கள் தங்கள் கட்டுப்பாட்டின் கீழ் வரவேண்டும். அடங்கியிருக்க வேண்டும் என தீவிரமாக நம்பினார்கள்.

படைகளை திரட்டி ஆசியாவையும், ஆப்பிரிக்காவையும் கைப் பற்றினார்கள். ஐரோப்பியர்களிடம் இருந்த படை - பணபலம் மற்றவர்களிடம் இல்லை. எனவே எதிர்ப்புகள் இன்றி கண்டங்களும் தேசங்களும் சரணடைந்தன. மறுத்த பிரதேசங்கள் பலவந்தமாக அவர்களது ஆளுகைக்குக் கீழ் கொண்டுவரப்பட்டன. காலனி நாடுகளாக மாற்றப்பட்டன.

இந்த நேரத்தில்தான் புத்திசாலித்தனமான காரியத்தையும் ஐரோப்பா செய்தது.

நமக்குள் இனி சண்டையிட வேண்டாம். போர்புரிய அதிகம் செலவாகிறது. நாம் சமபலத்துடன் இருக்கிறோம். எனவே இழப்புகளும் சமமாக இருக்கின்றன. பாதிப்பு இருவரையுமே தாக்கு கிறது. இந்த நிலை நீடித்தால் நமக்குத்தான் ஆபத்து. வேண்டாம். சமாதானத்துடன் கைகுலுக்குவோம். திருமண உறவுகள் மூலம் ஒன்று சேருவோம். தனித்தனியாக மற்ற பிரதேசங்களை கைப்பற் றுவோம். ஒருவர் ஆதிக்கத்தில் மற்றவர் குறுக்கிட வேண்டாம். அவரவர் சாமர்த்தியத்தை பொறுத்து அவரவர் முன்னேறு வோம். இப்படி செய்தால்தான் காலத்துக்கும் நாம் எஜமானர் களாக இருக்க முடியும்...

◆ கே.என்.சிவராமன்

19ம் நூற்றாண்டின் மத்தியில் எடுக்கப்பட்ட இந்த முடிவு ஐரோப்பாவை மேலும் பலப்படுத்தியது. தங்களுக்குள் இனி அடிதடி இருக்காது என்பது உறுதியானதும் பன்மடங்கு வேகத்துடன் ஒவ்வொரு வரும் பிற நாடுகளை சூறையாடினார்கள். அடிமைப்படுத்தினார்கள். குறிப்பாக அந்தந்த நாடுகளில் இருந்த மூலப்பொருட்களை அபகரித்து தங்களுக்கு உரியதாக மாற்றிக்கொண்டார்கள்.

விளைவு?

பிரமாண்டமான தொழிற்சாலைகள் ஐரோப்பாவில் பூத்தன. காலனி நாடுகள் அனைத்தும் அவர்கள் தயாரிக்கும் பொருட்களை விற்கும் சந்தைகளாகின.

இந்த சூழலில்தான் 20ம் நூற்றாண்டு பிறந்தது.

இந்த நேரத்தில் - அதாவது, 1900ல் - உலக மக்கள் தொகை, 160 கோடி. இதில் 40 கோடி பேர் ஐரோப்பாவில் குவிந்திருந்தனர். அதாவது, உலக மக்களில் நால்வரில்

ஒருவர் ஐரோப்பியர். ஆசியா, ஆப்பிரிக்கா, ஆஸ்திரேலியா, அமெரிக்கா... என ஐரோப்பியர்கள் அதிகாரம் செலுத்தாத பகுதியே இல்லை என்ற நிலை ஏற்பட்டிருந்தது.

என்றாலும் அவர்களோடு போட்டியிடும் அளவுக்கு அமெரிக்கா வளர ஆரம்பித்திருந்தது. 1900 முதல் 1913 வரை ஐரோப்பாவும், அமெரிக்காவும் அடைந்த வளர்ச்சி பிரமாண்டமானது. உலகின் மொத்த உற்பத்தியில் பெரும்பகுதி இவர்கள் இருவருடையதுதான்.

அதனாலேயே பிரச்னை வெடிக்க ஆரம்பித்தன.

தேவையான மூலப்பொருட்களை தங்கள் ஆளுகைக்கு உட்பட்ட காலனி நாடுகளில் இருந்தே ஐரோப்பியர்கள் பெற்றார்கள். நாம் அனைவரும் சேர்ந்து பிறரை உறிஞ்சுவோம் என்பது எழுதப்படாத விதி.

ஆனால் -

யார் எவ்வளவு உறிஞ்சுவது? இதை எப்படி வரையறுப்பது? இங்கிலாந்து போன்ற விரல்விட்டு எண்ணக்கூடிய நாடுகள் மட்டும் அதிக லாபம் அடைவதை எப்படி ஏற்பது?

சாம்பலுக்குள் மறைந்திருந்த நெருப்பு -

ஒருநாள் பற்றி எரிந்தது.

காரணம், ஜெர்மனி.

துண்டு துண்டாக சிதறிக் கிடந்த ஜெர்மனி, 1871ல் ஒன்றிணைந்தது. பிரஷ்யாவின் பிரதமராக இருந்த பிஸ்மார்க், அகன்ற ஜெர்மன் கனவை நினைவாக்கினார்.

இங்கிலாந்துக்கு சமமாக ஜெர்மனியிலும் தொழிற்சாலைகள் தோன்றின. வளர்ந்தன. தொழில்நுட்ப முன்னேற்றங்கள் ஏற்பட்டன.

குறிப்பாக HMS Dreadnought என்ற கப்பலை ஜெர்மன் தயாரித்தது. இதைக் கண்டு இங்கிலாந்து மிரண்டது. அதுநாள் வரை உலகளவில் கடற்படையில் அவர்களே முன்னிலை வகித்துவந்தார்கள். இதற்கு மாற்றாக அவர்களை விட பலம் பொருந்திய ஒரு கப்பலை ஜெர்மன் உருவாக்கினால்..?

மிரட்சி, ஆத்திரமானது.

அந்த கனலை விசிறிவிடுவது போல் மூலப்பொருட்களில் எங்களுக்கும் பங்கு வேண்டும் என இங்கிலாந்து உள்ளிட்ட வல்லரசுகளின் காலனியாக இருந்த பிற நாடுகளை அபகரிக்க ஜெர்மன் முயன்றது.

இதே எண்ணத்துடன் இருந்தஅமெரிக்காவும் களத்தில் இறங்கியது.

தற்காத்துக் கொள்ளவும் திருப்பி அடிக்கவும் இங்கிலாந்து தன் ராணுவத்தை இறக்கியது.

முதல் உலகப் போர் வெடித்தது.

அப்போது இளைஞனாக இருந்த ஹிட்லர், ஜெர்மன் சார்பாக போரில் சாதாரணமான ராணுவ வீரராக கலந்துகொண்டார்.

இந்த யுத்தத்தில் ஜெர்மன் படுதோல்வி அடைந்தது. இங்கிலாந்து உள்ளிட்ட வல்லரசுகள் வெற்றி பெற்றன. உலக நாட்டாமை பட்டம், தனியுடமையிலிருந்து பன்முகம் கண்டது. காலனி நாடுகள் மறுபங்கீடு செய்யப்பட்டன. அமெரிக்கா வளர்ந்தது. ரஷ்யாவில் ஜார் மன்னர் ஆட்சி அகன்றது. கம்யூனிச அரசு மலர்ந்தது.

இவை ஒரு பக்கம் நடக்கும்போதே -

மறுபக்கத்தில் பொருளாதார நெருக்கடிகளும் வெடிக்க ஆரம்பித்தன. போரினால் ஏற்பட்ட இழப்பிலிருந்து ஐரோப்பியர்களால் மீளமுடியவில்லை. பொருளாதார மந்தம் தலைவிரித்தாடியது. விலைவாசி விண்ணைத் தொட்டது. மக்கள் அவதிப்பட்டார்கள். போர்க்கொடி உயர்த்தத் தொடங்கினார்கள்.

குறிப்பாக ஜெர்மனியில்.

அகண்ட தேச கனவில் இருந்த அவர்களால் முதல் உலகப்போரில் ஏற்பட்ட தோல்வியை தாங்கிக்கொள்ள முடியவில்லை. குறுகிய காலத்தில் அமெரிக்கா அடைந்த வளர்ச்சி அவர்களை தொந் தரவு செய்தது. நம்மால் ஏன் அப்படி வளரமுடியவில்லை? இங்கி லாந்து உள்ளிட்ட ஒருசில நாடுகள் மட்டும்தான் எப்போதும் ஆள வேண்டுமா என யோசித்தார்கள்.

ஹிட்லர் அப்படி அவர்களை சிந்திக்கவைத்தார். தொடர் பிரசாரம் மூலம் ஜெர்மானியர்களை ஒன்றுதிரட்டினார். தேசத்தின் தலைவரானார். ஆட்சியை கைப்பற்றினார். ஜெர் மனியை வல்லரசாக்க புறப்பட்டார்.

இதனை தொடர்ந்துதான் - முதல் உலகப்போரின் தொடர்ச்சி யாகவும், ஐரோப்பியர்களின் காலனி நாடுகளில் நிறைந்திருந்த மூலப் பொருட்களை கைப்பற்றுவதற்காகவும் - இரண்டாம் உலகப் போர் வெடித்தது.

ஆனால் -

1914 முதல் 1918 வரை முதல் உலகப் போர் நடைபெற்றது என்று துல்லியமாக சொல்வதுபோல் இரண்டாம் உலகப் போர் நடைபெற்ற காலத்தை கறாராக வரையறுக்க முடியாது.

வரலாற்று ஆசிரியர்களும், ஆய்வாளர்களும் இதில் மாறுபடு கிறார்கள்.

பொதுவாக ஒப்புக்கொள்ளப்பட்ட கணக்கு 1939 முதல் 1945 வரை.

என்றாலும் இதன் தொடக்கம் 1931ம் ஆண்டு என்பதே சரி.

ஏனெனில் 1931ல் தொடங்கி 1939 வரை ஐரோப்பாவில் நடைபெற்ற உள்நாட்டுப் போர்கள், கலகங்கள், யுத்தங்கள், ஆக்கிர மிப்புகள், அத்துமீறல்கள் ஆகியவை அனைத்தும் இரண்டாம் உலகப் போருடன் நேரடியாக தொடர்புகொண்டவை.

முக்கியமான விஷயம் -

'ஆசியாவில் இருக்கும் மூலப்பொருட்கள் ஆசியர்களுக்குத் தான் சொந்தம்...ஐரோப்பியர்களுக்கு அல்ல' என்ற அறிவிப் புடன் ஜப்பான் களத்தில் இறங்கியது சரியாக 1931ம் ஆண்டுதான். ஆம். சீனா மீது ஜப்பான் தாக்குதல் தொடுத்த ஆண்டு அது.

இந்த ஆக்கிரமிப்பின் விளைவைத்தான் அடுத்த பதினைந்து ஆண்டுகளுக்குள் மொத்த ஆசியாவும் அனுபவித்தது. கொத்துக் கொத்தாக உழைக்கும் மக்கள் உயிரிழக்கவும் லட்சக்கணக் கான தமிழர்கள் 'உயிர்ப் பாதை'க்காக பலியாகவும் அந்த 1931ம் ஆண்டுதான் தொடக்கமாக அமைந்தது.

◆ கே.என்.சிவராமன்

3

முக்கிய காரணம் - ஜப்பானின் நில அமைப்பு.

பசிபிக் பெருங்கடலின் மேற்குப் பகுதியில் இந்நாடு அமைந்திருக்கிறது. ஆசியக் கண்டத் திலேயே பல தீவுகள் ஒன்றிணைந்த நாடு, இது தான். அதாவது, 6,852 தீவுகளை உள்ளடக்கியது. இதில், ஹொக்கைடோ, ஹொன்ஷூ, ஷிகொக்கு, கியூஷூ ஆகிய நான்கும் பெரிய தீவுகள். சொல்லப்போனால் அந்நாட்டின் 97 சதவிகித நிலப்பரப்பு, இந்த நான்கு தீவிலும்தான் அடங்கியிருக்கின்றன.

தவிர, ஜப்பானில் உள்ள எல்லாத் தீவுகளும் அகலக்கோடு 24° - 46°வ, நெடுங்கோடு 122° - 146°கி ஆகியவற்றுக்கு (அதாவது, *longitude and latitude*) இடையே அமைந்துள்ளது.

இதன் காரணமாக ஜப்பானின் மொத்த நிலப்பரப்பில் 73 சதவிகித நிலப்பகுதி காடாகவும், மலைப்பகுதிகளாக வும் இருக்கின்றன. இவற்றை சீர்செய்து வேளாண்மை செய்ய முடியாது. தொழில்துறையை தொடங்க இயலாது. குடியிருப்புப் பகுதிகளை உருவாக்க முடியாது.

சுருக்கமாக சொல்வதென்றால், கனிம வளங்கள் உள்ளிட்ட எந்த மூலப்பொருளும் ஜப்பானில் இல்லை. ஒவ்வொன்றுக்கும் பிற நாடுகளைத்தான் சார்ந்திருக்க வேண்டும். எனவேதான் அன்றும், இன்றும் ஜப்பான் இறக்குமதி, ஏற்றுமதியை நம்பியிருக்கிறது. பிற நாடுகளில் இருந்து மூலப்பொருட்களை கொண்டு வந்து தங்கள் நாட்டில் பொருட்களை தயாரித்து மீண்டும் அதை அந்தந்த நாடு களிலேயே விற்பதுதான் அவர்களது பாணி, வழக்கம்.

குறிப்பாக அமெரிக்க சந்தையை பெருமளவு நம்பியிருந்தது.

இது செவ்வனே நடைபெற வேண்டுமானால் மூலப்பொருட் களை - கனிம வளங்களை தன்னகத்தே கொண்ட பிற நாடுகளை தங்கள் காலனியாக்க வேண்டும். உறிஞ்ச வேண்டும்.

முதல் அடி சீனா.

அருகில் இருக்கும் பிரதேசம் என்பதால் தொடக்கம் முதலே சீனா மீது ஜப்பானுக்கு தனி பாசம் உண்டு. கிட்டத்தட்ட ஜப்பானின் அந்நிய முதலீடுகளில் ஐந்தில் நான்கு பங்கு சீனாவுக்குப் போய்ச் சேர்ந்திருந்தது.

இங்கிலாந்து போன்ற மேற்குலக நாடுகளுடன் போட்டியிட்டு அவர்களுக்கு சமமான இடத்தை அடையும் கனவில் மிதந்து கொண்டிருந்த ஜப்பான், பொருளாதாரத் துறையில் மட்டுமல்ல, ராணுவ ரீதியிலும் பலத்தை அதிகரிக்க நினைத்தது.

ஏன் கூடாது?

ஜப்பானும் வல்லரசாக வேண்டும்.

தொடை தட்டி களத்தில் இறங்கியது. முதல் கட்டமாக இங்கிலாந்துக்கு முன் தன் ஆக்கிரமிப்பை சீனாவில் முடித்துவிட திட்டமிட்டது.

ஏனெனில் ஜப்பானுக்கு சமமாக பிரிட்டனும் சீனாவில் முதலீடு செய்திருந்தது. போதும் போதாததற்கு ஜப்பானுக்கு பக்கத்தில் இருந்த மலாயா - இன்றைய மலேசியா - இங்கிலாந்தின் காலனியாக இருந்தது. எனவே ராணுவ தளவாடங்களை மலாயாவில் நிறுத்தி ஜப்பானை மிரட்டுவது இங்கிலாந்துக்கு சுலபமாக இருந்தது.

இவை எல்லாம் போதாது என்று அன்று வளர்ந்து வரும் வல்லரசாக இருந்த; ஜப்பானில் தயாராகும் பொருட்களை எதிர்பார்த்து வழிமேல் விழி வைத்து காத்திருந்த; அமெரிக்காவும், சீனாவில் பங்கு கேட்டது.

இப்படி 'நான்தான் அதிக முதலீடு செய்திருக்கிறேன்... எனவே சீனா எனக்குத்தான் சொந்தம்' என ஆளாளுக்கு பங்கு கேட்டு போர் தொடுத்தால் -

விவகாரம் சிக்கலாகிவிடும்.

ஆகவே உடனுக்குடன் தன் கட்டுப்பாட்டுக்குள் கொண்டு வர - 1931ம் ஆண்டு சீனாவுக்குள் நுழைந்தது.

உண்மையில் இதன் பின்னணியில் இருந்தது எங்கே உள்நாட்டு மக்கள் போராட்டங்களில் இறங்கிவிடுவார்களோ என்ற ஜப்பானின் அச்சம்தான்.

பசிபிக் தீ வளையத்தில் உள்ள எரிமலை பரப்பில் இந்நாடு அமர்ந்திருப்பதால் எப்போது எரிமலை பொங்கும் - வெடிக்கும் என அறுதியிட்டு சொல்ல முடியாது.

போலவே நிலநடுக்கமும்.

பல லட்சம் ஆண்டுகளாக மெல்ல மெல்ல நடந்து வரும் பெருங்கடல் நகர்வுகளின் விளைவால் உருவானவைதான் இந்த 6,852 தீவுகளும். நூற்றாண்டுக்கு ஒருமுறை ஜப்பான், சுனாமியை சந்திப்பதும், ஐந்து ஆண்டுக்கு ஒருமுறை பூகம்பத்தால் பாதிக்கப்படுவதும் இதனால்தான்.

அப்படித்தான் 1923ம் ஆண்டு டோக்கியோவில் நிலநடுக்கம் ஏற்பட்டது. இதில் ஒரு லட்சத்து 40 ஆயிரம் பேர் உயிரிழந்தனர். ஏற்கனவே முதல் உலகப் போரால் பொருளாதார மந்த நிலை உருவாகியிருந்தது. அத்தியாவசியப் பொருட்களின் விலை

விண்ணைத் தொட்டன. அதில் பெட்ரோல் ஊற்றியதைப் போல் இந்த உயிர்ச்சேதம்.

பொறுக்க முடியாத ஜப்பானியர்கள் உணவு வேண்டி போராட்டங்களிலும், கலவரங்களிலும் ஈடுபட்டார்கள்.

சொந்த மக்களை திருப்திப்படுத்தவும், பொருளாதாரப் பாதிப்பை சீர்படுத்தவும் ஆக்கிரமிப்புப் போர்தானே எப்போதும் தீர்வாக இருக்கிறது?

அதையே ஜப்பானும் மேற்கொண்டது.

இந்த நேரத்தில் -

சீனாவின் நிலை எப்படியிருந்தது?

சன் யாட் சென் மறைந்து சியாங் கை ஷேக், கோமிண்டாங் கட்சியின் (மன்னராட்சியை அகற்றத் தோன்றிய புரட்சிகர கட்சி) தலைமையை கைப்பற்றியிருந்தார். ஒட்டுமொத்த நாட்டையும் ஆளும் கனவு அவருக்கு இருந்தது. மன்னர்களாலும் அந்நிய தேசங்களின் ஆக்கிரமிப்பாலும் சின்னாபின்னமாகியிருந்த சீனா, பொருளாதார ரீதியாகவும், ராணுவ ரீதியாகவும் பின்தங்கியிருந்தது.

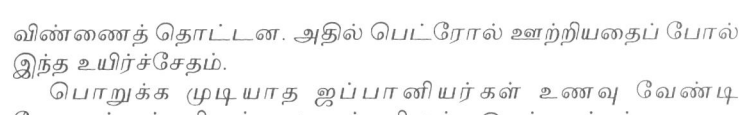

இதை தனக்கு சாதகமாக பயன்படுத்திக்கொண்ட சியாங் -
எல்லா சர்வாதிகாரிகளும் இதுபோன்ற சமயங்களில் என்ன செய்வார்களோ -
அதை செய்தார்.
'அகன்ற சீனா' கனவை மக்களிடம் விதைத்தார்.
எதைத் தின்றால் பித்தம் தெளியும் என்றிருந்த சீனர்களும் சியாங்கின் பேச்சை நம்பினார்கள்.
அரும்பாக இருந்த சீன கம்யூனிஸ்ட் கட்சி மட்டும் அவரை சந்தேகத்தோடு பார்த்தது. அணுகியது.
இந்த சூழலில்தான் 1931, செப்டம்பர் 18 அன்று சீனா மீது ஜப்பான் படையெடுத்தது.
முதலில் மஞ்சூரியா. பிறகு ஷாங்காய்.
எதிர்ப்பே இல்லாமல் ஜப்பானியர்கள் முக்கியமான இவ்விரு பிரதேசங்களை கைப்பற்றினார்கள்.
சியாங்கால் தங்களுக்கு எந்தப் பயனும் இல்லை என்பதை சீனர்கள் உணர்வதற்குள் காலம் கடந்துவிட்டது.
ஜப்பான் அந்த நாட்டில் வலுவாக கால் பதித்தது.
இதை எதிர்த்து மாவோ தலைமையில் சீன கம்யூனிஸ்ட் கட்சியின் செம்படை, Long March எனப்படும் நெடும்பயணத்தை மேற்கொண்டதும், சியாங்கையும் ஜப்பானியர்களையும் அம்பலப்படுத்தி மக்கள் மத்தியில் பிரசாரம் செய்ததும், ஆறாயிரம் மைல்களை கடந்து முன்னேறி தங்கள் நடைப்பயணத்தை 1935ல் நிறைவு செய்ததும் தனிக்கதை.
ஜப்பானின் இந்த சீன ஆக்கிரமிப்பை தட்டிக் கேட்க இங்கிலாந்து முயல்வதற்குள் -
பல சம்பவங்கள் அடுத்தடுத்து அரங்கேறிவிட்டன.
முதலில் -
'அச்சு நாடுகள்' (The AXIS) என வரலாற்றில் பதிவாகியிருக்கும் ஜப்பான், ஜெர்மனி, இத்தாலி கூட்டு.
இந்த மூன்று நாடுகளும் அன்று 'வல்லரசாக'... 'கிரேட் பிரிட்டன்' போல் உலகை ஆள துடித்துக் கொண்டிருந்தன.
கூட்டணிக்கு இந்த பேராசை மட்டும் காரணமல்ல.
ஆணிவேரையே ஆட்டம் காண வைத்த கம்யூனிஸ்ட்டுகளும் தான்.
சீன கம்யூனிஸ்ட் கட்சி, மாவோ தலைமையில் வலுப்பெற்று ஜப்பானின் ஆதிக்கத்தை கேள்வி கேட்டுக் கொண்டிருந்தது.
தொழிற்புரட்சி ஏற்பட்டு ஏற்கனவே தொழிற்சாலைகளால் நிரம்பியிருந்த ஜெர்மனியில் முதல் உலகப்போர் சமயத்தில் ரோசா லக்ஸம்பர்க் ஏற்றி வைத்த கம்யூனிஸ்ட் நெருப்பு, 1930களில் கொழுந்து விட்டு எரிய ஆரம்பித்திருந்தது. இது ஹிட்லரின் 'அகண்ட ஜெர்மன்' கனவுக்கு எமனாக விளங்கியது.
கிராம்சி மூட்டிய தீ, இத்தாலியை புரட்டி எடுத்து, முசோலினியை தொந்தரவு செய்தது.
எல்லாவற்றுக்கும் மேலாக ஜார் மன்னரின் ஆட்சியை அகற்றி

 22

உயிர்ப் பாதை

விட்டு ரஷ்யாவை கைப்பற்றியிருந்த போல்ஷ்விக் கட்சியினர், ஸ்டாலின் தலைமையில், ஒவ்வொரு காலனி நாட்டிலும் இயங்கிக் கொண்டிருந்த கம்யூனிஸ்ட் கட்சிகளுக்கு நம்பிக்கை அளித்துக் கொண்டிருந்தார்கள்.

எனவே இம்மூவரும் - ஜப்பான், ஜெர்மனி, இத்தாலி - கூட்டு சேர்ந்தார்கள். தங்களுக்குள் உலக நாடுகளை பங்கீடு செய்துகொள்ள புறப்பட்டார்கள்.

இந்த 'அச்சு நாடுகளை' எதிர்த்து இங்கிலாந்து, பிரான்ஸ் உள்ளிட்ட மற்ற நாடுகள் -

'நேச நாடுகள்' என்னும் பெயரில் கைகோர்த்தன.

இரண்டாம் உலகப்போர் வெடித்தது.

இந்த சமயத்தில்தான் -

ஜப்பான் ஒரு காரியத்தை செய்தது.

தன்னைப் போலவே வளரும் நாடாக இருந்த; 'கிரேட் பிரிட்டனை' போல் உலகை ஆளத்துடித்த; கனிம வளங்கள் உள்ளிட்ட மூலப் பொருட்களை அபகரிக்க காலனி நாடுகளில் பங்கு கேட்ட -

அமெரிக்கா மீது -

அமெரிக்க துறைமுகமான பியர்ல் ஹார்பர் (Pearl harbor) மீது - டிசம்பர் 7, 1941 அன்று குண்டை வீசியது.

அப்பாடா... இனி அமெரிக்கா வாலை ஆட்டாது... என நிம்மதி யுடனும் இறுமாப்புடனும் இங்கிலாந்தின் ஆளுகைக்கு உட்பட்டி ருந்த மலாயா என்கிற மலேசியாவுக்குள் ஜப்பான் நுழைந்தது.

ஆயிரக்கணக்கான இங்கிலாந்து - ஆஸ்திரேலிய போர்க் கைதி கள் உயிர் இழக்கவும், லட்சக்கணக்கான தமிழர்கள் பலியாகவும் காரணமாக அமைந்த -

உயிர் எடுத்த உயிர்ப் பாதைக்கான வித்து -

இங்கிருந்துதான் தொடங்குகிறது.

4

உண்மையில் அமெரிக்காவை சீண்டி, பியர்ல் ஹார்பரில் குண்டு வீச வேண்டும் என ஜப்பான் நினைக்கவில்லை. சொல்லப்போனால் அந்நாட்டை ஆக்கிரமிக்கும் எண்ணமே ஜப்பானுக்கு இல்லை.

ஆசியாவை தன் ஆளுகைக்கு கீழ் கொண்டு வர வேண்டும்... இந்தப் பகுதியில் இருக்கும் கனிம வளங்களையும் மூலப் பொருட்களையும் வசப்படுத்த வேண்டும் என்பது மட்டுமே நோக்கமாக இருந்தது.

ஏனெனில் இங்கிலாந்து உள்ளிட்ட மேற்கத்திய நாடுகளுக்கு தென்கிழக்காசிய நாடுகள்தான் முக்கிய கருவூலங்களாக விளங்கின. அந்நாடுகள் வல்லரசுகளாக வலம் வந்ததற்கு இந்தப் பகுதிகளில் இருந்து அவர்கள் எடுத்துச் சென்ற கனிமப் பொருட்களே காரணம்.

உதாரணத்துக்கு ஒரேயொரு புள்ளி விவரத்தை பார்க்கலாம். 1939ம் ஆண்டு வெளியான கணக்கின்படி உலகுக்கு தேவைப்படும் ரப்பரில் நாற்பது சதவிகிதத்தை - கிட்டத்தட்ட சரிபாதியை - மலாயா என்கிற மலேசியாதான் கொடுத்தது. மட்டுமல்ல, உலகப் பயன்பாட்டுக்கு தேவைப்பட்ட ஈயத்தில் அறுபது சதவிகிதத்தை கொடுத்ததும் மலாயாதான்.

எனவேதான் சீனாவை ஆக்கிரமித்த கையோடு ‘ஆசியா, ஆசியர்களுக்கே’ என்ற கோஷத்துடன் இங்கிலாந்தின் காலனியாக இருந்த மலாயாவையும் கைப்பற்ற முனைந்தது.

அதன் முதல் கட்டமாக 1940ம் ஆண்டு டிசம்பர் 7ம் தேதி நள்ளிரவில் ஜப்பானிய படையினர் கிளந்தானில் தரையிறங்கினர். இதை சற்றும் எதிர்பார்க்காத இங்கிலாந்து ராணுவத்தினர், எதிர்த்து போரிட்டனர்.

ஆனால் -

அதிக நாட்கள் தாக்குப் பிடிக்க முடியவில்லை. ஜப்பான் ராணுவம், கிளந்தானை கைப்பற்றியது. இந்த வெற்றி கொடுத்த மிதப்பில் மலாயாவின் பிற பகுதிகளையும் குறி வைத்து நகரத் தொடங்கியது.

இந்த நேரத்தில்தான் விருந்து ஒன்று நடைபெற்றது.

ஆசியப் பகுதிகளுக்கான அமெரிக்க கடற்படைத் தளபதியும் இதில் கலந்து கொண்டார்.

இந்த பங்கேற்புதான் வினையாகி, பியர்ல் ஹார்பர் தாக்குதலில் முடிந்தது.

பொதுவான விருந்துகளில் அதிகம் மது அருந்தக்கூடாது என்பது எழுதப்படாத விதி. குறிப்பாக ராணுவ அதிகாரிகள். ஏனெனில் மயக்கும் போதை ரகசியங்களை வெளிப்படுத்த வழிவகுக்கும்.

அதனால்தான் அரசு உருவாக்கம் தோன்றிய காலம்தொட்டு 'மது விருந்துகள்' குறித்த எச்சரிக்கைகள் நடைமுறையில் இருக்கின்றன. அர்த்த சாஸ்திரம் முதல் அனைத்துப் பழங்கால நூல்களும் இது குறித்து வெளிப்படையாக பேசியிருக்கின்றன.

ஆசியப் பகுதிகளுக்கான அமெரிக்க கடற்படைத் தளபதிக்கு நிச்சயம் இது குறித்து தெரிந்திருக்கும்.

என்றாலும் வரிசையாக வந்து சென்ற மதுக்கோப்பைகள் அவரை தொந்தரவு செய்தன. தன்னை மறந்து குடிக்கத் தொடங்கியவர், ஜப்பானியர்களை ஏளனம் செய்யத் தொடங்கினார்.

'என்னதான் ஆசியா ஆசியர்களுக்கே என்று கோஷம் எழுப்பி நீங்கள் புறப்பட்டாலும் உங்களிடம் வலுவான கடற்படை இல்லை. இங்கிலாந்துதான் இப்போதைக்கு அந்த விஷயத்தில் வஸ்தாதாக விளங்குகிறது. அவர்களுக்கு அடுத்த நிலையில்

அமெரிக்கர்களாகிய நாங்கள் இருக்கிறோம். விரைவில் பிரிட்டிஷ் ஆதிக்கத்தை தகர்த்து நாங்கள் முதல்நிலைக்கு வந்துவிடுவோம். ஜப்பானால் ஒருபோதும் அந்த இடத்தை பிடிக்க முடியாது. எனவே எங்களுக்கு அடுத்த நிலையில்... எங்களுக்கு சலாம் அடித்தபடிதான் நீங்கள் வாழ வேண்டும்...'

என்ற பொருளில் நக்கல் அடித்தார்.

மிதமான போதையில் இருந்த ஜப்பானிய ராணுவ அதிகாரிகளின் தன்மானத்தை இது சீண்டியது.

இதனை தொடர்ந்துதான் பாடம் கற்பிக்கும் நோக்கத்துடன் -

தங்கள் திட்டத்திலேயே இல்லாத அமெரிக்கா மீது தாக்குதலை நடத்தியது.

எந்த கடற்படையில் நாங்கள் முன்னேறி வருகிறோம் என அமெரிக்க கடற்படைத் தளபதி தொடை தட்டினாரோ... அந்த கடற்படைக்கு செக் வைக்கும் நோக்கத்துடன் -

அந்நாட்டின் முக்கிய துறைமுகங்களில் ஒன்றாக விளங்கிய பியர்ல் ஹார்பர் மீது குண்டு வீசியது.

இந்த தாக்குதலே தங்களுக்கு எமனாக மாறப் போகிறது என்று ஜப்பான் அப்போது நினைத்துக்கூட பார்க்கவில்லை.

பதிலடி கொடுத்த திருப்தியுடன் தன் ஆக்கிரமிப்பு வேலைகளில் முழுமூச்சாக இறங்கியது.

கோலா பாக் அமாட், கோத்தபாரு, சிங்கோரா, பட்டாணி, ஜித்ரா, அலோர் ஸ்டார், பினாங்கு, தைப்பிங், கோலா கங்சார், ஈப்போ, குவாந்தன், சிலிம் ரிவர், கோலாலம்பூர், கிம்மாஸ், சிகாமட், குளுவாங், மெர்சிங்...

என வரிசையாக மலாயாவின் பகுதிகளை கைப்பற்றி முழுமையாக தங்கள் கட்டுப்பாட்டுக்குள் கொண்டுவந்தது. இந்த பிரதேசங்களில் இருந்த இங்கிலாந்து ராணுவ வீரர்களையும், உயரதிகாரிகளையும் சிறைப்பிடித்தது.

இறுதியாக *1942*, பிப்ரவரி *15* அன்று சிங்கப்பூருக்குள்ளும் நுழைந்தது.

தாக்குப்பிடிக்க முடியாமல் இங்கிலாந்தை சேர்ந்த லெப்டினன் ஜெனரல் பெர்சிவேல் -

ஜப்பானியத் தளபதியான தோமோயுகி யாமாசித்தாவிடம் சரணடைந்தார்.

மகிழ்ச்சியுடன் ஜப்பான் நிமிர்ந்து உட்கார்ந்தது.

அதுநாள்வரை மலாயாவில் இருந்து இங்கிலாந்து உள்ளிட்ட மேற்கத்திய நாடுகளுக்கு கொண்டு செல்லப்பட்ட உற்பத்திப் பொருட்கள் அனைத்தும் -

இப்போது ஜப்பானுக்கு சென்றன.

ஜப்பானுக்கு மட்டுமே சென்றன.

அடுத்த இலக்கு இந்தியாதான். அதையும் தன் ஆளுகைக்குள் கொண்டு வந்துவிட்டால், ஆசியாவே ஜப்பான் வசமாகிவிடும்.

பரபரவென காய்களை நகர்த்தத் தொடங்கியது.

இடையில் இருந்த சயாம் (தாய்லாந்து), பிலிப்பைன்ஸ், இந்தோ

னேசியா, பர்மா உள்ளிட்ட நாடுகளை அது கணக்கில் கொள்ள வில்லை. சொல்லப்போனால் நட்பு பாராட்டவே முயன்றது.

காரணம், மதம்.

ஏதோ ஒரு வகையில் இந்த நாடுகள் அனைத்தும் பவுத்தத்துடன் தொடர்புகொண்டிருந்தன. எனவே பரஸ்பர நட்பு சக்திகளாகவே தங்களை கருதிக்கொண்டன.

தவிர, ஜப்பான் மீது சயாம், பர்மா உள்ளிட்ட நாடுகளுக்கு பயமும் இருந்தது. ராணுவ - பொருளாதார ரீதியாக நாம் பின்தங்கியவர்கள்... எதிர்த்து நின்றால் அழிவு நமக்குத்தான் என்பதை தெளிவாக உணர்ந்திருந்தனர். எனவே எதிர்ப்பை காட்ட அவர்கள் முற்படவேயில்லை.

1941, டிசம்பர் 21 அன்று சயாமின் உயர்நிலை அதிகாரி பிபுல் சோங்ராங்குடன் -

ஓர் உடன்படிக்கையை ஜப்பான் செய்துகொண்டது. இதன்படி ஜப்பான் படையினர் சயாமில் தளம் அமைத்துக்கொள்ளலாம். சயாமில் உள்ள பாதைகளை பயன்படுத்திக்கொள்ளலாம்.

இதற்கு கைமாறாக அந்நாட்டின் உள்நாட்டு விஷயங்களில், மன்னராட்சியில் ஜப்பான் தலையிடக்கூடாது.

இந்த உடன்படிக்கை இருவருக்குமே பிடித்திருந்ததால், மனமு வந்து கையெழுத்திட்டனர்.

கிட்டத்தட்ட பர்மாவின் விஷயமும் இப்படித்தான் அமைந்தது. சொல்லப்போனால் பர்மாவை தாக்கும் எண்ணமே ஜப்பானுக்கு இல்லை. இந்தியாவை கைப்பற்றத்துடிக்கும் தனது ஆசைக்கு பர்மா உதவ வேண்டும். போர்ப் பாசறை அமைக்க இடம் தர வேண்டும். இதற்கு ஒப்புக் கொண்டால் போதும் என்றது ஜப்பான். இசைந்தது பர்மா.

ஆனால் -

இலைமறை காயாக ஜப்பானிடம் இருந்த பேராசையை பர்மா உணரவேயில்லை.

வேறொன்று மில்லை. விளை பொருட்களும், கனி மப்பொருட்களும், தேக்கு மரங்களும் பர்மாவில் அதிகம் இருந்தன; விளைந்தன. அவற்றை மொத்தமாக அபகரிக்க ஜப்பான் நினைத்தது. திட்டமிட்டது.

அதன் விளைவாக போடப்பட்டதுதான் -

சயாம் - பர்மா மரண ரயில்பாதை.

இந்த அத்தியாயத்துக்கு ஓவியர் அரஸ் வரைந்திருக்கும் மலாயா தேயிலை தோட்டத் தொழிலாளர்களின் முகத்தை ஒன்றுக்கு இரு முறை பார்த்துக் கொள்ளுங்கள்.

இந்த முகங்கள்தான் இனி வரும் அத்தியாயங்களில் மரணத்தை நேருக்குநேர் பார்க்கப்போகின்றன...

◆ கே.என்.சிவராமன்

5 **வி**வசாயத்துக்கு மட்டுமல்ல - அனைத்துக்கும் பொருந்தக்கூடிய பொன்மொழிதான் -
'நெல்லுக்கு பாயும் நீர் சற்று புல்லுக்கும் பாயட்டுமே...' என்பது.

போக்குவரத்தில் தொடங்கி ஒரு நாட்டின் - நகரத்தின் - உள்கட்டுமானம் வரை சகலமும் இதன் அடிப்படையில்தான் இயங்குகிறது. கிராமங்களில் போடப்படும் சாலைகளின் பிரதானமான நோக்கம், நகரங்களுடன் அதை இணைப்பதுதான். போலவே மாநகரத்துடன் இணைக்கப்படவே நகரங்களிலும், தேசத்தை இணைப்பதற்காகவே மாநகரங்களிலும் சாலைகள் போடப்படுகின்றன.

இவை எல்லாம் மக்களுக்காகவா?

சத்தியமாக இல்லை.

ஓர் இடத்தில் விளைந்த அல்லது உற்பத்தியான சரக்கை - மற்ற இடங்களுக்கு எவ்வளவு விரைவாக எடுத்துச்செல்ல முடியுமோ அவ்வளவு வேகமாக கொண்டு செல்லவே சாலைகள் உருவாக்கப்பட்டன... படுகின்றன.

என்ன... இவற்றை மக்களும் தங்கள் தேவைக்கு பயன்படுத்திக் கொள்ளலாம். 'புல்லுக்கும் பாயும் நீர்' போல. வணிகர்களும் அரசாங்கமும் தடுக்காது. மற்றபடி 'வயல்' சரக்கு பரிவர்த்தனைதான்.

இதனால்தான் ஆசியா உள்ளிட்ட மூன்றாம் உலக நாடுகளை மேற்குலகம் ஆக்கிரமித்தபோது - காலனியாக அடிமைப்படுத்தியபோது - போக்குவரத்திலும் உள்கட்டுமான வேலைகளிலும் கவனம் செலுத்தின.

இந்தியாவிலும் அதேதான் நடந்தது.

நம் நாட்டை ஒரே கூரையின் கீழ் இணைப்பதற்காக ஆங்கிலேயர்கள் ரயில் பாதைகளை அமைக்கவில்லை. ஆங்காங்கே கிடைக்கும் மூலப்பொருட்களையும் கனிம வளங்களையும் மதராஸ் (சென்னை),

உயிர்ப் பாதை

கொல்கத்தா, பம்பாய் (மும்பை) உள்ளிட்ட துறைமுகப்பகுதிகளுக்கு கொண்டு செல்லவும்... அங்கிருந்து இங்கிலாந்துக்கு அவற்றை சேதாரம் இன்றி எடுத்து செல்லவும் பாதை அமைத்தார்கள்.

ஆனால் -

எல்லா செயலுக்கும் ஓர் எதிர் செயல் இருப்பது போல - தங்கள் வசதிக்காக ஆங்கிலேயர்கள் அமைத்த ரயில் பாதை - இந்தியாவில் புரையோடிப் போயிருந்த சாதி இறுக்கத்தில் ஓர் உடைப்பை உண்டாக்கியது. பகுத்தறிவுக்கான வாசலை திறந்தது.

சாலை, ரயில், விமானம், கடல்வழிப் பாதை... என துரித இணைப்புக்கு எவை எல்லாம் சாத்தியமாக இருக்கிறதோ -

அவை அனைத்துக்கும் மேலே சொன்ன விவரங்கள் பொருந்தும்.

அவ்வளவு ஏன், இன்று பயன்பாட்டில் இருக்கும் இணையதளங்களும் அப்படித் தான். அமெரிக்கர்கள் தங்கள் ராணுவத்துக்காக கண்டுபிடித்ததுதான் இன்டர்நெட். அந்த தொழில்நுட்பம் இப்போது நிதிமூலதன பாய்ச்சலுக்கு உதவுகிறது. ஒலியை விட வேகமாக நாடு விட்டு

நாடு பாயவும் கடக்கவும் அது பயன்படுகிறது.

என்றாலும் தங்கள் வசதிக்கு ஏற்ப இணைய தளத்தை ஓர் அளவுக்குள் மக்களும் உபயோகிக்க முடியும். அதற்கான அனுமதியை 'பெரிய மனதுடன்' வழங்கியிருக்கிறார்கள்.

இவ்வளவு விரிவாக -

அதுவும் வயல் புல் உவமையுடன் -

ஏன் இவற்றை விளக்க வேண்டும்?

ஜப்பான் அமைத்த மரண ரயில்பாதையை புரிந்துகொள்ளத் தான்.

ஜப்பானின் வரலாற்றை ஆராய்ந்தால் ஓர் உண்மை புலப்படும். விமான - கடல் வழிப் பாதையைவிட சாலை போக்குவரத்தில்தான் அவர்கள் எப்போதும் கவனம் செலுத்தி வருகிறார்கள். குறிப்பாக ரயில் பாதைகள்.

மீட்டர் கேஜ், பிராட் கேஜில் தொடங்கி இன்று மெட்ரோ, சுரங்கம், புல்லட்.... என ரயில் போக்குவரத்தில் ஏற்பட்ட மாற்றங்களுக்கு எல்லாம் பின்னணியில் ஜப்பானியர்களின் மூளை இருக்கிறது. எனவேதான் உலகில் எந்த மூலையில் ரயில் பாதைகளை அமைக்க திட்டமிட்டாலும் முதல் காரியமாக அந்த நாடு, ஜப்பான் நிறுவனத்துடன் ஒப்பந்தம் போட்டுக்கொள்கிறது. பாதை அமைத்துத் தரும்படி கேட்கிறது.

இப்படி ரயில் பிசினஸில் கொடிகட்டிப் பறப்பவர்கள் -

'ஆசியா ஆசியர்களுக்கே' என கோஷத்துடன் -

ஆசிய நாடுகளை ஆக்கிரமித்தபோது ரயில் பாதையை அமைக்காமலா இருப்பார்கள்?

எனவேதான் அமெரிக்க ஆதிக்கத்தில் இருந்த பிலிப்பைன்ஸையும்; டச்சுக்காரர்களின் கட்டுப்பாட்டில் இருந்த இந்தோனேசியாவையும்; இங்கிலாந்தின் பிடியில் இருந்த பர்மா, மலாயாவையும் -

ஆக்கிரமித்த பின்னர் உயர்மட்டக் குழுவை கூட்டினார்கள். ஜப்பானிய தொழில்நுட்பக் குழுவினர் அதில் பங்கேற்றார்கள்.

எஞ்சி இருக்கும் இந்தியாவை கைப்பற்றி தங்கள் காலனியாக மாற்ற வேண்டும்... பிடித்த பகுதிகளில் இருக்கும் கனிம வளங்களை தங்கள் நாட்டுக்கு கொண்டு செல்ல வேண்டும்.

என்ன செய்யலாம்?

விவாதித்தார்கள்.

மூலதனப் பொருட்களையும், கனிம வளங்களையும் சிங்கப்பூர் துறைமுகத்துக்கு கொண்டு சென்றால் -

அங்கிருந்து ஜப்பானுக்கு அவற்றை கப்பலில் எடுத்துசெல்வது சுலபம். ஏனெனில் அந்த கடல்வழிப்பாதை அவர்கள் வசம்தான் இருக்கிறது. இங்கிலாந்தால் வாலாட்ட முடியாது.

மறுப்பு ஏதும் இன்றி கூடிய குழு இதை ஏற்றது.

ஆனால் -

சிங்கப்பூர் துறைமுகத்துக்கு சரக்குகளை கொண்டு செல்ல வேண்டுமே?

ஏற்கனவே தங்கள் காலனி நாடுகளில் ரயில் பாதையை டச்சுக் காரர்களும், அமெரிக்கர்களும், ஆங்கிலேயர்களும் அமைத்திருந் தார்கள். அவற்றை பயன்படுத்திக் கொள்ளலாம்.

என்றாலும் போடப்பட்ட ரயில்பாதைகள் துண்டு துண்டாக இருக்கின்றன. அவற்றை இணைக்கும் வகையில் ஒரே பாதை வேண்டும்.

இந்த முடிவுக்கு வந்ததுமே -

கையோடு அப்படி போடப்போகும் ஒரே ரயில்பாதையை வைத்து எப்படி இந்தியாவை ஆக்கிரமிப்பது என யோசித்தார்கள். ஒரே கல். இரண்டு மாங்காய்கள்.

பலகட்ட விவாதத்துக்கு பின்னர் -

எட்டு பாதைகள் தேர்ந்தெடுக்கப்பட்டன.

ஒன்று, Bangkok, Chiangmai, Chiangtung, Mandalay பகுதிகளை இணைப்பது.

Bangkok, Chiangmai, Maehongsorn, Taungoo இடங்களை சேர்ப்பது இரண்டாவது.

மூன்றாவது, Bangkok, Pitsanulok, Maesod, Mawlamyine.

Bangpong, Kanjanaburee (The three Pagodas pass), Tanbee usayad நான்காவது.

ஐந்தாவது, Bangpong, Kanjanaburee, Dawei / Thawai / Tavoy (Out of Bongtee pass).

Prajuabkirikan, Tenasserim குன்றுகளை ஊடுருவி Myeik / Marit / Mergui வழியாக செல்வது ஆறாவது.

ஏழாவது, Chumporn, Ranong, Yangon.

Saigon, Singapore, Penang, Yangon எட்டாவது.

ஆசியப் பகுதிகளை அக்குவேறு ஆணிவேறாக அறிந்திருந்ததால் தான் ஜப்பானியர்களால் இந்த எட்டுப் பாதைகளை தேர்ந்தெடுக்க முடிந்தது.

இவை அனைத்துமே சயாம் (தாய்லாந்து) நாட்டை மையமாக கொண்டவை. தவிர இங்கு குறிப்பிடப்பட்டிருக்கும் பெயர்கள் அனைத்தும் 'தாய்' மொழியின் உச்சரிப்பு. எனவே படிப்பதற்கு சிரமமாக இருக்கும். பரவாயில்லை. விட்டுவிடுங்கள். 8 பாதைகள் என்று புரிகிறதல்லவா? அதுபோதும்.

இப்படி இறுதிச்சுற்றுக்கு வந்த எட்டையும் பூதக்கண்ணாடி வைத்து ஜப்பான் குழு ஆராய்ந்தது.

இரண்டு பாதைகள் அவர்களை கவர்ந்தன.

தாய்லாந்துக்கும் மியான்மருக்கும் இடையில் நடந்த போர்களில் இவை இரண்டும்தான் முக்கியப்பங்கு வகித்தன.

அவை, Maclamao pass மற்றும் Three Pagodas pass.

இவை இரண்டும் காஞ்சனாபுரியை தொட்டு செல்பவை. தவிர மற்ற ஆறு பாதைகளை விட இவை இரண்டும்தான் குறைவான தொலைவு கொண்டவை.

அதிகம் காலம் தாழ்த்தக்கூடாது. விரைவாக பாதை அமைக்க வேண்டும். அப்போதுதான் இங்கிலாந்து சுதா

◆ **கே.என்.சிவராமன்**

ரிப்பதற்குள் இந்தியாவுக்குள் ஊடுருவ முடியும். தவிர உலகம் முழுக்க காலனி நாடுகளை மறுபங்கீடு செய்ய வளர்ந்த - வள ரும் வல்லரசு நாடுகள் போட்டிப்போட ஆரம்பித்திருக்கின்றன. எப்போது வேண்டுமானாலும் போர் வெடிக்கலாம்.

அதற்குள் ரயில்பாதையை அமைத்தாக வேண்டும்.

இரண்டில் எந்த பாதை சரிவரும்?

காஞ்சனாபுரியையும், மியான்மரையும் இணைக்கும் பாதை ஒருமனதாக தேர்ந்தெடுக்கப்பட்டது.

ஏற்கனவே இங்கிலாந்து ரயில் பாதை அமைக்க முயன்ற *Route* இது என்பதும், அதற்காக வரைபடம் ஒன்றையும் அவர்கள் தயா ரித்திருந்தார்கள் என்பதும் -

ஜப்பானுக்கு சாதகமாக அமைந்தன.

ஆனால் -

சயாம் - பர்மா ரயில்பாதையை அமைக்க ஆறு ஆண்டுகள் ஆகும். நீர்வீழ்ச்சிகளையும், மலைகளையும், காடுகளையும், ஆறு களையும் கடக்க வேண்டும். அது சாத்தியமில்லை என்பதால்தான் இத்திட்டத்தை இங்கிலாந்து கிடப்பில் போட்டிருந்தது.

ஜப்பான் அதை தூசி தட்டியது.

மட்டுமல்ல ஆறு ஆண்டுகளாகும் என இங்கிலாந்து தொழில் நுட்ப வல்லுநர்கள் கணித்ததற்கு மாறாக -

பதினான்கு மாதங்களில் - ஆமாம்... பதினான்கே மாதங்களில் - அந்த வழித்தடத்தில் ரயில் பாதையை அமைக்க முடிவு செய்தது.

போர்க்கைதிகளாக பிடிக்கப்பட்ட இங்கிலாந்து, ஆஸ்திரேலிய வீரர்களை மட்டுமே வைத்துக் கொண்டு இக்காரியத்தில் இறங்க முடியாது. இறங்கி வேலை செய்ய ஆட்கள் வேண்டும். அதுவும் லட்சக்கணக்கில்.

என்ன செய்யலாம்?

பளீரென்று மலாயா தேயிலை, ரப்பர் தோட்டங்களில் பணி புரிந்து கொண்டிருந்த - கொத்தடிமைகளாக அவதிப்பட்டுக் கொண்டிருந்த - தமிழர்கள் நினைவுக்கு வந்தார்கள்.

போதும். இதுபோதும்.

அதன் பிறகு ஜப்பான் யோசிக்கவேயில்லை. மடமடவென்று செயலில் இறங்கியது.

தோட்டத் தொழிலாளர்களை சவுக்கால் அடிக்கத் தொடங்கியது...

6

ஆமாம். ஜப்பானியர்கள் சாட்டையால்தான் தோட்டத் தொழிலாளர்களை விளாச ஆரம்பித்தார்கள்.

இதற்கு பாதை அமைத்துக் கொடுத்தவர்கள் ஆங்கிலேயர்கள்தான்.

பல்லவர்கள் காலம் முதலே தமிழர்கள் ஆசியப் பகுதிகளில் பரவ ஆரம்பித்துவிட்டார்கள்.

சில ஆதாரங்கள் இதற்கு முன்பே அவர்கள் 'திரவியம் தேட திரைக்கடலோடியதை' அறிவிக்கின்றன. பிற்கால சோழர்கள் கடாரம் வரை படையெடுத்து சென்றதற்கு பின்னால் அப்பகுதிகளில் வாழ்ந்த தமிழர்களின் - குறிப்பாக வணிகர்களின் நலன்கள் மறைந்திருந்தன.

இப்படி ஆயிரக்கணக்கான ஆண்டுகளாகவே தெற்காசிய பகுதிகளுக்கும் தமிழகத்துக்கும் கொடுக்கல் வாங்கல் உண்டு. பெரும்பாலும் கூலி வேலைக்காக இடம்பெயர்ந்த தமிழர்கள்தான் அதிகம். ஆங்கிலேயர்கள் ஆட்சியில் இந்த இடப்பெயர்ச்சி உச்சத்தை தொட்டது.

இலங்கை, பர்மா, மலாயா... என தெற்காசிய பகுதிகளை இங்கிலாந்து ஆக்கிரமித்தபோது தங்கள் தேவைக்காக தேயிலை, ரப்பர் தோட்டங்களை நீக்கமற அமைத்தார்கள்; உருவாக்கினார்கள்.

அங்கெல்லாம் வேலை செய்ய ஆட்கள் வேண்டுமல்லவா? சிக்கியவர்கள் தமிழர்கள்தான்.

எனவே 'வேலை வாய்ப்பு' என்ற பெயரில் கொத்துக் கொத்தாக தமிழக பண்ணைகளில் கூலி விவசாயிகளாக இருந்தவர்களை -

ரப்பர் - தேயிலை தோட்டங்கள் இருந்த நாடுகளுக்கு ஏற்றுமதி செய்தார்கள்.

தனித்தனியாக சென்றவர்களை விட குடும்பம் குடும்பமாக சென்றவர்கள் அதிகம். இதை ஆங்கிலேயர்களும் உணர்ந்திருந்தார்கள். எனவே குடும்பத்தை பிரிக்கும் பாவத்தை அவர்கள் செய்யவில்லை.

மாறாக -

◆ கே.என்.சிவராமன்

ஒரு தோட்டம் எத்தனை ஏக்கர் இருக்கிறதோ - அவற்றில் பணிபுரிய எத்தனை ஆட்கள் தேவையோ - அந்த எண்ணிக்கையை குடும்ப சகிதமாகவே பிரித்து அனுப்பினார்கள். எனவே அப்பா, அம்மா, மாமன், மச்சான், அத்தை, பெரியப்பா, சித்தப்பா... என்றெல்லாம் உறவுமுறைகளுடன் அங்கும் வாழ அனுமதிக்கப்பட்டார்கள்.

தோட்டங்களையொட்டியே அவர்கள் தங்க வைக்கப்பட்டார்கள். அந்த குடியிருப்பு லயம் அல்லது லயத்துக்காடு என்று அழைக்கப்பட்டது. சுகாதார வசதி எல்லாம் கிடையாது. போமோ என்னும் நாட்டு மருத்துவர் கம்பத்துக்கு ஒருவர் வீதம் இருப்பார். கம்பம் என்பது ஊரை குறிக்கும் சொல்.

இங்கும் கிராமத் தலைவர் உண்டு. அவர் பெயர், பெங்குளு. பன்னிரண்டு மணி நேரம் வரை வேலை செய்ய வேண்டும். நிரந்தரத் தொழிலாளர்கள் என்றெல்லாம் யாரும் கிடையாது. அனைவருமே 'சஞ்சிக்கூலிகள்' - அதாவது, ஒப்பந்த தொழிலாளர்கள்தான்.

பணிக்கு செல்வதற்கு முன் பெரட்டுக்களத்தில் சஞ்சிக்கூலிகள் ஒன்றுகூடி தங்கள் பெயர்களை பதிவு செய்வார்கள். அவர்களில் தங்களுக்கு வேண்டப்பட்டவர்களை கிராணியும், கங்காணியும் தேர்ந்தெடுத்து தோட்டங்களுக்கு அழைத்து செல்வார்கள். பணி புரிபவர்களை வேலை வாங்குவதும் கண்காணிப்பதும்தான் கிராணி, கங்காணிகளின் வேலை. துரைமார்களுக்கு விசுவாசமாக இருந்தால் தான் இவர்கள் பிழைப்பு ஓடும். எனவே துரைகளை மகிழ்விக்க தொழிலாளர்களை அடித்து வேலை வாங்குவார்கள்.

அனைவருக்குமே நாள் கூலிதான். அதுவும் குறைந்த தொகை தான். அதிலும் கிராணிக்கும், கங்காணிக்கும் கமிஷன் கொடுக்க வேண்டும். அப்போதுதான் மறுநாள் வேலை நிச்சயம்.

இப்படி பலகட்ட வடிகட்டலுக்கு பின் கிடைக்கும் தொகையை கொண்டுதான் சாப்பிடுவதற்கு தேவையான மளிகைசாமான் களையும், அரிசியையும் வாங்க வேண்டும்.

நடக்கிற காரியமா?

எனவே அரிசி சோறு என்பது தோட்டத் தொழிலாளர்களை பொறுத்தவரை வெறும் கனவுதான். கிழங்குகள்தான் பிரதான உணவு.

சிறுவர்கள் முதல் பெரியவர்கள் வரை பாலின வேறுபாடின்றி அனைவரும் உழைத்தால்தான் கால் வயிறு நிரம்பும்.

உளியினால் ரப்பர் மரத்தை சீவுவது ஒரு வேலை. இப்படி சீவும் போது உதிரிப் பாலை சேகரிக்க தங்கள் இடுப்பில் சணலாலான சிறு பையை கட்டிக் கொள்வார்கள். இதற்கு குட்டிச்சாக்கு என்று பெயர்.

நிற்கவோ, தும்மவோ, குனியவோ நேரம் இருக்காது. கூடாது. எந்திரம் போல் தொடர்ந்து வேலை செய்ய வேண்டும். கிராணியும், கங்காணியும் கண்களில் விளக்கெண்ணெய் ஊற்றியபடி சுற்றிச் சுற்றி வருவார்கள்.

ரப்பர் பாலை இசுட்டோர் - உறைய வைக்கும் இடம் - பகுதிக்கு கொண்டு செல்வது இன்னொரு வேலை.

பொதுவாக ரப்பர் பால் எளிதில் உறைந்துவிடும். மரத்தின் கீழேயே அது உறையக்கூடாது. அப்படி நடந்தால், அது பயனற்றது.

எனவே சேகரிக்கப்பட்ட பாலை காண்டாவில் சுமந்தபடி இசுட்டோர் இருக்கும் இடத்துக்கு வேகமாக செல்ல வேண்டும். அதாவது, ஓட வேண்டும்.

முதலில் வாளியில்தான் கொண்டு சென்றார்கள்.

வேலை துரிதமாக நடக்க வேண்டும் என்பதற்காக காண்டாவை கங்காணிகள் கண்டுபிடித்தார்கள்.

வேறொன்றுமில்லை. காவடி தூக்குகிறோம் இல்லையா? அதுமாதிரிதான் காண்டா. நீண்ட கழி. அதன் இரு முனை களிலும் ரப்பர் பால் நிரப்பப்பட்ட வாளிகளை கோர்த்து தோளில் சுமந்து செல்ல வேண்டும். ஒரே நேரத்தில் இரு வாளிகள்.

பெரும்பாலும் மேடான பகுதிகளில் ரப்பர் மரங்களும், இறக் கத்தில் இசுட்டோரும் இருக்கும். தொழிலாளர்கள் சுமந்து வந்து தரும் பாலை அசாப்புக்கூண்டு / காங்கைக்கூண்டு ஆகியவற்றில் உலர வைப்பார்கள்.

பால் வாளிகளை சுமந்தபடி இறக்கத்தில் இறங்குவதும் எரியும் நெருப்பில் குதிப்பதும் ஒன்றுதான்.

ஏனெனில் செருப்பில்லாமல்தான் நடக்க வேண்டும். கங்காணிகளையும் துரைமார்களையும் தவிர மற்றவர்கள் காலணி அணியக்கூடாது. கற்களும் முட்களும் பாதங்களை பதம் பார்க்கும். வெயில் காலத்தில் உள்ளங்கால் கொதிக்கும். மழைக் காலத்தில் பாதை வழுக்கும். அதற்காக நிதானமாக காலடி எடுத்து வைத்தால் கங்காணியின் சவுக்கு முதுகை பதம் பார்க்கும்.

எனவே உயிரை கையில் பிடித்தபடி ரப்பர் வாளியுடன் வேகமாக இறங்க வேண்டும்.

தப்பித்தவறி கால் வழுக்கி கீழே விழுந்தால் -

சுமந்து செல்பவர்களின் மேல் ரப்பர் பால் கொட்டினால் -

அவ்வளவுதான். அதன் பிறகு உயிர் வாழ்வதில் அர்த்தமேயில்லை. ஏனெனில் ரப்பரின் குணம் அப்படி.

சின்ன துளி கண்களில் பட்டால் கூட பார்வை பறிபோய்விடும். தலையில் ரப்பர் பால் கொட்டினால் முடிகள் ஒன்றுடன் ஒன்று ஒட்டிக் கொண்டு விழுதுகள் போல் ஆகிவிடும். அதன் பிறகு மொட்டை அடிப்பதைத் தவிர வேறு வழியில்லை. முடியும் பின்னர் முளைக்காது.

அனைத்தையும் விட உடலில் - சருமத்தில் - ரப்பர் பால் பட்டால்...தோல் கழன்றுவிடும்.

இவ்வளவு ஆபத்தான வேலையைத்தான் எந்தவித பாதுகாப்பு கவசமும் இன்றி தமிழர்கள் காலம் காலமாக தங்கள் காலம் முழுக்க செய்து வந்தார்கள். மலாயாவின் பொருளாதாரத்தை உயர்த்தினார்கள்.

எல்லாவற்றையும் விட கொடுமையான விஷயம், கீழே கொட்டியதால் வீணான பாலுக்கு சம்பந்தப்பட்ட தொழிலாளர்கள் நஷ்ட ஈடு வழங்க வேண்டும் என்பதுதான்.

ஆங்கிலேயர்களின் ஆட்சியில் இப்படி ரண வேதனையை அனுபவித்த மலாயா தமிழர்கள் -

ஜப்பானியர்களின் ஆக்கிரமிப்புக்கு பின் நிலைகுலைந்தார்கள்.

காரணம், தோட்டத் தொழிலாளர்களின் எண்ணிக்கை உடனடியாக குறைக்கப்பட்டது. துரைமார்களின் கீழ் வேலை செய்தபோது கிழங்கையாவது சாப்பிட முடிந்தது. இப்போது அதற்கும் வழியில்லை. ஆயிரக்கணக்கான தொழிலாளர்கள் வேலையிழந்து வறுமையில் வாடினர். பொசுங்கினர். விடிவு காலம் பிறக்காதா என ஏங்கினர்.

இந்த சூழலில்தான் சயாம் - பர்மா ரயில்பாதையை அமைக்க ஜப்பான் முடிவு செய்தது.

அடிமட்ட வேலைக்காக ஆட்களை தேர்வு செய்தது.

ஆங்கிலேயர் காலத்தில் கங்காணிகளாக இருந்தவர்கள், இப்போது ஜப்பானியர்களின் கைக்கூலிகளாக மாறினார்கள். வறுமையில் வாடிய தோட்டத் தொழிலாளர்களை ரயில் பாதை அமைக்க அனுப்பத் தொடங்கினார்கள்.

 கே.என்.சிவராமன்

 37

7

கம்பர் எழுதிய ராமாயணத்தை ஜப்பானியர்கள் படித்தார்களா என்று தெரியாது.

ஆனால் -

கவிதை வழியே சூழலை விளக்க -

கதாபாத்திரத்தின் உணர்வை வெளிப்படுத்த -

அவர் கையாண்ட ராஜதந்திரத்தை அப்படியே கச்சிதமாக மலாயா தோட்டத் தொழிலாளர்கள் விஷயத்தில் ஜப்பானியர்கள் பின்பற்றினார்கள்.

தெரிந்தோ தெரியாமலோ உருவாக்கப்பட்ட வேலையில்லா திண்டாட்டம் இதற்கு பெருமளவு உதவியது.

சந்தேகமே வேண்டாம். இது, செயற்கையாக தோன்றியதுதான்.

ஏனெனில் ரப்பர் தோட்டங்களை ஜப்பானியர்கள் தங்கள் ஆழ்மனத்திலிருந்து வெறுத்தார்கள். அவை எல்லாம் ஆங்கிலேயர்களுக்கானது என்று கருதினார்கள்.

எனவே, மலாயாவை ஆக்கிரமித்த கையோடு தோட்ட வேலைகளை தடை செய்தார்கள்.

இதனால் லட்சக்கணக்கான தொழிலாளர்கள் நடுத்தெருவில் நின்றார்கள்.

நினைவு தெரிந்த நாள் முதல் அவர்கள் செய்து வந்த பணிகள் இப்போது மறுக்கப்பட்டன. என்ன செய்வது? யாருக்கும் தெரியவில்லை. வேறு எங்கு வேலை கிடைக்கும்? கண்ணுக்கு எட்டிய தூரம் வரை சிறு வெளிச்சம் கூட தென்படவில்லை. ஒருவேளை கண்காணா தொலைவில் வேலை கிடைத்தாலும் அது தோட்டம் சார்ந்ததாக இருக்காது. அதுதான் ஜப்பானியர்கள் முற்றிலுமாக அதை முடக்கிவிட்டார்களே...

எனில் வேறு தொழிலுக்கு போகலாமா?

எண்ணும்போதே எலும்புக்குள் குளிர் ஊடுருவியது.

அதிகாலை எழுந்ததுமே தோட்ட வேலைக்கு செல்வதுதான் அவர்கள் வழக்கம். இருள் பரவும்போது இல்லம் திரும்பினால் இருப்பதை உண்டுவிட்டு உறங்கத்தான் தோன்றும்.

38 உயிர்ப் பாதை

எனவே, வேறு எந்த வேலையையும் தங்கள் வாழ்நாளில் அவர்கள் கற்றதில்லை. பார்த்ததில்லை. செய்ததில்லை. லயத்துக்காடு, கம்பம், பெரட்டுக்களம், தோட்டம், இசுடோர், மீண்டும் லயம்...

இதைத் தாண்டி வேறு உலகம் இருப்பதே தொழிலாளர்களுக்கு தெரியாது. இந்தியாவில் இருக்கும் தமிழகம்தான் தங்கள் பூர்வீகம் என்று மட்டுமே அறிந்திருந்தார்கள். பெரும்பாலானவர்களுக்கு இது செவிவழிச் செய்திதான். தேயிலை/ ரப்பரை தவிர மற்ற எந்த நிலப்பரப்பையும் அவர்கள் பார்த்தது கூட இல்லை.

இதுதான் உலகம்... இதுதான் வாழ்க்கை... இங்குதான் மரணம்...

இந்த சூழலில்தான் இருந்த வேலையும் பறிபோயிருக்கிறது.

எதிர்காலம் எப்படியிருக்கும்?

யோசிக்க பயந்தார்கள். லயத்தில் முடங்கினார்கள். தோட்டங்களில் பயன்படுத்தப்படாத நிலப்பகுதிகளில் மரவள்ளிக்கிழங்கு, கீரை, காய்கறிகளை பயிரிட்டு உணவுத்தேவையை பூர்த்தி செய்ய முற்பட்டார்கள்.

இதற்கும் ஜப்பானியர்கள் எதிர்ப்பு தெரிவித்தார்கள்.

அரிசி, கிழங்கு, கீரைகளை பயிரிட்டு கம்யூனிஸ்ட்டுகளுக்கு அவர்கள் வழங்குகிறார்கள் என சந்தேகப்பட்டார்கள். உணவு உற்பத்திக்கு தடை விதித்தார்கள்.

விளைவு -

பசியும் பட்டினியும் தாண்டவமாடியது.

போதுமான உணவும் உடையும் கிடைக்கவில்லை. சுண்ணாம்பு அரிசி, மரவள்ளிக்கிழங்கு, வெள்ளரிக்காய், சேற்று மீன்கள்... போன்றவைகளே உணவாகின.

இதிலும் சுண்ணாம்பு அரிசி அனைவருக்கும் கிட்டவில்லை. அப்படியே கிடைத்தாலும் அது சாப்பிட முடியாத அளவுக்கு தரம் தாழ்ந்திருந்தன. பலமுறை கழுவினாலும் சுண்ணாம்பு வாடை போகவில்லை. எவ்வளவு வெந்தாலும் நாற்றம் நீங்கவில்லை. கவளத்தை வாயருகில் கொண்டு சென்றாலே குமட்டியது. வாந்தி வந்தது.

சரி... மானத்தையாவது மறைக்க முயல்வோம் என்றால் அதற்கும் வழியில்லை.

உடுத்துவதற்கு முழநீள துணி கூட கிடைக்கவில்லை. கோணிகளை நீளமான சட்டையாக தைத்து பெண்கள் அணிந்தார்கள். ஆண்கள் மேலாடை உடுத்துவதையே மறந்தார்கள்.

இதற்கிடையில் ஜப்பானிய படையை வீழ்த்துவதற்கு மலாயாவில் செயல்பட்டுக்கொண்டிருந்த கம்யூனிஸ்ட்டுகளுடன் ஆங்கிலேயர்கள் ரகசியமாக கைகோர்த்தார்கள். எதிர்ப்புக் குழு ஒன்றை உருவாக்கினார்கள். பின்னாளில் மலாயா கம்யூனிஸ்ட்டு இயக்கம் தீவிரமாக செயல்பட இந்த எதிர்ப்புக் குழுவே ஆரம்பமாக அமைந்தது.

ஆமாம். இரண்டாம் உலகப் போரில் ஜப்பான் தோல்வி அடைந்ததும் மீண்டும் ஆங்கிலேயர்கள் மலாயாவை கைப்பற்றினார்கள். இடைப்பட்ட இரண்டு வார காலம் மலாயாவை ஆட்சி செய்தது கம்யூனிஸ்ட்டுகள்தான்.

இந்த வரலாறு இங்கு அவசியமில்லை. மலாயாவை ஜப்பானியர்கள் ஆக்கிரமித்ததும் கம்யூனிஸ்ட்டுகள் எதிர்ப்புக் குழு ஒன்றை உருவாக்கினார்கள் என்பதை மட்டும் அறிந்து கொண்டால் போதும்.

இதை எப்படியோ மோப்பம் பிடித்த ஜப்பானியர்கள் - தங்கள் கட்டுப்பாட்டை மேலும் இறுக்கினார்கள்.

வெளியார் எவருடனும் தோட்டத் தொழிலாளர்கள் தொடர்பு கொள்ள அனுமதிக்கப்படவில்லை. ஒவ்வொரு கம்பத்தை சுற்றிலும் வேலி ஒன்றை அமைத்தார்கள்.

உள்ளிருந்து வெளியிலோ வெளியில் இருந்து ஊருக்குள் நுழையவோ முடியாது. கூடாது.வானொலி பெட்டிகளை பறிமுதல் செய்தார்கள். ஊர் பொது இடத்தில் வானொலி கேட்பது தடைசெய்யப்பட்டது. சாலைகளில் யாரும் நடமாடக் கூடாது. இருவர் கூடி பேசினாலும் அவர்களை கைது செய்ய உத்தரவு பிறப்பிக்கப்பட்டது.

சுருக்கமாக சொல்வதென்றால் ஒவ்வொருவரும் தங்கள் வீட்டுக்குள் முடங்கிக் கிடக்க வேண்டும்.

நினைத்துப் பாருங்கள்.

வேலையில்லை. உணவில்லை. உடையில்லை.

வீடு... வீடு... வீடு...

அவ்வளவுதான். அதற்குள் மட்டும்தான் புழங்க வேண்டும்.

அதாவது, தனிமைச் சிறையில் அடைக்கப்படாமலேயே அந்த கொடூரத்தை வயது வித்தியாசமின்றி ஒவ்வொருவரும் அனுபவிக்க நிர்பந்திக்கப்பட்டார்கள்.

என்றாலும் மற்ற தெற்காசிய நாடுகளை சேர்ந்த தோட்டத் தொழிலாளர்கள் அளவுக்கு தமிழர்கள் சித்தரவதை செய்யப்படவில்லை என்பதையும் குறிப்பிட்டு சொல்லியாக வேண்டும்.

காரணம் மகாத்மா காந்தி மீதும், தங்கள் நண்பராக மாறிய நேதாஜி சுபாஷ் சந்திர போஸ் மீதும் ஜப்பானியர்கள் கொண்டிருந்த கொஞ்ச நஞ்ச ஈரம்தான்.

ஆனால் -

எப்போது சயாம் - பர்மா இடையே ரயில் பாதை அமைக்க முடிவு செய்தார்களோ -

அப்போது தமிழர்கள் மேல் காட்டிய இரக்கத்தை துடைத்து எறிந்தார்கள்.

மலைகளையும், ஆறுகளையும், அருவிகளையும், காடுகளையும் கடந்து ரயில் பாதையை அமைப்பது இயலாத காரியம். அப்படியே விடாப்பிடியாக பாதை போட்டாலும் அது முடிய ஆறு ஆண்டுகளாகும் -

என்றுதானே ஆங்கிலேய தொழில்நுட்ப வல்லுநர்கள் கருதினார்கள்? அதனால்தானே

அந்த திட்டத்தை கிடப்பில் போட்டார்கள்?
அதை நாங்கள் முடித்துக் காட்டுகிறோம். அதுவும் 14 மாதங்களில்...
சபதம் செய்த ஜப்பானியர்கள் இதற்கு என்ன தேவை என்று யோசித்தார்கள்.
தேவையான கருவிகள் இல்லை.
அதனால் என்ன... லட்சக்கணக்கில் தோட்டத் தொழிலாளர்கள் இருக்கிறார்களே... அவர்களை வைத்து 415 கி.மீ., நீளத்துக்கு மலாயா (மலேசியா), சயாம் (தாய்லாந்து), பர்மா ஆகிய மூன்று நாடுகளையும் இணைக்கும் ரயில் பாதையை அமைப்போம்... ஆங்கிலேயர்களின் முகத்தில் கரியை பூசுவோம்... இந்தியாவையும் நம் பிடிக்குள் கொண்டு வருவோம்...
வேறு தடங்கல்கள்?
எதுவும் இல்லை.
காரியத்தில் இறங்கலாமா?
லாம்.
முடிவெடுத்த அடுத்த நொடி -
செயல்பட்டார்கள்.
அதற்கு தன்னையும் அறியாமல் கை கொடுத்தவர் -
கம்பர்!
'கண்டேன் சீதையை' என்று அவரால் எழுதப்பட்ட வரியை அப்படியே நகல் எடுத்து -
'வேலை நிச்சயம்' என மாற்றினார்கள்.
அதையே திரும்பத் திரும்ப தோட்டத் தொழிலாளர்கள் மத்தியில் பிரசாரம் செய்தார்கள்.

8

இதற்கு கை கொடுத்தது அல்லது உறுதுணையாக நின்றது வேறு யாருமல்ல. கங்காணிகளும் கிராணிகளும்தான்.

ஏற்கனவே தமிழர்களை ஏமாற்றி மலாயாவுக்கு கொண்டு வந்த அனுபவம் இவர்களுக்கு இருந்தது.

அதை சமயம் பார்த்து ஜப்பான் பயன்படுத்திக் கொண்டது. அறுவடை செய்தது.

போதுமான கருவிகள் இல்லை. மனித உழைப்பை கொண்டுதான் ரயில் பாதையை அமைத்தாக வேண்டும் என்பதை முடிவு செய்ததுமே -

எப்படி ஜப்பானியர்களின் நினைவுக்கு தோட்டத் தொழிலாளர்கள் வந்தார்களோ -

அப்படி அவர்களை அணிதிரட்ட கங்காணிகளும் கிராணிகளும்தான் சரியான நபர்கள் என்பதையும் தீர்மானித்தார்கள்.

அதன் பிறகு தாமதிக்கவேயில்லை.

கங்காணிகளுக்கும் கிராணிகளுக்கும் அழைப்பு அனுப்பப்பட்டன.

குறிப்பிட்ட நாளில் வந்து சேர்ந்தவர்களிடம் தங்கள் தேவையை ஜப்பானியர்கள் தெரியப்படுத்தினார்கள்.

கேட்டவர்கள் நிமிர்ந்து உட்கார்ந்தார்கள்.

ரயில் பாதை அமைப்பது சாத்தியமா என்றெல்லாம் யோசிக்கவேயில்லை.

கல்வெட்டு போல மனதில் பதிந்தது ஒன்றே ஒன்றுதான்.

எப்படி ஆங்கிலேயர் ஆட்சியில் லோக்கல் தாதாவாக ஆட்டம் போட்டோமோ அப்படி ஜப்பானியர் ஆட்சியிலும் வஸ்தாதாக வலம் வரலாம்...

போதும். இதுபோதும்.

ஜப்பானிய அதிகாரிகள் வகுத்துத் தந்த திட்டத்துடன் தங்கள் அனுபவத்தையும் புகுத்தி களத்தில் இறங்கினார்கள்.

◆ கே.என்.சிவராமன்

'வேலை நிச்சயம்' என்ற கோஷத்தை வாய் வழியாகவும், முரசு அடித்தும், நாளிதழ்களில் விளம்பரமாக வெளியிட்டும், பிட் நோட்டீஸ் அடித்தும், சுவரொட்டி ஒட்டியும் - எட்டு திசையிலும் பரப்பினார்கள்.

அனைத்திலுமே ஐந்து வாக்குறுதிகள் ஹைலைட் செய்யப் பட்டன.

அவை:

> சயாம், பர்மாவில் மூன்று மாதங்கள் மட்டுமே வேலை.
> காலக்கெடு முடிந்ததும் மலாயா திரும்பிவிடலாம்.
> சயாம், பர்மாவுக்கு செல்ல இலவச தொடர் வண்டி ஏற்பாடு

உயிர்ப் பாதை

செய்யப்படும்.

> தங்கும் இடம், மூன்று வேளை உணவு, மருத்துவம் அனைத்தும் இலவசம்.

> நாள் ஒன்றுக்கு ஒரு டாலர் சம்பளமாக கொடுக்கப்படும்.

இதனுடன் சேர்ந்து இன்னொரு விஷயத்துக்கும் முக்கியத்துவம் கொடுத்தார்கள். அநேகமாக எந்த கங்காணி அல்லது கிராணியின் சிந்தனையிலாவது உதித்ததாகத்தான் அது இருக்க வேண்டும்.

வேறொன்றுமில்லை. வேலை முடிந்ததும் அப்படியே இந்தியாவுக்கு செல்லலாம். ஜப்பானியர்கள் போதுமான பணத்தை கொடுத்து வழியனுப்பி வைப்பார்கள்...

என்பதுதான் அது.

தமிழோசை பதிப்பகம் வெளியிட்ட தனது 'சயாம் - பர்மா மரண ரயில்பாதை; மறக்கப்பட்ட வரலாற்றின் உயிர்ப்பு' என்னும் நூலில் சீ.அருண் இது குறித்து பதிவு செய்திருக்கிறார். 'The War Diary of Weary Dunlop, 22 April 1943' என்ற நூலில் இருந்து மேற்கோளும் காண்பித்திருக்கிறார்.

"பர்மாவுக்கு செல்லும் தமிழர்களுக்கு இந்தியா செல்வதற்கான வாய்ப்பு உள்ளது. பர்மாவில் இருந்து இந்தியா வெகுதூரமில்லை. அங்கிருந்தே இந்தியாவுக்கு சென்றுவிடலாம்..." (பக்கம் 213)

இந்த பிரசாரத்தை நரித்தனத்துடன் செய்தார்கள் என்பதுதான் முக்கியம்.

அதாவது, ரயில்பாதை அமைக்க குடும்பத்துடன் வருபவர்களுக்கே இந்தியா திரும்ப முன்னிலை தரப்படும் -

என பொடி வைத்தார்கள்.

இதன் மூலம் அதிகளவில் தொழிலாளர்களை திரட்டமுடியும் என கணக்கு போட்டார்கள்.

அதற்கு நல்ல பலனும் கிடைத்தது.

வேலையும் உணவும் உடையும் இன்றி தவித்துக்கொண்டிருந்த தமிழர்களுக்கு -

இந்த பிரசாரம் கரும்பாக இனித்தது.

ரயில்பாதை அமைக்க போனால் கை நிறைய சம்பாதிக்கலாம். வயிறார உண்ணலாம். உடலை மறைக்கும் அளவுக்கு உடைகளை உடுத்தலாம். தோட்டவேலை போல் நிச்சயம் பணி இருக்காது. ஓய்வு கிடைக்கும். அந்த நேரத்தில் படிக்கலாம். ஆடலாம்.

◆ கே.என்.சிவராமன்

பாடலாம்.

கற்பனை செய்யும்போதே சொர்க்கத்தில் மிதப்பது போலிருந்தது.

சயாமுக்கும் பர்மாவுக்கும் செல்ல ஒப்புக்கொண்டார்கள்.

ஆனால் -

ஜப்பானியர்கள் எதிர்பார்த்தது போல் கூட்டம் சேரவில்லை.

பல தொழிலாளர்கள் வர மறுத்தார்கள்.

கங்காணிகளையும் கிராணிகளையும் நம்பமுடியாது. நடு ஆற்றில் நம்மை தவிக்க விடுவார்கள் என அவர்களது உள்ளுணர்வு சொன்னது. கடந்த காலங்களில் இவர்கள் பேச்சை நம்பி அவர்கள் அனுபவித்த வேதனைகள் கண் முன்னால் படங்களாக விரிந்தன.

வாராண்டி வாராண்டி
சப்பாந் தொர
வாகரிசிக் கூழுக்கு
பரதேசியா மாத்தனாண்டி!

போனாண்டி போனாண்டி
பறங்கித் தொர
போகவுட்டுப் பூந்தாண்டி
சப்பாந் தொர!
சீயாமுக்கு ஏத்திப் போயி
சீரழிய வெச்சாண்டி
வாழத்தாறு நோட்டெல்லாம்
வதவளிய வெச்சாண்டி!

சுண்ணாம்புச் சோத்தப்போட்டுப்
புண்ணாக்கிப் போனாண்டி
மூணே முக்கால் வருசத்திலே
முக்காடும் போட்டாண்டி!

(மலேசியத் தமிழ்க் கவிதைக் களஞ்சியம், பக்கம் 334)

என பின்னாளில் வயிறு எரிய தமிழர்கள் பாடப் போகிறார்கள் என்பதை அன்றே உணர்ந்த இவர்கள் -

செல்ல முடிவெடுத்தவர்களையும் தடுக்க ஆரம்பித்தார்கள்.

இந்த எதிர் பிரசாரத்தை கங்காணிகளும் கிராணிகளும் ஜப்பானியர்களிடம் 'போட்டு' கொடுத்தார்கள்.

கொதித்து எழுந்த ஜப்பானிய ராணுவத்தினர் -

திபுதிபுவென கம்பத்துக்குள் நுழைந்தார்கள்.

லயத்துக்குள் இருந்தவர்களை துப்பாக்கி முனையில் மிரட்டி பூட்ஸ் காலால் உதைத்து, தரதர என இழுத்து சென்றார்கள்.

இப்படி 'ஆள் பிடிக்க' வருகிறார்கள் என்பதை அறிந்து தோட்டங்களுக்குள் ஓடி மறைந்தவர்களை மோப்ப நாய்கள் மூலம் பிடித்தார்கள். ராணுவ வண்டிகளில் ஏற்றினார்கள்.

வீட்டுக்கு ஒருவர் வந்தால் போதும் என்று தொடக்கத்தில் அறிவிக்கப்பட்டிருந்தது.

எனவே தங்கள் பிள்ளைகளை அனுப்ப மனமில்லாமல் பல தந்தைமார்கள் தாங்கள் மட்டுமே செல்ல முடிவெடுத்தார்கள்..

ஒருசிலர் தங்கள் பிள்ளைகளுக்கு சேலை கட்டி அவர்களை பெண்கள் என நம்ப வைத்தனர்.

இந்த நாடகத்தை எல்லாம் அறிந்த ஜப்பானியர்கள் -

வீட்டுக்கு ஒருவர் அல்ல... அனைவருமே பணிக்கு வர வேண்டும் என கட்டளையிட்டார்கள். கர்ப்பிணிகள், சிறுமிகள், வயதானவர்கள்... என கருணை காட்டவேயில்லை.

ஒட்டுமொத்தமாக கம்பங்கள் காலியாகின.

இந்தியாவுக்கு செல்லலாம் என கனவு கண்டவர்களும் -

கங்காணிகளும் கிராணிகளும் நம்மை ஏமாற்றுகிறார்கள் என்ற உண்மையை அறிந்தவர்களும் -

ஒருசேர சயாமுக்கும் பர்மாவுக்கும் புறப்பட்டார்கள்.

தவறு. இழுத்து செல்லப்பட்டார்கள்.

◆ கே.என்.சிவராமன்

9

ஒருவரையும் விடவில்லை.
கிட்டத்தட்ட கம்பத்தையே காலி செய்து ராணுவ வண்டிகளில் ஏற்றினார்கள்.
ஆனால் -
ஒரு விஷயத்தில் மட்டும் ஜப்பானியர்கள் கவனமாக இருந்தார்கள்.

அதாவது, கம்பத்தில் இருந்து புறப்பட்ட வண்டிகளில் இருந்த தோட்டத்தொழிலாளர்கள் அனைவரும் குறிப்பிட்ட கங்காணிக்கும் கிராணிகளுக்கும் உரியவராகவே இருக்கும்படி பார்த்துக்கொண்டார்கள். எந்தக் காரணத்தை கொண்டும் அவர்களை பிரிக்கவில்லை.

எதிர்காலம் எப்படியிருக்கும்... சயாமிலும் பர்மாவிலும் என்ன மாதிரியான வேலை..?

தீர்மானமாக சொல்லும் அளவுக்கு ஒருவருக்கும் விவரம் தெரியவில்லை. ஓரளவு அன்பாக பேசும் கிராணிகளுக்குக் கூட அனைத்தும் புகைமூட்டமாகவே இருந்தது.

நம்பிக்கைக்கும் நம்பிக்கை இன்மைக்கும் இடையில் ஊசலாடியபடி அருகில் இருக்கும் ரயில் நிலையத்துக்கு வந்து சேர்ந்தார்கள்.

ஆயுதம் ஏந்தி காத்திருந்த ஜப்பானியர்கள் அவர்களை குழு குழுவாக பிரித்தார்கள்.

ஒவ்வொரு குழுவுக்கும் மூன்று வரிசை. ஒருவர் பின் ஒருவராக அமர வேண்டும். சற்று தள்ளி அமர்ந்தாலோ மற்ற குழுவில் இருக்கும் தங்களுக்கு தெரிந்தவர்களை தேடிச் சென்றாலோ அடி, உதை நிச்சயம் என அறிவித்தார்கள்.

ஜப்பானியர்களின் இந்த கட்டளைகளை கங்காணிகள் தத்தம் மொழிகளில் மொழிபெயர்த்தபடியே தொழிலாளர்களை ஒழுங்குபடுத்தினார்கள்.

கம்பத்திலிருந்து அழைத்து வரப்பட்டவர்களில் பெரும்பாலோர் தமிழர்கள்தான். கொஞ்சமே கொஞ்சமாகத்தான் பிற ஆசிய நாடுகளை சேர்ந்தவர்கள் இருந்தார்கள்.

 48

உயிர்ப் பாதை

எனவே ரயில்நிலையம் முழுக்க தமிழ்மொழியே அதிகம் எதி ரொலித்தது.

கங்காணிகள் மொழிபெயர்த்தது பெரியவர்களுக்கு புரிந்தது.

அடிபணிந்தார்கள்.

குழந்தைகள்?

தங்கள் இயல்புப்படி அங்கும் இங்கும் ஓடிப் பிடித்து விளையாட ஆரம்பித்தார்கள்.

இதை தங்களுக்கு எதிரான நடவடிக்கை என்று கருதிய ஜப் பானியர்கள் பாய்ந்து சென்று அந்த சிறுவர் - சிறுமிகளின் தலை முடியை கொத்தாக பிடித்தார்கள். திமிறியவர்களின் கன்னங்களில் அறைந்தார்கள். வலி தாங்காமல் கத்தியவர்களின் பின் மண்டையில் துப்பாக்கியின் அடிப்பகுதியால் அடித்தார்கள்.

பூகம்பம் போல் எழுந்த கூச்சலும் கதறலும் சட்டென்று அடங் கின.

'இப்படித்தான் அமைதி காக்க வேண்டும்...' என பார்வையால் எச்சரித்துவிட்டு ரோந்து பணியை தொடர்ந்தார்கள்.

இப்படியொரு அடக்குமுறையை ஒருவரும் எதிர்பார்க்கவில்லை. ஆங்கிலேய துரைமார்களை விட ஜப்பானியர்கள் கொடூரமானவர் கள் என்பது அந்த கணத்தில் அனைவருக்குமே புரிந்தது. இருந்த கொஞ்சநஞ்ச நம்பிக்கைகளும் எரிந்து சாம்பலாகின. இனி வரும் காலம் இப்படித்தான் இருக்குமா..?

அச்சம் உடலெங்கும் பரவியது.

எதுவும் பேசாமல் கூனிக் குறுகி அமர்ந்தார்கள்.

மயான அமைதி ஏற்பட்டதும் -

ஒவ்வொருவராக அழைக்கப்பட்டார்கள். அவர்களது பெயர், வயது, உடல் ஆரோக்கியம், எந்த கம்பத்தை சேர்ந்தவர்கள், உயரம் - எடை, அங்க அடையாளம், கங்காணி - கிராணி யார், தனியாக வந்திருக்கிறார்களா அல்லது குடும்பமாகவா -

சகல விவரங்களையும் கேட்டார்கள். கங்காணி - கிராணிகளின் உதவியுடன் ஒரு நோட்டுபுக்கில் அதை பதிவு செய்தார்கள்.

இவை அனைத்தையும் தனித்தனியே சேகரித்து முடிக்க எட்டு மணி நேரமானது.

அதுவரை மற்றவர்கள் அமைதியாக இருக்கும்படி பார்த்துக் கொண்டார்கள்.

இயற்கை உபாதையை தணித்துக்கொள்ள சிலர் எழுந்தபோது, 'ஏன் எதற்கு' என விசாரித்தார்கள்.

'அடக்க முடியாதா... அந்தளவுக்கு பலவீனமானவனா' என சத்தம் போட்டு கேலி செய்தார்கள்.

இதற்கு பயந்தே பலரும் ஒடுங்கினார்கள்.

பொறுக்க முடியாமல் தவித்தவர்களை ஜப்பானியர்கள் புதர் பக்கம் அழைத்துச் சென்றார்கள்.

கழிவுகளை அவர்கள் வெளியேற்றும்போது முகத்தை திருப்பிக் கொள்ளாமல் கண்கொத்தி பாம்பாக அலசினார்கள்.

சம்பந்தப்பட்ட தொழிலாளர்களுக்கு தற்கொலை செய்து

◆ கே.என்.சிவராமன் 49

கொள்ளலாமா என்று தோன்றியது. தங்கள் வாழ்க்கையில் இப்படியொரு அவமானத்தை அவர்கள் சந்தித்ததில்லை. கேள்விப்பட்டதும் இல்லை.

ஆண்கள் மட்டுமல்ல. பெண்களும் இந்த சித்திரவதையை அனுபவித்தார்கள்.

கணவர் கூட வெளிச்சத்தில் பார்த்திராத தங்கள் மறைவிடங்களை எங்கிருந்தோ வந்த ஜப்பானிய ஆண் பார்ப்பதை அவர்களால்

உயிர்ப் பாதை

சகித்துக்கொள்ள முடியவில்லை.

கேட்டபோது -

'நீங்கள் தப்பித்துச் சென்றால் என்ன செய்வது' என தங்கள் செயலுக்கு நியாயம் கற்பித்தார்கள்.

அழுகை முட்டிக் கொண்டு வந்தது.

பொறுக்க முடியாமல் குரல்கொடுத்தவர்கள் கணுக்காலுக்கு கீழே சுடப்பட்டார்கள்.

குண்டு பாய்ந்து ரத்த வெள்ளத்தில் கிடந்தவர்களுக்கு சிகிச்சை அளிக்கப்படவில்லை. கைவசம் இருந்த களிம்பை பூசவும் அனுமதிக்க வில்லை.

இருந்த பழைய துணியை கிழித்து கட்டுப்போட சொன்னார்கள்.

இறுக்கம். அச்சம். வெறுமை. கையறுநிலை.

எல்லாம் கலந்த உணர்வு ரயில்நிலையம் முழுக்க பரவியது.

நொடிகள் நிமிடங்களாகி அதுவும் மணிகளானபோது -

கணவனை விட்டு பிரிய மனமில்லாமல் உடன் வந்த கர்ப்பி ணிகள் ஓரிடத்தில் அதிக நேரம் அமர முடியாமல் நெளிந்தார்கள். வயதானவர்களுக்கு கால் மூட்டு வலித்தது. அதைப் போக்க கால்

களை நீட்ட முடியாதே..?

பார்வையால் கங்காணிகளிடமும் கிராணிகளிடமும் கெஞ்சி னார்கள்.

தொழிலாளர்கள் அனுபவிக்கும் வேதனை அவர்களுக்கும் புரிந்தது. கல்லுக்குள்ளும் ஈரம் கசிந்தது. ஆனாலும் தங்களால் ஜப்பானியர்களின் கட்டளையை மீறி எதுவும் செய்ய முடியாதே...

பெருமூச்சுடன் முகத்தை திருப்பிக்கொண்டார்கள்.

இந்த புறக்கணிப்பு தொழிலாளர்களை அதிகம் பாதித்தது. கடவுளாலும் காப்பாற்ற முடியாத நிலையில் இருக்கிறோம் என்ற உண்மை முகத்தில் அறைந்தது. மவுனமானார்கள்.

ஆனால் -

எல்லாவற்றையும் தாங்கிக்கொண்ட அவர்களால் பசியை மட்டும் அப்புறப்படுத்த முடியவில்லை.

ஓர் அரக்கனை போல் அது அவர்களை கொல்ல ஆரம்பித்தது.

நல்லவேளையாக மயக்கம் போட்டு அவர்கள் விழுவதற்குள் -

அனைவருக்கும் உணவுப் பொட்டலம் வழங்கப்பட்டன.

என்றாலும் அதை யாரும் பிரித்து சாப்பிட ஜப்பானியர்கள் அனுமதிக்கவில்லை.

காரணம் -

'கூ...' என்ற ஒலியுடன் கூட்ஸ் வண்டி வந்து நின்றதுதான்.

மொத்தம் பன்னிரண்டு பெட்டிகள். எதிலும் மேல்கூரையில்லை. எல்லாமே திறந்தநிலையில் இருந்தன. அதிகபட்சம் முப்பது பேர் வரை ஒரு பெட்டியில் ஏற்றலாம்.

ஆனால் -

70 பேர் வரை ஏற்றினார்கள். அதாவது, ஒவ்வொரு குழுவையும் ஒவ்வொரு பெட்டியில் அடைத்தார்கள்.

ஒருவர் பாக்கியில்லாமல் அனைவரும் வண்டியில் ஏறிவிட்டார்கள் என்பதை ஒன்றுக்கு இருமுறை ஜப்பானியர்கள் சரி பார்த்ததும் -

விசிலை ஊதினார்கள்.

ரயில் புறப்பட்டது.

இப்படித்தான் அனைத்து ரயில் நிலையங்களிலும் ஒவ்வொரு முறையும் நடந்தன.

இப்படித்தான் லட்சக்கணக்கான தோட்டத் தொழிலாளர்கள் ரயில்பாதை அமைக்க கொண்டு செல்லப்பட்டார்கள்.

இப்படித்தான் மரண வாசலுக்குள் அவர்கள் நுழைந்தார்கள்.

10

தங்கள் வருங்காலம் கொடுங்கனவாக இருக்கும் என்பதை ரயில் நிலையத்திலேயே ஓரளவு தொழிலாளர்கள் புரிந்து கொண்டார்கள். அந்த எண்ணம், கூட்ஸ் பெட்டியில் ஏறியதும் பலப்பட்டது.

மேல் கூரையில்லை. பகலில் வெயில் கொளுத்தியது. இரவில் ஊதக் காற்று சில்லென்று வீசியது. வானிலை மாறும்போது சடசடவென்று மழை பொழிந்தது.

எதிலிருந்தும் தப்பிக்க முடியாது. அனைத்தையும் அனுபவித்துத் தான் ஆக வேண்டும்.

வேறு வழியில்லை.

ஆமாம். வேறு வழியே இல்லை.

இருபது பேர் வரை தாங்கக்கூடிய கொள்ளளவு. ஏற்றப்பட்டதோ எழுபது முதல் எண்பது பேர் வரை.

கூட்ஸ் வண்டி என்பதால் இருக்கை வசதிகள் கிடையாது. தரையில் அமரலாம் என்றால் அதற்கும் வழியில்லாமல் ஜப்பானியர்கள் செய்துவிட்டார்கள்.

தண்டவாள இரும்புக் கம்பிகளும் தட்டுமுட்டு சாமான்களும் அடிப்பகுதியை நிறைத்திருந்தன. அவையும் ஒழுங்காக அடுக்கப்படவில்லை. தாறுமாறாக வீசப்பட்டிருந்தன.

எனவே அதன் மீது அமர்வது சாத்தியமில்லை. சில நிமிடங்கள் உட்கார்ந்தாலே பின்பக்கம் பழுத்துவிடும்.

நின்றுதான் பயணம் செய்தாக வேண்டும்.

நிற்பதும் சுலபமாக இல்லை.

மேற்கூரையில்லாத கூட்ஸ் பெட்டிகளின் இருபக்கங்களிலும் அரையடி உயரத்துக்கு இரும்புத்தகடுகள் பதிக்கப்பட்டிருக்கும். தரையில் நின்றபடி பயணம் செய்தால் இடுப்பு வரை அத்தகடுகள் மறைக்கும். மட்டுமல்ல கீழே விழாமல் இருக்க அந்தத் தகடுகளை பிடித்துக்கொள்ளவும் முடியும்.

◆ கே.என்.சிவராமன்

சாதாரண காலங்கள் என்றால் இவை எல்லாம் சாத்தியம். இது அசாதாரணமான வேலை ஆயிற்றே?

வெறும் மனித உழைப்பை மட்டுமே பயன்படுத்தி பதினான்கே மாதங்களில் சயாம் - பர்மா இடையில் ரயில் பாதையை அமைத்தே தீருவது என ஜப்பானியர்கள் முடிவெடுத்திருக்கிறார்களே...

எனவேதான் ஆபத்து நிறைந்த பயணமாக அது தொழிலாளர்களுக்கு மாறியது.

அடிப்பகுதி வெற்றிடமாக இல்லை. முன்பே குறிப்பிட்டபடி

உயிர்ப் பாதை

கட்டுமானப் பொருட்கள் உள்ளிட்ட இரும்புச் சாமான்களால் நிரப்பப்பட்டிருந்தன. அவற்றின் மீது நின்றபோது முழங்கால் அளவுக்கே இரு பக்கங்களிலும் இருந்த இரும்புத் தகடுகள் மறைத்தன.

எனவே கீழே விழாமல் தங்களை தற்காத்துக் கொள்ள படாதபாடு பட்டார்கள். எந்தப் பக்கத்திலும் பிடிமானம் இல்லை. சக மனிதர்கள் மட்டுமே பாதுகாப்பு அரண்கள்.

அந்த மனித தடுப்புகளும் எத்தனை நேரம் தாங்கும்?

முதல் காரியமாக ரயில் புறப்படுவதற்கு முன்பு தண்டவாளங்களை ஒழுங்காக அடுக்கினார்கள். ஒரு பக்கத்தை காலியிடமாக மாற்றினார்கள். அந்த இடத்தில் வலுவான இளைஞர்களை நெருக்கி அமரவைத்தார்கள். இவர்களுக்கு பின்னால் மற்ற ஆண்களும், பெண்களும், குழந்தைகளும், வயதானவர்களும் நின்றுகொண்டார்கள்.

இதனால் தள்ளாட்டத்திலிருந்து ஓரளவு தப்பிக்க முடிந்தது.

ரயில் புறப்பட்டதும் ஆசை ஆசையாக உணவுபொட்டலத்தை பிரித்தார்கள்.

சுண்ணாம்பு நெடி அனைவரையும் தாக்கியது.

வெந்தும் வேகாமலும் இருந்த அரிசிச் சோறு புழுவுடன் நெளிந்தது. வாயருகில் கொண்டு செல்வதற்கு முன்பே குமட்டலை ஏற்படுத்தியது.

உண்பதை தவிர்த்தார்கள். பசியை பொறுத்துக் கொள்ள முடிவு செய்தார்கள்.

ஆனால் -

இயற்கை உபாதையை ஒருவராலும் கட்டுப்படுத்த முடியவில்லை.

அடைக்கப்பட்ட பெட்டியில் கழிப்பிடம் இல்லை.

அடுத்த ரயில் நிலையம் எப்போது வரும்?
தெரியாது.

அப்படியே வந்தாலும் அங்கு ரயில் நிற்குமா... சிறுநீரும் மலமும் கழிக்க அனுமதிக்கப்படுவோமா?

தெரியாது. கேள்விகள் மட்டும் பெருகிக்கொண்டே போயின.

ஒரு கட்டத்துக்கு பிறகு பெண்களை மறுபக்கமாக திரும்பச் சொல்லி ஆண்கள் ஒவ்வொருவராக பெட்டியின் மூலைக்கு சென்றார்கள்.

◆ **கே.என்.சிவராமன்**

அமர்ந்து சிறுநீர் கழிப்பவரின் தோளை பின்னால் நின்றவர் கெட்டியாக பிடித்துக்கொண்டார். முந்தையவர் தன் கழிவை வெளியேற்றியதும் -

எழுந்து லாவகமாக பின்பக்கம் சென்றார். அடுத்தவர் தன் பிரச்னையை தீர்த்துக்கொள்ள உதவினார்.

ஆண்கள் இப்படி சமாளித்துக் கொண்டார்கள்.

பெண்கள்?

அவர்களது தவிப்பை எழுதவே கை நடுங்குகிறது. அந்தளவுக்கு நரகத்தை அனுபவித்தார்கள்.

ஆண்களைப் போல் அவர்களால் ஓடும் ரயிலின் மூலையில் அமர்ந்தபடி சிறுநீர் கழிக்க முடியாது.

பொறுத்துக்கொள்ளலாம் என்றால் அதற்கும் ஓர் எல்லை இருக்கிறதே...

தங்களையும் மீறி பொது இடத்தில் நீர் கசிந்துவிடுமோ என பயந்தார்கள். செத்து செத்து பிழைத்தார்கள்.

நீர்ப் பை வெடிக்கும் கட்டத்தை நெருங்கியபோது -

ஒருவழியை கண்டுபிடித்தார்கள்.

தரையில் இருந்த தண்டவாள கம்பிகளுக்கு இடையில் இடைவெளியை ஏற்படுத்தினார்கள். ஆண்கள் தங்கள் கழிவை வெளியேற்றிய மூலைக்கு நேர் எதிராக இவற்றை அமைத்தார்கள்.

அதன் பின்னர் ஆண்கள் அனைவரும் திரும்பி நின்றார்கள்.

பெண்கள் ஒவ்வொருவராக அந்த இடைவெளிக்கு சென்று...

சத்தியமாக இது கற்பனையோ மிகைப்படுத்தப்பட்ட நிகழ்வோ அல்ல. ஒவ்வொரு பெட்டியிலும் அடைக்கப்பட்ட தொழிலாளர்கள் அனுபவித்த வேதனை இது.

ஆண்களாவது தங்கள் சிறுநீரை பெட்டிக்கு வெளியே வெளியேற்றினார்கள்.

பெண்களால் அதுவும் முடியவில்லை. பெட்டிக்குள்தான் கழிவை...

இதன் மீது நின்றபடிதான் அனைவரும் பயணம் செய்தார்கள்.

அருவெறுப்பு, கூனி குறுகுதல்... எதற்கும் வழியில்லை. அனைவரது உணர்வுகளும் மரத்துப்போயின.

இதுவே இப்படியென்றால் -

மாதவிலக்கு சமயத்தில் இந்த கொடூர பயணத்தை மேற்கொண்ட பெண்களின் நிலைகுறித்து யோசித்துப் பாருங்கள். பிரபஞ்சத்தை சூழ்ந்திருக்கும் கடல் நீர் எல்லாம் ரயில்பாதை அமைக்கச் சென்ற பெண்களின் கண்ணீர் என்று புரியும்.

கிட்டத்தட்ட இதே நிலைதான் மலம் கழிக்கும் விஷயத்திலும் நடந்தது என்பது பதிவாகியிருக்கும் வரலாறு.

ஆங்காங்கே ரயில்கள் நிறுத்தப்பட்டு சோளரொட்டியும், பொரித்த கருவாடும், கீரைச் சாறும் பெட்டிதோறும் மொத்தமாக வழங்கப்பட்டன.

சீனி (சர்க்கரை) இல்லாத கோப்பியை ஒவ்வொரு பெட்டிக்கும் ஒவ்வொரு பானை வீதம் கொடுத்தார்கள்.

இந்த கோப்பியை ஒருவரும் பருகவில்லை.

மாறாக மலம் கழுவும் நீராக அவற்றை பயன்படுத்திக்கொண் டார்கள்.

பல கர்ப்பிணிகளுக்கு இந்த அவஸ்தையிலேயே அபார்ஷன் ஆனது. சில சிறுமிகள் பயணத்தின்போதே வயதுக்கு வந்தார்கள். அதை தாயிடம் தெரியப்படுத்தவும் பயந்தார்கள்.

ரத்தக்கறை காட்டிக் கொடுத்தபோது ஈரக்குலை வெடிக்க அனைவரும் வாயிலும் வயிற்றிலும் அடித்துக் கொண்டு அழுததை எப்படி சமநிலையுடன் எழுத..?

போலவே -

இந்த ரயில் பயணமே இப்படி இருக்கிறதே... பர்மாவுக்கும் சயாமுக்கும் சென்றால் இன்னும் என்னென்ன வேதனைகளை அனுபவிக்க வேண்டி யிருக்கும் என்று பயந்து ஓடும் ரயிலில் இருந்து குதித்து தற்கொலை செய்து கொண்டவர்கள் குறித்தும் விவரிக்க மனதில் தெம்பில்லை.

போதும். இந்த பயண விவரத்தை இத்துடன் நிறுத்திக் கொள் வோம்.

உயிர் பிழைத்த தொழிலாளர்கள் மனநலம் பாதிக்கப்பட்டு -

மலத்திலும் சிறுநீரிலும் ஊறிய கால்களுடன் -

ஆறு முதல் எட்டு நாட்கள் வரை பயணம் செய்து பான் போங் (Ban Pong) வந்தடைந்தார்கள் என இந்த அத்தியாயத்தை முடித்துக் கொள்வோம்...

◆ **கே.என்.சிவராமன்**

11

ஆனால் -

சயான் பாங்போங் வந்தடைந்த பிறகும் தொழிலாளர்களுக்கு விடிவு கிடைக்கவில்லை.

வேதனைதான் அதிகரித்தது. அதுவும் முன்பை விட பலமாக. வலுவாக.

ரயில் நின்றதும் ஒவ்வொரு பெட்டியில் இருந்தும் தொழிலாளர்கள் தனித்தனியாக இறக்கப்பட்டார்கள். முன்பு போலவே குழுகுழுவாக அமர வைக்கப்பட்டார்கள்.

அங்கிருந்த ஜப்பானிய அதிகாரிகளின் கைகளில் பட்டியல் இருந்தது.

அதில் -

தங்கள் கட்டுமானப்பகுதிக்கு எத்தனை தொழிலாளர்கள் வேண்டும்... அவர்கள் என்னென்ன வேலைகளை அங்கு செய்ய வேண்டியிருக்கும்... அதற்கு எப்படிப்பட்ட உடல்வாகு கொண்டவர்கள் தேவை... என்பதை எல்லாம் சம்பந்தப்பட்ட மேலாளர்கள் குறித்துக் கொடுத்திருந்தனர்.

அதன்படி அமர்ந்திருந்தவர்களை தேர்ந்தெடுக்கும் வேலைகள் நடந்தன. இதற்கு அந்தந்த பகுதிகளை சேர்ந்த கட்டுமான மேலாளர்கள் உதவினர்.

இப்படி ஆட்களை தேர்ந்தெடுக்கும்போதும் குடும்பங்களை பிரிக்கும் வேலையை ஜப்பானியர்கள் செய்யவில்லை. ஒருவேளை அப்படிப் பிரித்தால் மனத்தளவில் அவர்கள் பாதிக்கப்படலாம்... அது வேலைகளில் எதிரொலிக்கலாம் என்று நினைத்திருக்கலாம்.

எனவே அப்பா, அம்மா, பிள்ளைகள்; அண்ணன் - தம்பி - அக்கா - தங்கை என்றே சேகரித்தார்கள்.

வயதானவர்களையும் சிறுவர் - சிறுமியரையும், கைக்குழந்தைகளையும் கணக்கில் கொள்ளவில்லை. அதற்காக அவர்களை திருப்பி அனுப்பவும் இல்லை.

மாறாக முடிந்த வேலைகளை அவர்களும் செய்ய வேண்டும் என்ற கட்டளையுடன் தத்தம் குடும்பம் இருக்கும் பிரிவுக்குள்

 58

உயிர்ப் பாதை

இவர்களையும் உபரியாக இணைத்தார்கள்.

இதே போல் கங்காணிகளையும், கிராணிகளையும் கூட பிரித்து வரிசைக்கு ஒருவர் என நியமித்தார்கள்.

சில வரிசைகளுக்கு கிராணிகள் கிடைக்கவில்லை.

அது போன்ற சமயத்தில் இருப்பவர்களில் வாட்டசாட்டமான தொழிலாளிக்கு பதவி உயர்வு அளித்தார்கள்.

ஒருவழியாக மேலாளர்களின் தேவைக்கு ஏற்ப பங்கீடு முடிந்ததும் -

அனைவருக்கும் உணவு வழங்கப்பட்டன.

அதே சுண்ணாம்பு சோறுதான்.

இம்முறை எந்தத் தொழிலாளியும் அதை வேண்டாம் என்று சொல்லவில்லை. மறுக்கும் நிலையில் அவர்களது உடலும் இல்லை.

நாற்றம் குடலைப் பிடுங்க... அடிவயிற்றில் இருந்து குமட்டல் எடுக்க... அதை பொருட்படுத்தாமல் அவசர அவசரமாக உணவை அள்ளிஅள்ளி தின்றார்கள்.

சீனி இல்லாத கோப்பி -

புரை ஏறியபோது தாகத்தை தணிக்க பயன்பட்டது.

பசி அடங்கியது. ஓய்வெடுக்கச் சொல்லி உடல் கெஞ்சியது. அனிச்சையாக கண்கள் சொருகின.

சுளீர்.

சாட்டையின் நுனி முதுகை பதம் பார்த்தது.

அலறியடித்து எழுந்தார்கள்.

வரிசை கலையாமல் நிற்கச் சொன்னார்கள்.

ஒவ்வொரு வரிசையும் ஒவ்வொரு முகாமுக்கு உரியது என்பது தொழிலாளர்களுக்கு புரிந்தது.

புறப்படச் சொல்லி ஆணையிட்டார்கள்.

கட்டளைக்கு அடிபணிந்தார்கள்.

கையில் துப்பாக்கியுடன் முன்னால் ஒரு ஜப்பானிய ராணுவ வீரர் செல்ல -

அவருக்குப் பின்னால் கங்காணி.

தொடர்ந்து தொழிலாளர்கள்.

இறுதியில் கிராணி.

கடைசியாக ஆளுயர துப்பாக்கியை தோளில் சுமந்தபடி இன்னொரு ஜப்பானிய வீரர்.

ஒவ்வொரு வரிசையுடனும் சம்பந்தப்பட்ட முகாமை சேர்ந்த மேலாளரும் உடன் வந்தார்.

ரயில் பயணத்தை விட இந்த நடைப்பயணம் தொழிலாளர்களுக்கு கொடுமையாக அமைந்தது.

காரணம் -

தங்கள் பொருட்களுடன் கட்டுமானக் கருவிகளையும் சுமந்து செல்ல வேண்டியிருந்தது.

கைக்குழந்தையுடன் வந்தவர்கள் திணறிப் போனார்கள். இடுப்பில் குழந்தையும், தலையில் தட்டுமுட்டுச் சாமானுமாக நடப்பது ஒரு பாறாங்கல்லை கயிற்றில் இழுத்துச் செல்வதற்கு சமமாக இருந்தது.

◆ **கே.என்.சிவராமன்** 59

பெண்களுக்கு இடுப்பு வலித்த போது -

குழந்தைகளை தங்கள் தோளில் சுமக்க ஆண்கள் முன்வந்தார்கள்.

உறவு வித்தியாசமின்றி இப்படி பரஸ்பரம் தொழிலாளர்கள் உதவிக் கொண்டதால் அவர்களால் தாக்குப் பிடிக்க முடிந்தது.

எல்லா முகாம்களும் ஒரே இடத்தில் அமைந்திருக்கவில்லை. பதினான்கே மாதங்களில் 415 கிலோ மீட்டர் தூரத்துக்கு ரயில் பாதை அமைக்க வேண்டும் என்பதால் - வேலைகளை பிரித்து செய்வதற்கு ஏற்றபடி ஆங்காங்கே முகாம்களை அமைத்திருந்தார்கள்.

அவை மூலைக்கு ஒன்றாக இருந்ததால் தனித்தனி வரிசையாகத்தான் செல்ல வேண்டி இருந்தது.

சில முகாம்கள் அருகில் இருந்தன.

உயிர்ப் பாதை

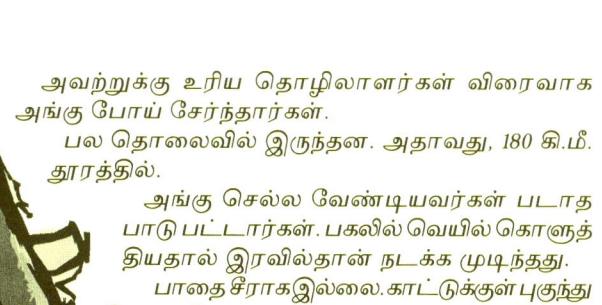

அவற்றுக்கு உரிய தொழிலாளர்கள் விரைவாக அங்கு போய் சேர்ந்தார்கள்.

பல தொலைவில் இருந்தன. அதாவது, 180 கி.மீ. தூரத்தில்.

அங்கு செல்ல வேண்டியவர்கள் படாத பாடு பட்டார்கள். பகலில் வெயில் கொளுத்தியதால் இரவில்தான் நடக்க முடிந்தது.

பாதை சீராக இல்லை. காட்டுக்குள் புகுந்து செல்ல வேண்டும். முன்னாலும் பின்னாலும் வரும் ஜப்பான் ராணுவ வீரர்கள் மட்டுமே தங்கள் கைகளில் பந்தங்களை ஏந்தியிருப்பார்கள். மற்றபடி வேறு வெளிச்சம் கிடையாது. ஒற்றையடிப்பாதை என்பதால் ஒருவர் பின் ஒருவராகத்தான் செல்ல வேண்டும். பயத்தை தவிர்க்க சக தொழிலாளியுடன் கை கோர்க்க முடியாது. வாய்ப்பில்லை.

தப்பித் தவறி வரிசையை விட்டு கலைந்து சக தொழிலாளியின் தோள்களை உரசி நடக்கலாம் என்றால் -

முதுகில் சவுக்கடி விழுந்தது. துப்பாக்கியின் அடிப்பாகம் பின் மண்டையை பதம் பார்த்தது.

இதற்கு அஞ்சியே அனைவரும் எறும்பாக ஊர்ந்தார்கள்.

அது காட்டுப்பகுதி என்பதால் இரவில் விலங்குகள் நடமாடின. தீப்பந்த வெளிச்சத்தை பார்த்து ஆக்ரோஷத்துடன் தாவின. கொடிய விஷமுள்ள பாம்புகள் சீறின. பூச்சிகள் கொட்டின.

நிற்க முடியாது. கூடாது.

நடக்க வேண்டும். சுமைகளுடன் நடந்து கொண்டே இருக்க வேண்டும். அதுவும் இரவு முழுக்க.

ஓய்வு? கிடையாது. தாகமாக இருக்கிறதா? எச்சிலை விழுங்கு. குடிநீரை மட்டும் கேட்காதே.

தவித்துப்போனார்கள்.

சிலரை பாம்பு கொத்தியது. அவர்களுக்கு சிகிச்சை அளிக்க ஜப்பானியர்கள் அனுமதிக்கவில்லை. கொத்தப்பட்டவரை இரு கைகளால் தூக்கி புதர் பக்கமாக வீசினார்கள். நடையை கட்டினார்கள். நடக்கவும் சொன்னார்கள்.

புதரில் விழுந்தவர்கள் அதன் பிறகு என்ன ஆனார்கள்?

ஒருவருக்கும் தெரியாது.

வழியில் ஓடை நீர் குறுக்கிட்டபோது -

தொழிலாளர்கள் பாய்ந்து சென்று நீரை அருந்தினார்கள்.

நுரை கக்கி சாய்ந்தார்கள்.

புதரில் வீசி எறியப்பட்டார்கள்.

ஏனெனில் அது மூங்கில் சுனை. விஷ மூலிகைகள் ஊறிய நீர். இதை அறியாமல் தாகம் தணிக்கச் சென்று...

உச்சி வெயிலில் வரிசையாக அமர வைத்து உணவளித்தார்கள்.

அதாவது, ஒரேயொரு வேளைதான் சாப்பாடு.

அதே சுண்ணாம்பு சோறும். கீரை சாறும்.

மூன்றே நிமிடங்களில் சாப்பிட்டாக வேண்டும்.

ஒரு நொடி அதிகரித்தாலும் பூட்ஸ் காலால் எட்டி உதைத்தார்கள்.

இப்படித்தான் மூன்று முதல் எட்டு நாட்கள் வரை ஊன் உறக்கமின்றி நடந்து தங்களுக்கு என்று ஒதுக்கப்பட்ட முகாமை அடைந்தார்கள்.

இந்த வேதனை எல்லாம் தொழிலாளர்களுக்குத்தான்.

ஏனெனில் காவலுக்கு வந்த ஜப்பானிய வீரர்களும், மேலாளர்களும் அவ்வப்போது வந்த பாசறைகளில் தங்கிக் கொண்டார்கள். அங்கிருந்த வேறு இரு வீரர்களும் மேலாளரும் அதன் பிறகான நடைப்பயணத்தில் பாதுகாப்பு பணியில் ஈடுபட்டார்கள்.

பாம்பு கொத்தி இறந்தவர்கள் -

ஓடை நீர் அருந்தி மாண்டவர்கள் -

போக எஞ்சியவர்கள் உயிருடன் முகாமை அடைந்தபோது -

அந்த உயிரை உறிந்து எடுக்க பணிகள் காத்திருந்தன...

12

வேறு வழியில்லை.

இந்த அத்தியாயமும் தொழிலாளர்களின் பயண அனுபவத்தை மையமாக கொண்டது தான்.

ஏனெனில் குழுகுழுவாக ஒவ்வொரு நாளும் அவர்கள் வந்து சேர்ந்தார்கள். தங்களுக்கு என்று ஒதுக்கப்பட்ட முகாமை நோக்கி நாள்கணக்கில் நடந்தார்கள்.

ஒரு குழு அனுபவித்த துயரத்தை இன்னொரு குழு அனுபவிக்கவில்லை.

மாறாக அதைவிட கொடுமையான சூழலை எதிர்கொண்டது. உயிரை கையில் பிடித்தபடி அதை கடந்தது.

இவை அனைத்தையும் ஒன்றுவிடாமல் அறிவதுதான் நியாயம்.

அதுவேதான் அந்த அப்பாவி தொழிலாளர்களுக்கு நாம் செலுத்தும் மரியாதையும்.

ஆனால் -

வாய்ப்பில்லை. கிடைத்த தரவுகள் முழுமையாக இல்லை. அதற்காக அதை அப்படியே விட்டுவிடவும் முடியாது. கூடாது. கையில் இருக்கும் வரலாற்றுப் பக்கங்களை புரட்டித்தான் ஆக வேண்டும்.

சயான் பாங் போங் வந்தடைந்த தொழிலாளர்களை -

ஏற்கனவே அங்கு வந்து ரயில்பாதை அமைக்கும் பணிகளை தொடங்கியிருந்தவர்கள் சந்தித்தார்கள்.

மிரள மிரள விழித்த புதியவர்களிடம் திரும்பத் திரும்ப சில விஷயங்களை சொன்னார்கள்.

1.சயாம்(தாய்லாந்து)பெண்களிடம் மயங்காதீர்கள்.தேடி வந்து ஆசை வார்த்தைகளை பேசுவார்கள். மொழி புரியாது என்பதால் செய்கையில் உணர்த்துவார்கள். உரசியபடி காதலுக்கு அழைப்பார்கள். சென்று விடாதீர்கள்.

2. குறைவான விலையில் கஞ்சா உள்ளிட்ட போதைப் பொருட்கள் கிடைக்கும். தப்பித் தவறி கூட வாங்கிவிடாதீர்கள்.

◆ கே.என்.சிவராமன் 63

3. போர்க்கைதியாக பிடிக்கப்பட்ட வெள்ளையர்களும் முகாமில் அடைக்கப்பட்டிருக்கிறார்கள். இவர்களும் உங்களுடன் வேலை செய்வார்கள். ஆனால், உங்களுடன் தங்க மாட்டார்கள். தப்பித் தவறி கூட இவர்களிடம் பேசி விடாதீர்கள். அப்படி உரையாடுவதை எந்த ஜப்பானிய வீரர் பார்த்தாலும் ஏன் எதற்கு என்று கேள்வி கேட்காமல் சுட்டுவிடுவார். அப்படித்தான் உத்தரவு பிறப்பிக்கப்பட்டிருக்கிறது.

4. சில முகாம்களில் மருத்துவமனைகள் உண்டு. என்றாலும்

அங்கு பெயருக்குக் கூட எந்த மருந்தும் இருக்காது. எனவே காய்ச்சல் வந்தாலும் அது காலராவாக மாறினாலும், வயிற்றுவலியால் துடித்தாலும் அனுபவித்துத்தான் ஆக வேண்டும். நம்மை அடக்கி ஆளும் ஜப்பானிய ராணுவ வீரர்களுக்கே மருத்துவ வசதி இல்லை என்னும்போது கூலி வேலை செய்ய வந்த நமக்கு எங்கிருந்து மாத்திரை கிடைக்கும்?

5. யாரேனும் இறந்தால் அந்த இடத்திலேயே அவர்களை புதைத்து விட்டு பணியை தொடருங்கள். அமர்ந்து கதறி அழுதால் சவுக்கால் விளாசுவார்கள். எட்டி உதைப்பார்கள்.

6. பிடிக்கிறதோ இல்லையோ கொடுத்த உணவை சாப்பிட்டு விடுங்கள். ஏனெனில் ஒரு நாளைக்கு ஒருவேளைதான் உணவு கிடைக்கும்.

7. பெண்களை அழைத்து வந்தது தவறு. இனி திருப்பி அனுப்ப முடியாது. போகட்டும். அவர்களை தனியாக எங்கும் அனுப்பாதீர்கள். வக்கிரம் பிடித்த ஆண்கள் கொத்தி குதற காத்திருக்கிறார்கள்.

இந்த ஏழு எச்சரிக்கைகளையும் கண்ணில் தட்டுப்படுபவர்களிடம் எல்லாம் திரும்பத் திரும்ப அனுபவப்பட்டவர்கள் சொன்னார்கள்.

கேட்டவர்கள் தப்பித்தார்கள்.

மீறியவர்கள் பயணத்திலேயே இறந்தார்கள்.

நீண்ட தூர பயணம் மேற்கொண்ட குழுவினர் ஆங்காங்கே தங்க வைக்கப்பட்டார்கள். அவையும் முகாம்தான். பெயருக்கு ஓலைக்கீற்று மேல்கூரையாக இருக்கும். மற்றபடி பக்கவாட்டில் வேறு மறைவிடம் இருக்காது. சுற்றிலும் மனிதக் கழிவுகள் காய்ந்திருக்கும். அந்த நாற்றம் காற்றில் கலந்திருக்கும். மழையும் வெயிலும் நேரடியாக உடலைத் தாக்கும்.

இவற்றுக்கு இடையில் சில மணி நேரம் தங்கவே யோசித்த தொழிலாளர்கள் -

தாங்கள், தங்கியபடி பணிபுரியப் போகும் இடமும் இப்படித் தான் இருக்கும் என்பதை அறிந்தபோது அதிர்ந்து போனார்கள்.

சயாமில் ஆறு மாதம் மழை பொழியும். ஆறு மாதம் வெயில் காயும்.

பயணப்பட்டதும், வேலை செய்ததும் காட்டுப் பகுதியில் என்பதால் தரையில் எப்பொழுதும் மழைநீர் தேங்கியிருக்கும். சேறும் சகதியுமாக சொத சொத என்று மாறியிருக்கும்.

இதற்கு இடையில்தான் தலையில் கட்டுமானப் பொருட்களுடனும் தோளிலும், இடுப்பிலும் குழந்தைகளுடனும் நடந்தார்கள். வழுக்கி விழுந்தவர்களின் கதி, அதோகதிதான்.

தொலைவோ நெடுந்தொலைவோ அருகிலோ -

முகாமை நோக்கி நடந்த அனைவருமே ஆங்காங்கே தொழிலாளர்கள் வேலை செய்து கொண்டிருந்ததை பார்த்தார்கள்.

சிலர், மலைகளை சுத்தியால் குடைந்துகொண்டிருந்தார்கள்.

வேறு சிலர் தனித்தனியாக மரங்களை வெட்டிக் கொண்டிருந்தார்கள்.

◆ **கே.என்.சிவராமன்**

ஒன்றிரண்டு பேர் அந்தரத்தில் தொங்கியபடி கயிற்றுப் பாலம் அமைத்துக்கொண்டிருந்தார்கள்.

இப்படி 'கொண்டிருந்த' அனைவருமே அமைதியாக பணிபுரிந் தார்கள் என்பதுதான் எலும்பை சில்லிட வைக்கும் நிஜம். வலியை மறக்க யாருமே பாட்டுப் பாடவில்லை. 'ஐலசா... ஐலசா...' என தம் கட்டி பாறையை உருட்டவில்லை.

இப்படிப்பட்ட நரகத்தில்தான் நாமும் புழங்க வேண்டும் என்ற உண்மையை ஏற்கனவே பயணப்பட்டவர்கள் அஞ்சினார்கள்.

மனிதர்களால் செயற்கையாக ஏற்படுத்தப்பட்ட கொடுமைகள் இப்படி என்றால் -

விலங்குகளால் இயற்கையாக ஏற்பட்ட விபரீதம் இன்னும் பயங்கரமாக இருந்தது.

குறிப்பாக காட்டு யானைகள்.

அதுவும் ஒற்றை யானையிடம் சிக்கிய எந்த பயணக் குழுவும் தப்பித்ததாக சரித்திரம் இல்லை.

மிதிபட்டு எலும்புகள் நொறுங்கிய நிலையில் உயிருக்குப் போராடியவர்களை காப்பாற்ற ஒருவரும் வரவில்லை - வர அனும திக்கப்படவில்லை என்பதுதான் கொடூரம்.

ஒரே வார்த்தையில் சொல்வதென்றால் -

மண்டை ஓடுகளும் எலும்புகளும் சிதறிக் கிடக்க -

அவற்றின் மீது நடந்துதான் தத்தம் முகாமை அடைந்தார்கள்.

மிஞ்சிய உயிரையும் பறிகொடுக்க தயாரானார்கள்...

13

பூத்தாயி.

இதுதான் தொழிலாளர்கள் தங்க வைக்கப் பட்ட முகாமின் பொதுப்பெயர்.

இடத்தைப் பொறுத்து 'மேல் பூத்தாயி' - 'கீழ் பூத்தாயி' என்றெல்லாம் மாறும்.

இந்த மாற்றம் முன்னால் ஒட்டிக்கொள்வதில் மட்டுமே இருக்கும். மற்றபடி பொதுப் பெயர் மட்டு மல்ல சூழலும் எல்லா இடங்களிலும் ஒன்றுதான்.

எங்கு சென்றாலும் குடலைப் பிடுங்கும் நாற்றத்தை சகித்துக் கொண்டுதான் உறங்க வேண்டும். கால்களை நீட்ட முடியாது. உடலை பரப்பியபடி படுக்க முடியாது. ஒருவர் மீது மற்றவர் இடித்தபடிதான் இளைப்பாற வேண்டும். குறுகலான பூத்தாயியில் நூறு பேர் வரை ஆட்டு மந்தையைப் போல் அடைக்கப்பட்டார்கள்.

பெண்களுக்கு என்று தனி இடமெல்லாம் கிடையாது. கூட்ஸ் பெட்டியில் எப்படி ஒன்றாக வந்து சேர்ந்தார்களோ அப்படி பூத் தாயியிலும் ஆண்களுடனேயே தங்க வைக்கப்பட்டார்கள். முன் பின் அறிமுகமில்லாத ஆண்களுடன் நெருக்கியபடி தூங்குவதைத் தவிர அவர்களுக்கு வேறு வாய்ப்பு வழங்கப்படவில்லை.

இப்படித்தான் நாள்கணக்கில் நடந்து முகாமை - பூத்தாயியை - அடைந்த தொழிலாளர்கள் அன்றைய இரவை கழித்தார்கள்.

அலுப்பும் களைப்பும் அவர்களை இம்சித்தது.

எனவே விடியற்காலையில் - என்ன நேரமாக இருக்கும்? - ஜப்பானியர்கள் விசில் ஊதியபோது ஒருவராலும் எழுந்திருக்க முடியவில்லை.

இப்படி நடக்கும் என்பதை முன்பே ஜப்பானியர்கள் கணித்தி ருக்க வேண்டும்.

ஏனெனில் விசிலை ஊதியபடியே பூத்தாயிக்குள் நுழைந்து படுத்துக்கொண்டிருந்தவர்களை எல்லாம் மிதிக்க ஆரம்பித்தார்கள்.

வலி தாங்காமல் அலறி அடித்து எழுந்தவர்களை எல்லாம் வெளியே வரச் சொன்னார்கள்.

ரயில் நிலையத்திலும் -
ரயிலை விட்டு இறங்கியதும் -
எப்படி வரிசையாக அமர்ந்தார்களோ அப்படி உட்கார கட்டளையிட்டார்கள்.

கோலாலம்பூரில் இருந்து தயாரித்து அனுப்பப்பட்டிருந்த பெயர்ப் பட்டியலை ஜப்பானியர்கள் கையில் வைத்துக்கொண்டு யார் உதவியும் இன்றி அவர்களே ஆட்களை சரிபார்த்தனர்.

தோட்டங்களில் பிரட்டுக் களத்தில் பெயர் கூப்பிடும்போது - "ஆஜ(ச)ர்" என்று சொல்வதே தொழிலாளர்களின் வழக்கம். வெள்ளையர்கள் கொண்டு வந்த நடைமுறை இது. இதை "ஐ" என்று உச்சரிக்கும்படி ஜப்பானியர்கள் கட்டாயப்படுத்தினார்கள்.

ஏற்கனவே ரயில் நிலையத்தில் சொல்லப்பட்டதுதான் என்றாலும் -

உயிர்ப் பாதை

பூத்தாயியில் அது கடுமையாக பின்பற்றப்பட்டது.

தவறுதலாக "ஆஜ(ச)ர்" என்று சொன்னவர்களை கடுமையாக தண்டித்தார்கள்.

பெயர்ப் பட்டியலில் இருந்தவர்கள் -

ஆனால், "ஐ" என்று குரல் கொடுக்காதவர்கள் -

யார் யார் என்று பென்சிலால் சுழித்தார்கள்.

அவர்கள் எல்லாம் வழியில் இறந்துவிட்டார்கள் என்பதை ஒன்றுக்கு இருமுறை கேட்டு அறிந்துகொண்டார்கள்.

இந்த சரிபார்த்தல் முடிந்ததும் -

அனைவருக்கும் 20 நிமிடங்கள் வழங்கப்பட்டன.

அதற்குள் காலைக்கடன் கழித்துவிட்டு காலை உணவையும் அருந்திவிட்டு இதே போல் வந்து அமர்ந்தாக வேண்டும். மீறினால் சவுக்கடி.

புரிந்து கொண்டதற்கு அடையாளமாக தலையசைத்தவர்கள் -

சொன்னபடி 20 நிமிடங்களில் வந்து சேர்ந்தார்கள்.

அருகிலிருந்த கொட்டகையில் - இது தொழிலாளர்கள் தங்கிய பூத்தாயி அல்ல - வேலைக்கான மண்வெட்டி, மண்வாரிக் கூடை, வெட்டரிவாள், கோடரி, ரம்பம், கடப்பாரை, பெரிய பெரிய சுத்தியல், ஆப்புக்கள், கூந்தாளங்கள் ஆகியவை குவிக்கப்பட்டிருந்தன. கூடவே காட்டுப்பனை ஓலைகளால் தைக்கப்பட்ட தொப்பிகளும்.

தொழிலாளர்களின் உடல் வலுவை பொறுத்து ஆளுக்கு ஓர் ஆயுதத்தையும் தொப்பியையும் கொடுத்தார்கள்.

பின்னர் வழிகாட்டி ஒருவன் முன்னால் நடந்தான்.

யுத்தத்துக்கு செல்லும் ராணுவ வீரர்களைப் போல் கையில் ஓர் ஆயுதமும் தலையில் தொப்பியுமாக அவன் பின்னால் தொழிலாளர்கள் வரிசையாக நடந்தனர்.

வழிகாட்டி ஓரிடத்தில் நின்று திரும்பிப் பார்த்தான்.

இதுவரை வந்து கொண்டிருந்த பாதைக்கான மண்மேடு அங்கே நின்றுவிட்டிருந்தது.

எதிரே கண்ணுக்கு எட்டிய தொலைவுவரை காடு.

மொழிபெயர்ப்பாளனாக இருந்த 'குருத்தோ'வை பார்த்து ஜப்பானியர்கள் கண் அசைத்தார்கள்.

அவர்களைப் பார்த்து தலைவணங்கிவிட்டு 'குருத்தோ' பேச ஆரம்பித்தான்.

"கத்தி, கோடரி, ரம்பம் வைச்சிருக்கிறவங்க மரங்களை அறுக்கணும். குந்தாளம், கடப்பாரை வைச்சிருக்கிறவங்க பாதையில கிடக்கிற பாறைகளை உடைச்சு அப்புறப்படுத்தணும். மண்வெட்டி, கூடை இருக்கிறவங்க மண்ணை அள்ளி கரையில போட்டுகிட்டே போகணும். வாட்டசாட்டமான மரங்கள் கிடைச்சா அதைப் பிளந்து தண்டவாளக் கட்டையாக்கணும். இந்தப் பாதை போடற வேலையை சீக்கிரம் முடிச்சுட்டீங்கன்னா உங்களை எல்லாம் திரும்பவும் மலாயாவுக்கு அனுப்பி வைக்கறத ஜப்பானியர்கள் வாக்குறுதி அளிக்கிறாங்க.

தேவையான சாப்பாடு இங்கயே வரும். தாகம் எடுத்தா அதோ தகர டப்பாவை சுட வைச்சுட்டு இருக்காங்க பாருங்க... அங்க போய் தண்ணி குடிங்க. எந்தக் காரணத்தை கொண்டும் பச்சைத் தண்ணிய மட்டும் குடிச்சிடாதீங்க. வயித்தால போயி உசிரையே எடுத்துடும்.

வேலை நேரத்துல வெளிய போகணும்னா உத்தரவு கேட்காம போயிடாதீங்க. அப்புறம் அடி தாங்க மாட்டீங்க.

முக்கியமான விஷயம்... திருட்டுத்தனமா ஓட நினைக்காதீங்க. கண்டுட்டா விசாரணையே கிடையாது. தலை போயிடும்.

குழந்தை அழுவுது... அதை கொஞ்சறேன்... அது இதுன்னு தோட்டம் மாதிரி இஷ்டத்துக்கு அலையாதீங்க. சவுக்கால தோலை உரிச்சுடுவாங்க.

புரிஞ்சுதா? இப்ப வேலையை ஆரம்பிங்க...”

‘குருத்தோ’ நிறுத்தியதும் ஒரு ஜப்பானிய வீரன் வானத்தை நோக்கி துப்பாக்கியால் சுட்டான்.

உடனே தொழிலாளர்கள் தங்களுக்கு இடப்பட்ட பணியை செய்ய ஆரம்பித்தார்கள்.

இதுவரை தங்கள் வாழ்நாளில் அப்படியொரு வேலையை அவர்கள் செய்ததேயில்லை. சொல்லப்போனால் மனிதர்களால் முடிக்கக் கூடிய பணிகளும் அல்ல அவை.

ஆனால் -

அதைத்தான் செய்யச் சொன்னார்கள்.

வானத்தை முத்தமிட்டுக் கொண்டிருந்த ஒவ்வொரு மரத்தை யும் ஒவ்வொரு தொழிலாளி ரம்பத்தாலும் கோடரியாலும் மாறி மாறி அறுக்க வேண்டும்.

ஒவ்வொரு பாறையையும் ஒவ்வொருவர் சுத்தியலால் பிளக்க வேண்டும்.

உதவிக்கு ஆட்களை அழைக்க முடியாது. கூடாது.

உச்சி வெயில் ஏறுவதற்குள் பன்னிரண்டு மரங்களையாவது அறுத்தாக வேண்டும்.

போலவே ஏழு பாறைகளை பிளந்தாக வேண்டும்.

இல்லாவிட்டால் சுளீர் சுளீர் என சொடுக்கப்படும் சாட்டை முதுகை பதம் பார்க்கும்.

உள்ளங்கை எல்லாம் காய்ப்பு காய்ந்துவிட்டது.

ஒருவரை ஓய்வெடுக்கச் சொல்லிவிட்டு மற்றவர் அந்த வேலையை தொடரும் வழக்கத்தை ஜப்பானியர்கள் நடைமுறைப்படுத்தவே யில்லை.

கோடரியை தூக்க முடியாதபடி உடல் தள்ளாடினாலும் -

சூரியன் மறையும் வரை மரத்தை அறுத்துதான் ஆக வேண்டும்.

கருணை, மனிதாபிமானம் போன்ற சொற்கள் எல்லாம் புதை குழிக்குள் புதைக்கப்பட்டன.

தொழிலாளர்கள் செத்துச் செத்து பிழைத்தார்கள்.

இறப்பதற்காகவே வேலை செய்தார்கள்.

14

ஒவ்வொரு பூத்தாயிக்கு அருகிலும் சயாம் பெண்கள் சின்னதாக கடை போட்டார்கள். எண்ணெய், வெற்றிலை, பாக்கு, சுண்ணாம்பு உள்ளிட்ட சகல வஸ்துக்களையும் விற்றார்கள்.

சயாம் காடுகளில் நீக்கமற வெற்றிலைக் கொடிகளும், பாக்கு மரங்களும் வளர்ந்திருந்தபோதிலும் அவற்றை சரியாக வெட்டி - கிள்ளி - அவர்கள் விற்றதால் வியாபாரம் சக்கைப்போடு போட்டது.

சுண்ணாம்புச் சோறும் கீரை நீரும் சாப்பிட்டு சாப்பிட்டு நாக்கு செத்துப் போயிருந்த தொழிலாளர்களுக்கு வெற்றிலையும் பாக்கும் தேனாக இனித்தன.

பணிகள் நடைபெற்றுக்கொண்டிருந்த இடத்துக்கு அருகில் -

இரண்டு முனையிலும் மூன்றடி உயரத்தில் மரக்கவைகளை ஊன்றி, அதில் நீளமான மரத்தைப் போட்டு இணைத்திருந்தனர்.

அந்த மரத்தில் தூண்டில் போன்ற கம்பிக் கொக்கிகளை இரண்டு அடிக்கு ஒன்று வீதம் வரிசையாக தொங்கவிட்டனர்.

தண்ணீர் நிரப்பப்பட்ட தகர டின்கள் அந்த கொக்கிகளில் வரிசையாக தொங்கின.

இதற்கு அடியில் - அதாவது, தொங்கிக்கொண்டிருக்கும் டின்களுக்கு கீழே - நீளவாக்கில் வாய்க்கால் போன்று பள்ளம் தோண்டி அதில் விறகுகளை நிரப்பி எரியவிட்டார்கள்.

குடிநீரை காய வைக்கும் பணி இது.

இந்த வேலையில் வயதான பெண்கள் குழு குழுவாக ஈடுபடுத்தப்பட்டனர்.

வெயில் கொளுத்தியது. அனல் வீசியது. நெருப்பு ஜ்வாலை முகத்தை தாக்கியது.

என்றாலும் அவர்கள் பின்வாங்கக்கூடாது. ஓலைத் தொப்பிகளை தலையில் இறுக்கக் கட்டிக்கொண்டு, சேலையை கணுக்காலுக்கு மேலே உயர்த்தி வரிந்து கட்டிக் கொள்ள வேண்டும்.

காலை முதல் மாலை வரை இப்படி புழுங்கிப் புழுங்கி சாக வேண்டும்.

இப்படி வயதானவர்கள் விறகடுப்பில் வறுபடும்போது -

மத்திய வயதுள்ள பெண்கள் காட்டுக் கிணற்றில் இருந்து நீரை டின்களில் சுமந்து வர வேண்டும்.

நீர் கொதித்ததும் அதை வயதானவர்கள் இறக்கி வைத்துவிட்டு புதிய டின்னை மாற்றுவார்கள்.

வேலை கடுமையாக இருந்ததால் தொழிலாளர்கள் அடிக்கடி தண்ணீர் குடிக்க வருவார்கள்.

முகத்தில் எள்ளும் கொள்ளும் வெடிக்க ஜப்பானியர்கள் இதை பார்த்துக் கொண்டிருப்பார்கள்.

மரங்களை அறுத்து, ஸ்லிப்பர் கட்டைகளாக மாற்றும் பணி சில கு

ழுக்களிடம் ஒப்படைக்கப்பட்டது. ஆண்களே இதில் நிறைந்திருந்தனர்.

இவர்கள் நொடி கூட நிறுத்தாமல் வேலையை தொடர வேண்டும்.

சற்று இடைவெளி விட்டாலும் -

மூங்கில் கழிகளால் அவர்கள் தலையில் ‘ணங்’ ‘ணங்’ என ஜப்பானியர்கள் அடிப்பார்கள்.

“தட்சநாய்! அதரா திமாசு...” (நிற்காதே! வேகமாக செய்...) என கட்டளையிடுவார்கள்.

நீரை கொதிக்க வைத்துக்கொண்டிருந்த வயதானவர்கள் -

எச்சரிக்கையுடன் தங்கள் கால்களை வைக்க வேண்டும். இல்லா விட்டால் குழிகளுக்குள் விழ வேண்டியதுதான்.

ஆமாம். குழிகள்தான்.

அவற்றை எல்லாம் ஜப்பானியர்கள் மூடவில்லை. மூடுவதற்கு தொழிலாளர்களையும் அனுமதிக்கவில்லை.

அவை எல்லாம் இயற்கையாக ஏற்பட்ட பள்ளங்கள்.

சமயங்களில் அதற்குள் பாம்புகள் புகுந்து ஓய்வெடுக்கும். அதிலும் மலைப்பாம்புகள்தான் அதிகம்.

தப்பித் தவறி பள்ளங்களில் இளைப்பாறும் பாம்புகளை ஜப்பானியர்கள் பார்த்துவிட்டால் -

ஆனந்தக் கூத்தாடுவார்கள்.

“குரா...” என கத்தியபடி தங்கள் இடுப்பிலிருந்து கத்தியை உருவி, சுருண்டுக்கிடக்கும் பாம்பை சீண்டுவார்கள்.

அது மெல்ல தலையைத் தூக்கும்.

தூக்கிய தலையில் கத்திமுனையால் நறுக்கென்று குத்துவார்கள்.

பாம்பு துடிக்கும்.

அதன் வாலை பிடித்து வெளியில் போடுவார்கள்.

துள்ளல் சில நிமிடங்களில் அடங்கும்.

அதுவரை வேடிக்கை பார்ப்பார்கள்.

பின்னர் காட்டுக்கொடியை அறுத்து பாம்பின் கழுத்தில் சுருக் கிட்டு அருகிலிருக்கும் மரத்தில் -

கைக்கெட்டும் உயரத்தில் -

பாம்பின் தலையை மரத்தோடு இணைத்து -

கட்டித் தொங்கவிடுவார்கள்.

பின்னர் சின்ன கத்தியால் பாம்பின் கழுத்துப் பாகத்திலிருந்து தோலை சிறிது சிறிதாக உரித்து...

உரித்த தோலை பற்றிப்பிடித்து...

இரு கைகளாலும் வேகமாக இழுப்பார்கள்.

முழு பாம்புத்தோலும் கையோடு வந்துவிடும்.

பின்னர் குடலை அப்புறப்படுத்திவிட்டு -

உரித்த பாம்பை ஒரு மூங்கிலில் இணைத்துக் கட்டுவார்கள்.

இதையெல்லாம் பார்த்துக்கொண்டிருக்கும் பெண்களுக்கு அடிவ யிற்றிலிருந்து குமட்டல் ஏற்படும்.

ஆனால் -

முகத்தை திருப்பிக் கொள்ளக் கூடாது. ஜப்பானியர்களுக்கு அது

74 உயிர்ப் பாதை

பிடிக்காது. இமைக்காமல் பார்க்க வேண்டும்.

இதன் பிறகுதான் சற்றும் ஜீரணிக்க முடியாத நிகழ்வுகள் அரங்கேறும்.

மூங்கிலில் கட்டிய பாம்பை எடுத்துச் சென்று -

நீரை கொதிக்க வைக்க பயன்படும் நெருப்பில் பக்குவமாக வேக வைப்பார்கள்.

பின்னர் -

செதுக்கிப் போட்டிருந்த ஸ்லிப்பர் கட்டை மீது அதை ஆற வைத்துவிட்டு கண்டம் கண்டமாக நறுக்கி...

ஒவ்வொரு துண்டமாக எடுத்து...

சப்புக் கொட்டி சாப்பிடுவார்கள்.

இத்துடன் நிறுத்த மாட்டார்கள்.

அருகில் இருக்கும் பெண்களை - வயதானவர்களோ, மத்திய வயதுள்ளவர்களோ -

அழைப்பார்கள்.

"த பேரு..." (சாப்பிடு)

தயங்கினால் -

"ம்... குடசாய்..." (எடு) கர்ஜிப்பார்கள்.

"அயாரு தபேரு..." (சீக்கிரம் சாப்பிடு) என கத்துவார்கள்.

மறுத்தால் அடி விழும்.

எனவே பாம்பை பாடம் செய்த ஜப்பானியனின் கண் முன்னால் அதை எடுத்து சாப்பிட்டாக வேண்டும்.

முகம் கோண... தாடை இறுக... குமட்டலெடுக்க தொழிலாளர் கள் கடிப்பதை ரசித்துப் பார்ப்பார்கள்.

சம்பந்தப்பட்ட தொழிலாளி துப்பாமல் முழுங்கிய பிறகே -

"ஜொத்தோ!" (நன்று) என நகர்வார்கள்.

நீர் குடிக்க வரும் ஆண்களையும் இப்படி சீண்டுவார்கள்.

இதற்கு பயந்தே நீர் காயவைக்கும் பெண்கள் தங்கள் அருகில் இருக்கும் பள்ளத்தில் பாம்புகள் ஓய்வெடுத்துக்கொண்டிருந்தால் -

முகத்தில் பயத்தை வெளிப்படுத்த மாட்டார்கள்.

எச்சிலை விழுங்கியபடி கால்களை பார்த்து வைப்பார்கள்.

அதையும் மீறி சர்பத்தை கண்டு அலறியவர்கள் -

அந்த பாம்பையே சாப்பிடும் நிலைக்கு தள்ளப்பட்டார்கள்.

இதனால் சாதாரண நேரங்களில்கூட தொழிலாளர்களால் நிம்மதியாக உண்ண முடியவில்லை. எங்கே ஊர்வன எல்லாம் சமைக்கப்பட்டு கலக்கப்பட்டுள்ளதோ என அஞ்சினார்கள்.

ஏற்கனவே அரிசியில் புழு நெளியும். சுண்ணாம்பு வாடை வீசும்.

இதில் -

பாம்பு பயமும் சேர்ந்து கொண்டால் -

சாப்பிடுவதையே தவிர்த்தார்கள்.

எலும்பும் தோலுமாக காட்சியளித்தார்கள்.

உண்மையை சொல்ல வேண்டுமானால் -

ரயில் பாதையை அமைத்தது உயிர்கள் அல்ல.

எலும்புக்கூடுகள்...

◆ **கே.என்.சிவராமன்**

15

பாறைகளை வெடிவைத்து தகர்த்தால்தான் பாதை போட முடியும்.

ஏனெனில் குன்றுகளுக்கு சமமாக பாறைகள் உயர்ந்திருந்தன.

அவற்றை தகர்த்து கணவாய்கள் அமைக்கும் பொறுப்பு தொழிலாளர்களிடமே ஒப்படைக்கப் பட்டன.

ஜப்பானியர்கள் வழக்கம்போல் சற்றுத் தள்ளி நின்று 'குரா... குரா...' என கத்திக்கொண்டிருந்தார்கள். யுத்தத்துக்கு தேவையான வெடி மருந்துகள் போக எஞ்சியவற்றை சீனத் தொழிலாளர்களிடமிருந்து கைப்பற்றி அவற்றை raw ஆக தமிழ்த் தொழிலாளர்களிடம் ஒப்படைத்தனர்.

தோட்டங்களில் பணிபுரிந்தவர்களுக்கு வெடிமருந்துகளின் நுணுக்கமோ பயன்பாடோ தெரியவில்லை. தோராயமாக புரிந்து கொண்டதை வைத்து அவர்களாக பாறைகளை வெடிக்க வைக்க முற்பட்டனர்.

அது விபரீதத்தில் முடிந்தது. எத்தனை அடி தள்ளி நிற்க வேண்டும் என்று தெரியாததால் - சிதறிய பாறைத் துணுக்கள் அவர்கள் மீதே விழுந்தன.

கற்களுக்கு சமமாக மனித உடல்களும், உறுப்புகளும் வீசி எறியப்பட்டன.

சம்பவ இடத்திலேயே இறந்தவர்கள் புண்ணியம் செய்தவர்கள் என்று நினைக்கும் அளவுக்கு பாதிக்கப்பட்டவர்களின் நிலை மாறியது.

இடுப்புக்கு கீழே நசுங்கியவர்கள், கை, கால் இழந்தவர்கள்... ஆகியோர் போதுமான மருத்துவ வசதியின்றி தவித்தார்கள். காயத்துக்கு மருந்தோ, வலியை மறக்க மாத்திரைகளோ கிடைக்கவேயில்லை.

அனைத்தையும்விட கொடுமை -

அந்த நிலையிலும் அவர்கள் தங்கள் பணியை தொடர வேண்டும் என்று கட்டாயப்படுத்தப்பட்டதுதான்.

உயிர்ப் பாதை

◆ கே.என்.சிவராமன்

ஒட்டிக்கொண்ட உயிருடன் சடலமாகத் திரிந்த அவர்களை பார்க்கப் பார்க்க மற்ற தொழிலாளர்களுக்கு கண்களிலி இருந்து ரத்தம் வடிந்தது.

சுத்தமாக நடமாட முடியாதவர்களை -

மருத்துவமனையில் கடாசினார்கள்.

பெயருக்குத்தான் அவை மருத்துவமனை.

ஆனால் -

பூத்தாயி எப்படியிருக்கோ அப்படித்தான் ஆஸ்பத்திரியும் காட்சியளித்தன.

இவர்களை அள்ளி அணைத்து ஆறுதல் சொல்லவோ, கதறி அழவோ மற்ற தொழிலாளர்கள் அனுமதிக்கப்படவில்லை.

பாறைகள் தகர்ந்து, கணவாய் உருவானதும்-

தாமதிக்காமல் பாதை அமைக்கும் பணியில் ஈடுபடச் சொன்னார்கள்.

அங்கே மண்ணுக்கு பஞ்சம். பாறை இடுக்குகளிலும், மரத்தின் வேர்களுக்கு இடையிலும் பள்ளங்களிலும் உறைந்து கிடந்த மண்ணை -

மண்வெட்டியால் சுரண்டி கூடையில் நிரப்புவது மத்திய வயதுள்ளவர்களின் வேலை.

மண்கூடையை சுமந்து சென்று பாதைக்காக மேடு அமைக்கும் இடத்தில் கொட்டுவது -

தாய், தந்தையை பிரிய மனமில்லாமல் சயாமுக்கு வந்து சேர்ந்த சிறுவர், சிறுமிகளின், பணி.

இது அவ்வளவு சுலபமான வேலையில்லை. கூடை வழிய வழிய மண்ணை நிரப்ப வேண்டும். அப்படி நிரப்புகிறார்களா என கங்காணி கண்காணிப்பான். கங்காணியை, ஜப்பானியன் கவனிப்பான்.

நின்றால் அடி. பேசினால் உதை. 'குரா...' சத்தம் அங்கு கொடி கட்டிப் பறந்தது.

மண் சுமையை சுமந்து மலைச்சரிவில் ஏறுவது சிறுவர், சிறுமிகளுக்கு கடினமாக இருந்தது. தலைக்கனம் பொசுக்கென்று பின்னுக்கு இழுக்கும். சமாளிக்க வேண்டும். இல்லாவிட்டால் கூடையுடன் 'மடார்' என தரையில் விழுந்து சரிவில் உருள வேண்டியதுதான்.

அப்படி உருண்ட சிறுவர் / சிறுமிகளை நோக்கி எந்த தொழிலாளியாவது ஓட முற்பட்டால் -

"தச்சியாள்..." (நில்) என ஜப்பானியர்கள் தடுத்து நிறுத்தி பளார் என அறைவார்கள்.

"இகு குவா ஓ தொத்தோ குடசாய்..." (போ, மண்வெட்டியை எடு) என கட்டளையிட்டு விட்டு விழுந்த சிறுவன் / சிறுமியை நோக்கி செல்வார்கள்.

சரிவில் உருண்டவர்களால் எழுந்திருக்க முடியாது. தலையில் அடிபட்டிருக்கும். முதுகுப்பட்டை பிய்ந்து போனது போல் வேதனையளிக்கும்.

"நாமக்கேரு..." (சோம்பேறி) என அங்கு சென்ற ஜப்பானியன்

78 உயிர்ப் பாதை

உறுமுவான். பூட்ஸ் காலால் எட்டி உதைப்பான்.

"ஒக்கிரு...." (எழுந்திரு) என கத்துவான்.

இதற்கு மேலும் வலியுடன் துடிக்க முடியாதே...

தட்டுத் தடுமாறி விழுந்தவர்கள் எழுந்து நிற்பார்கள்.

அவ்வளவுதான். தலைமுடியை பிடித்து பளார் பளார் என கை வலிக்கும் வரை அறைவார்கள்.

கத்த முடியாது. கூடாது.

அடிக்கும் கை ஓய்ந்ததும் -

அடிபட்ட சிறுவர் / சிறுமிகள் கொட்டிக் கிடந்த மண்ணை மீண்டும் அள்ளி பாதையில் சேர்க்க வேண்டும். அடுத்த மண் கூடையை சுமக்க ஓட வேண்டும்...

வயதானவர்களின் நிலை இன்னும் மோசம்.

மருத்துவமனையில் இருக்கும் நோயாளிகளுக்கு கஞ்சி கொண்டு போய் கொடுப்பது இவர்களது பணி.

முன்பே சொன்னது போல் அது வெறும் குடிசைதான்.

மாட்டுவண்டிக் கூரை போன்று இரண்டு பக்கக் கூரைகளும் தரை யோடு கவிழ்ந்திருக்க, நீண்ட குகை போன்று இருண்டு காணப்படும்.

அதற்குள் -

இடது கையில் கஞ்சி டின்னும், வலது கையில் சுடுதண்ணீர் டின்னுமாக நுழைய வேண்டும்.

நோயாளிகளின் புலம்பல்களும், முனகல்களும் காதுகளில் விழும். அதுநாள் வரை முகர்ந்தறியாத பயங்கர நாற்றம் நுரை யீரலை நிரப்பும். வாந்தி வரும்.

அதற்காக தலை தெறிக்க ஓடி வரக்கூடாது. கஞ்சியை ஊற்றிக் கொடுக்க வேண்டும்.

தைரியத்தை வரவழைத்துக்கொண்டு 'மருத்துவமனை'க்குள் சென்றால் -

அடைத்திருந்த தேனீக்கள் கூட்டத்தை கலைத்துவிட்டது போல் குப்பென்று ஈக்கள் பறக்கும்.

இதிலிருந்து தப்பிக்க தலையில் கட்டியிருந்த துணியை எடுத்து முகத்தில் இறுகக் கட்டிக்கொள்வார்கள்.

மூங்கில் பரஞ்சாக்களில் கட்டைகளை பரப்பிப் போட்டது போல் நோயாளிகள் நிறைந்திருப்பார்கள். பெரும் பாலானவர்கள் ஒட்டுத்துணியின்றி பிறந்த மேனியாக கிடத்தப்பட்டிருப்பார்கள்.

"தண்ணி... தண்ணி..."

"அம்மா... அப்பா... வலிக்குதே..."

"குடையுதே... புடுங்குதே... தாங்க முடியலையே..."

வேதனைக் குரல்கள் ஈரக்குலையை அறுக்கும்.

வெடுக் வெடுக்கென்று கால் கைகள் வெட்டி வெட்டி இழுக்க... மடார் மடார் என்று தூக்கித் தூக்கிப் போட....

எம்பி எம்பி நோயாளிகள் விழுந்துகொண்டிருப்பார்கள்.

அருகில் சென்று பார்த்தால் -

அந்த மனிதனின் கால், முழங்காலோடு துண்டிக்கப்பட்டிருக்கும்.

◆ கே.என்.சிவராமன்

எஞ்சியிருந்த கால், பூதம் போல் வீங்கிக் கிடக்கும். அறுபட்ட இடத்திலிருந்து ரத்தமும் சீழும் ஒழுக...

புழுக்கள் பொத பொதவென்று கொட்டிக்கொண்டிருக்கும்...

அல்லது வாய் குழற -

வலது கைவிரல்கள் இடது தோளையும் -

இடது கைவிரல்கள் வலது தோளையும் உடும்புப்பிடியாய்ப் பிடித்திருக்க...

வெட வெட என்று குளிரும் காய்ச்சலும் ஆட்ட -

மலேரியாவால் துடிதுடித்துக் கொண்டிருப்பார்கள்.

அம்மணமாக கிடத்தப்பட்டிருந்த அனைத்து நோயாளிகளின் உடலும் ஈக்களால் மூடியிருக்கும். அவற்றை விலக்கினால் எலும்பும் தோலும் ரணமாக காட்சியளிக்கும்.

ஒவ்வொருவரின் தலைமாட்டிலும் ஒரு தகரக் குவளையிருக்கும். அதனுள் ஈக்கள் மட்டுமே நிரம்பியிருக்கும்.

அதற்குள் கொண்டு சென்ற கஞ்சியை ஊற்றிவிட்டு -

"கஞ்சி குடிக்கிறவங்க... குடிங்க..." என்று சொல்ல வேண்டும்.

ஆனால் -

பெரும்பாலும் யாரும் கஞ்சியை குடிக்க மாட்டார்கள். குடிக்கவும் முடியாது.

இப்பவோ பின்னையோ
இரவிலோ பகலிலோ
இன்னும் சற்று நேரத்திலோ...
இந்த சயாம் காட்டிலே
என்னுயிர் பிரிந்திடும் நடராசனே...

(நன்றி: 'நடராச பத்து')

என்ற பாடலை திக்கித் திக்கி முணுமுணுப்பார்கள்.

கஞ்சி - சுடுதண்ணீர் கொடுக்க வரும் வயதானவர்கள் தவிர வேறு யாரும் 'மருத்துவமனை'க்கு வர மாட்டார்கள்.

குறிப்பாக டாக்டர்கள்.

ஏனெனில் யாரிடமும் எந்த இடத்திலும் மருந்தோ மாத்திரையோ இல்லை.

எனில், அதை ஏன் 'மருத்துவமனை' என்று சொல்லவேண்டும். சும்மாதான்.

உண்மையில் அது சாவுக் கொட்டகை...

துடிக்கத் துடிக்க இறக்க வேண்டும். அதற்காக ஒதுக்கப்பட்ட இடமே 'மருத்துவமனை'.

உடல் உறுப்பு சிதைந்தவர்களையும், காய்ச்சல் ஏற்பட்டவர்களையும் 'இந்த' இடத்துக்கு அனுப்பிவிடுவார்கள்.

அத்துடன் அந்த தொழிலாளியை மற்றவர்கள் மறந்துவிட வேண்டியதுதான். ஏனெனில் 'மருத்துவமனை'யில் இருந்து எந்த நோயாளியும் குணமாகி திரும்பியதில்லை.

இறந்த நோயாளிகளை புதைக்கவோ எரிக்கவோ மாட்டார்கள். அவர்கள் சடலத்தின் மீதே புதிதாக வரும் நோயாளி படுக்க வைக்கப்படுவார்...

உயிர்ப் பாதை

16

பாறைகளை வெடிவைத்து தகர்க்கும் பணியில் அதிகளவில் தொழிலாளர்கள் பலியானார்கள்.

இதைக் கண்டு ஜப்பானியர்கள் அஞ்சினார்கள்.

இருக்கும் கொஞ்ச நஞ்ச மனித உழைப்பையும் இப்படி காவு கொடுத்துவிட்டால் எப்படி குறிப்பிட்ட காலத்துக்குள் ரயில்பாதை அமைக்க முடியும்?

எனவே இழப்பை தவிர்க்க என்ன செய்யலாம் என்று யோசித்தார்கள்.

இவர்களுக்கு முன்பாகவே தங்கள் அனுபவ அறிவால் இதற்கு தீர்வு காண மீதமிருந்த தொழிலாளர்கள் முற்பட்டனர்.

முதல் கட்டமாக சிற்றுளி கொண்டு பாறைகளை துளைத்து அதற்குள் வெடி மருந்துகளை புதைத்தனர்.

பின்னர் தகர டின்களில் தண்ணீரை கொண்டு வந்தனர். தூசு பரவாமல் இருக்க நீரை ஊற்றினர்.

குறிப்பிட்ட தூரத்துக்கு வெடி மருந்துகளைப் புதைத்து முடித்தவுடன் -

ஏதோ சொல்லி ஜப்பானியன் கத்துவான்.

அந்த வார்த்தையின் பொருள் வேலை பார்த்துக்கொண்டிருப்பவர்களுக்கு தெரியாது.

இப்படி கத்தியதும் பள்ளம் பார்த்து பதுங்க வேண்டும் என்பதை அறிந்திருந்ததால் அர்த்தம் குறித்து அவர்கள் கவலைப்படவில்லை.

அனைவரும் பாதுகாப்பான இடங்களுக்கு சென்றுவிட்டார்களா என்று சரிபார்த்துவிட்டு இணைப்புகள் மூலம் வெடிமருந்து குழிகள் அனைத்தையும் சங்கிலித் தொடராக ஒரு ஜப்பானியன் பற்ற வைப்பான்.

இதனால் ஓரளவு - ஆம் ஓரளவுதான் - உயிர்ச் சேதம் தடுக்கப்பட்டது.

புகைமூட்டம் அடங்கியதும் -

வெடித்துச் சிதறிய பாறைகளை ஒரு கூட்டம் அப்புறப்படுத்தும்.

இன்னொரு கூட்டம் அடுத்த பக்கம் வெடி மருந்து புதைக்கும் வேலையைதொடங்கும்.

இப்படித்தான் மலைகளில் கணவாய் அமைத்தார்கள்.

நியாயமாகப் பார்த்தால் -

பகலில் வெடிகளை புதைக்க வேண்டும்.

இரவில், ஆட்கள் இல்லாத நேரத்தில் அதை வெடிக்கச் செய்ய வேண்டும்.

இதுதான் முறை.

ஆனால் -

முறைகளை குறித்து ஜப்பானியர்கள் கவலைப்படவில்லை. நியாய அநியாயங்களை சட்டை செய்யவில்லை. மக்கள் கூட்டத்தை அருகில் வைத்துக்கொண்டே அதுவும் பட்டப்பகலில் வெடி வைத்து தகர்த்தனர்.

முடிந்தவரை உழைக்கும் தொழிலாளர்களை பறிகொடுக்காமல் பார்த்துக்கொள்வது... மின்னலை விட வேகமாக வேலைகளை முடிப்பது.

இது மட்டுமே அவர்கள் நோக்கமாக இருந்தது.

இதையும் மீறி எந்தத் தொழிலாளியாவது பலியானால் -

வருந்தக் கூடாது. ஒப்பாரி வைக்கக் கூடாது. சடலத்தை தூக்கிப் போட்டுவிட்டு பணியை தொடர வேண்டும்.

இப்படித்தான் கட்டளைகளை பிறப்பித்து வேலை வாங்கினார்கள்.

தொழிலாளர்களுக்கு மன தைரியம் அளிப்பதற்காக - உடன் ஒரு ஜப்பானிய மருத்துவரை வைத்துக் கொண்டார்கள்.

இந்த டாக்டரால் தங்களுக்கு ஒரு பலனும் இல்லை என்பதை உணர தொழிலாளர்களுக்கு அதிகநேரம் பிடிக்கவில்லை.

இதற்கு உதாரணமாக உறையவைக்கும் ஏராளமான கொடூர சம்பவங்களை வரலாறு பதிவு செய்திருக்கிறது.

82

உயிர்ப் பாதை

மலேசிய எழுத்தாளரான அ.ரெங்கசாமி, பாதிக்கப்பட்டவர்களை நேரில் சந்தித்து, அவர்களுடன் பேசி, உண்மைக்கு நெருக்கமாக 'நினைவுச் சின்னம்' என்னும் நாவலை எழுதியிருக்கிறார். கோவையை சேர்ந்த 'தமிழோசை பதிப்பகம்' வெளியிட்டிருக்கும் இந்த புதினத்தில் ஜப்பானிய மருத்துவர்கள் எந்தளவுக்கு ஈவு இரக்கமின்றி தமிழ்த்தொழிலாளர்களுக்கு 'சிகிச்சை' அளித்தார்கள் என்பது பதிவாகியிருக்கிறது.

என்னதான் முன்னெச்சரிக்கை நடவடிக்கை எடுக்கப்பட்டாலும் -

தொழிலாளர்கள் சூழ்ந்திருக்கும்போதுதானே பாறைகள் வெடி வைத்து தகர்க்கப்பட்டன?

எனவே தங்கள் உடல் உறுப்புகளை இழக்கும் நிலைக்கு அவர்கள் தள்ளப்பட்டார்கள்.

விமானத்திலிருந்து வெடிகுண்டு வீசியது போல் பாறைகள் சிதறி... புகை மூட்டமும் தூசியும் ஓய்ந்ததும் -

'ஆ...' என யாராவது அலறுவது கேட்கும்.

பார்த்தால் -

எந்தத் தொழிலாளியாவது துடித்துக்கொண்டிருப்பார். சிதறிய பாறைக்கல் அவரது வலது அல்லது இடது காலில் விழுந்து அழுத்திக் கொண்டிருக்கும்.

அதை நகர்த்தக்கூடாது. சக பாட்டாளிகளின் துணையுடன் அப்படியே அந்தக் கல்லை எச்சரிக்கையுடன் தூக்கி அப்புறப் படுத்த வேண்டும்.

அதுவரை சமாளித்துக்கொண்டிருந்த பாதிக்கப்பட்டவர் -

இப்போது தன் காலின் கதியை பார்த்து மயங்குவார்.

ஏனெனில் முழங்காலுக்கு கீழே நொறுங்கிக் கிடக்கும்.

சிகிச்சை அளிக்க சக தொழிலாளர்கள் முற்படுவார்கள்.

இதற்குள் கூட்டம் சேர்ந்திருப்பதைப் பார்த்து தள்ளி நின்ற ஜப்பானியன் தன் பற்களை கடிப்பான்.

வேலையை தொடராமல் என்ன செய்கிறீர்கள்... என்று கத்தியபடி ஓடி வருவான். தன் கையிலிருந்த தடியால் குழுமியிருந்தவர்களின் தலையிலும் முதுகிலும் சுளீர் சுளீர் என அடிப்பான்.

அதை வாங்கியபடியே பாதிக்கப்பட்டவரை சுட்டிக் காட்டு வார்கள்.

உடனே -

"பக்கரோ..." என அந்த ஜப்பானியன் குரல் எழுப்புவான்.

ஆங்காங்கே கண்காணிப்பில் ஈடுபட்டிருந்த மற்ற ஜப்பானிய வீரர்கள் விரைந்து வருவார்கள்.

அவர்களில் மருத்துவராக அறியப்பட்டவரும் இருப்பார்.

நொறுங்கிக் கிடந்த காலை பார்த்ததும் ஜப்பானியமொழியில் ஏதோ முணுமுணுப்பார்.

உடனே ஒரு ஜப்பானியன் தண்டவாளக் கட்டைகளை அறுத்துக் கொண்டிருப்பவர்களை நோக்கி ஓடுவான். அவர்களிடம் இருந்து ரம்பத்தை வாங்கி வருவான்.

இதற்குள் மற்ற ஜப்பானிய வீரர்கள் சிதைந்த கால்களுடன் இருக்கும் தொழிலாளியை ஆளுக்கொரு பக்கம் பிடித்தபடி காட்டுப் பகுதிக்கு சுமந்து செல்வார்கள். எதிர்படும் சமதளத்தில் படுக்க வைப்பார்கள்.

பாதிக்கப்பட்ட தொழிலாளி துள்ளாமல் பார்த்துக்கொள்ளும் படி 'அமைதியாக' டாக்டர் சொல்வார்.

உடனே மற்றவர்கள் திசைக்கு ஒருவராக குனிந்து அமுக்கிப் பிடிப்பார்கள்.

சம்பந்தப்பட்ட தொழிலாளி தலையில் துண்டு கட்டியிருந்தால் அதை எடுத்து அவரது முகத்தை முழுவதுமாக மூடுவார்கள்.

இதன் பிறகு இடுப்பிலிருந்து சிறிய கத்தியை எடுத்து -

கழுத்தை அறுப்பது போல் சிதைந்த காலின் மேல்பாகத்தில் -

மூட்டுக்குக் கீழே வளையம் போன்ற தோலை டாக்டர் அறுப் பார். வளையத்துக்கு மேல் பாகத்தில், நீளவாட்டத்தில், அழுத்தமாக நான்கு கீறல்கள் போடுவார்.

பின்னர் வாழைப்பழத் தோலை உரிப்பது போல் -

நான்கு பகுதிகளாக -

தோலை உரிப்பார்.

இறைச்சியும் எலும்பும் இப்போது தெரியும். ரத்தம் பெருகும்.

அதை ஒருமுறை உற்றுப் பார்ப்பார். மூச்சை இழுத்துப் பிடித்த படி ரம்பத்தால் கரகரவென்று அறுப்பார்.

இவை அனைத்தையும் மயக்க மருந்தை கொடுக்காமல் செய்வார்கள்.

ஆம். பாதிக்கப்பட்ட தொழிலாளி சுயநினைவுடன் இருப் பார். தோல் சீவப்படுவதை, ரம்பத்தால் கால் அறுக்கப் படுவதை துடிக்கத் துடிக்க அனுபவிப்பார்.

முழுமையாக அறுத்து முடித்ததும் -

கையோடு வந்த காலை டாக்டர் தூக்கிப் போடுவார். பதற்றப் படாமல் வாழைப்பழத்தோல் போன்று தொங்கிக் கொண்டிருந்த

நான்கு தோலையும் இணைத்து தைப்பார்.

பிறகு எதுவும் நடக்காதது போல் தண்ணீரில் தன் கைகளை கழுவிக்கொள்வார். நடையை கட்டுவார்.

'ஆபரேஷன்' செய்யப்பட்ட தொழிலாளி மயக்கத்துக்கும் நினைவுக்கும் இடையில் ஊசலாடுவார்.

தையல் போட்ட இடத்தில் ரத்தம் கசிந்தபடி இருக்கும். ஈக்கள் மொய்க்கும்.

மோப்பம் பிடித்தபடி வந்த விலங்குகள் -

துண்டிக்கப்பட்ட காலை குதற காத்திருக்கும்.

பறந்து வந்த கழுகுகள் -

மரக் கிளையில் அமர்ந்தபடி பார்த்துக்கொண்டிருக்கும்.

மற்ற தொழிலாளர்கள் அவர் அருகில் செல்லக்கூடாது. பணியை தொடர வேண்டும். இல்லாவிட்டால் அடி விழும்.

அன்றைய வேலை முடிந்ததற்கு அறிகுறியாக மாலையில் ஜப்பானியர்கள் விசில் ஊதிய பின்னரே பாதிக்கப்பட்ட தொழிலாளியை மற்றவர்களால் பார்க்க முடியும்.

உணர்விழந்த நிலையில் காணப்படுபவரை பூத்தாயிக்கு சுமந்து செல்வார்கள்.

மருந்து மாத்திரை இல்லாமல் அந்த தொழிலாளி குணமானால் -

அவர் புண்ணியம் செய்திருக்கிறார் என்று அர்த்தம்...

ரயில் பாதைக்கான கணவாய்கள் இப்படித்தான் உருவாகின. உருவாக்கப்பட்டன.

17

இந்த இடத்தில் உண்மையாக்கப்பட்ட பொய் ஒன்றை மறுக்க வேண்டிய கட்டாயம் ஏற்பட்டுள்ளது.

வேறொன்றுமில்லை. 'சயாம் - பர்மா தொடர் வண்டிப் பாதை கட்டுமானத்தை முற்றும் முழுதுமாக போர்க் கைதிகளை கொண்டே மேற்கொள்ளப் பட்டன...' என்பதுதான் அது.

இதற்கு ஆதாரமாக பல்வேறு நூல்களும், ஆவணங்களும் வெளியிடப்பட்டுள்ளன. இவை அனைத்திலும் போர்க் கைதிகள் பற்றிய செய்திகளே முன்னிறுத்தப்பட்டுள்ளன.

குறிப்பாக 1957ல் வெளியான *'The Bridge on the River Kwai'* என்ற ஹாலிவுட் படம், அப்போது கிடைத்த ஆதாரத்தை வைத்துக்கொண்டு, வெறும் போர்க்கைதிகள் மட்டுமே சயாம் - பர்மா மரண ரயில் பாதையை அமைத்ததாக பதிவு செய்திருக்கிறது. உண்மைக்கு நெருக்கமான படம் என்ற பெயரில், உண்மைக்கு புறம்பான காட்சிகளை கோர்த்திருக்கிறது.

உண்மையில் இது அடிப்படையற்ற செய்தி மட்டுமல்ல. ஜமுக்காளத்தில் வடிகட்டிய பொய்யும் கூட. ஆசியத் தொழிலாளர்களையும், குறிப்பாக தமிழர்களையும் இருட்டடிப்பு செய்யும் முயற்சி இது.

ஏதோ உணர்ச்சி வேகத்தில் இப்படி மிகைப்படுத்தி சொல்வதாக நினைக்க வேண்டாம். தொடர் வண்டிப் பாதைக்கான கட்டுமானப் பணிகளில் ஈடுபட்டவர்களில் 70%க்கும் மேற்பட்டவர்கள் ஆசிய - தமிழ்த்தொழிலாளர்களே என்பதற்கு வலுவான ஆதாரங்களும் இருக்கின்றன.

இவற்றை பதிவு செய்தவர்கள் தமிழர்கள் அல்ல... ஆங்கிலேயர்கள் என்பதுதான் அடிக்கோடிட்டு இங்கு குறிப்பிட வேண்டிய விஷயம்.

'The Thai - Burma Railway has been mythologised - mainly by the film, 'The Bridge on the River Kwai' and by numerous books - as being built almost exclusively by Allied prisoner of war. Yet anyone who says

the Phrase 'the railway built by POWs (prisoner's of war) in the second world war' or similar, ignores the fact that 70% of the workforce were contracted or conscripted Asian from Burma, Malaya and to a lesser number Singapore and Java and their death rate was more than twice of the prisoner's of war...'

- THE THAI - BURMA RAILWAY: The True History of the Bridge on The River Kwai (page 39).

இத்துடன் ஆதாரங்கள் நிற்கவில்லை. இன்னும் தொடர்கின்றன.

தாய்லாந்து நாட்டின் முன்னாள் காவல்துறை அதிகாரியான டாப் நிட் (Dap Nid) -

"வேலை செய்தவர்களில் பெரும்பாலோர் இந்தியராவர். குறைந்த எண்ணிக்கையிலான மலாய் இனத்தவர்களும் வேலை செய்தனர்..." (...Dap Nid Added that most of the Malayans were Indians and the rest Malays) என்று 'The Star - 12.11.2002 இதழில் குறிப்பிட்டிருக்கிறார்.

போலவே -

காஞ்சனாபுரி சமயமன்றத் தலைவர் கனிமுல்லா பாதான் (Khanimullah Phatan) -

"தொழிலாளர்களுள் அதிகமானோர் இந்தியர்களாவர். குறை வான மலாய் இனத்தவர்களும் மிகக்குறைவான சீனர்களும் வேலை செய்தனர்..." (The majority were Indians, while the rest were Malays and few chinese from singapore) - The Star 12.11.2002 என்றும் -

போர்க் கைதிகளுக்கு மருத்துவராக பணியாற்றிய எட்வர்ட் டன்லப் (Sir Edward Dunlop) -

"The men out last night got in at 0445 hours and reported that the rail was now across with the first train, a diesel engine rail layer. The rail layer's are a small gang of very well - fed tommies and numerous Tamils..." (The War Diaries of Weary Dunlop: 16 July 1943 - page 268) -

என்றும் குறிப்பிட்டிருக்கிறார்கள்.

ஒரு சோறு பதமாகத்தான் இந்த ஆதாரங்கள் இங்கு குறிப் பிடப்பட்டுள்ளன. இது போல் மனிதாபிமானமுள்ள பலர், நேர்மையாக தங்கள் பேட்டிகளிலும் நூல்களிலும் தமிழ்த் தொழி லாளர்களின் பங்களிப்பை, உயிர் நீத்த துயர வரலாற்றை பதிவு செய்துள்ளனர்.

அதற்காக ஆசிய - தமிழ் தொழிலாளர்கள் மட்டுமே ரயில் பாதை அமைத்தனர் என்ற முடிவுக்கு வரக் கூடாது. அப்படி இந்தத் தொடரில் நாம் குறிப்பிடவும் கூடாது.

அது -

எப்படி ஜப்பானியர்கள் தமிழர்களின் பங்களிப்பை இருட்ட டிப்பு செய்தார்களோ -

அப்படி போர்க் குற்றவாளிகளின் பங்களிப்பை நாம் இருட்ட டிப்பு செய்தது போல் ஆகும்.

எனவே, குறைந்த எண்ணிக்கையில் என்றாலும், போர்க் கைதி களாக பிடிக்கப்பட்ட ஆங்கிலேயர்களும் ரயில்பாதை அமைக் கும் பணியில் ஈடுபடுத்தப்பட்டனர் என்பதை பதிவு செய்தே ஆக

உயிர்ப் பாதை

வேண்டும்.

எல்லாம் சரி. அதென்ன போர்க்கைதிகள் (*POW - Prisoner's of War*)?

ஒரு நாட்டை இன்னொரு நாடு கைப் பற்றும்போது -

அந்த நாட்டில் அப்போது வசித்து வந்த, அந்த நாட்டை சேராத பிற நாட்டினரை, கைப்பற்றிய நாடு சிறைப் பிடித்தால் -

சிறைப் பிடிக்கப்பட்டவர்கள் போர்க் கைதிகள் என்று அழைக்கப்படுவார்கள்.

அந்த வகையில் மலாயா, சிங்கப் பூர் ஆகிய நாடுகளை ஜப்பான் கைப் பற்றியபோது -

அங்கிருந்த இங்கிலாந்து, போலந்து, ஆஸ்திரேலியா, அமெரிக்கா, கனடா, நியூசிலாந்து ஆகிய நாடுகளைச் சேர்ந்த படை வீரர்களையும், தொழில்நுட்ப வல்லுநர்களையும் சிறைப்பிடித்தனர். சிங்கப் பூரில் மட்டுமே 80 ஆயிரம் நேசப்படைகள் கைது செய்யப்பட்டதாக புள்ளிவிவரம் சொல்கிறது.

இவர்களில் ஆஸ்திரேலியாவை சேர்ந்தவர்களே அதிகம்.

1929, ஜூலை 27 அன்று ஜெனிவா மாநாட்டு ஒப்பந்தம் நிறைவேற்றப் பட்டது.

போர்க்கைதிகளை அணுகும் முறைகளும் அவர்களுக்கு பாதுகாப்பு அளிக்கும் நிலைகள் பற்றியும் ஆய்வு மேற்கொள்ளப்பட்டு நிறைவேற்றப்பட்ட இந்த ஒப்பந்தத்தில் -

ஜப்பானும் கையெழுத்திட்டது.

ஆனால் -

1940க்கு பின் 'ஆசியா ஆசியர்களுக்கே' என்ற கோஷத்துடன் -

தெற்காசிய பகுதிகளை ஜப்பான் கைப்பற்றத் தொடங்கியதும் -

இந்த ஒப்பந்தத்தை மீற ஆரம்பித்தது. போர்க்கைதிகள் மீதும், ஆசியத் தொழிலாளர்கள் மீதும் ஜப்பானியர்கள் இழைத்த கொடுமைகளுக்கு அளவே

யில்லை. 'போர்க் கைதிகளை முறையாக கையாள்வோம்... அவர் களுக்கு உரிய பாதுகாப்பை அளிப்போம்...' என ஒப்பந்தத்தில் கையெழுத்திட்டு அதற்கு எதிராக செயல்பட்டனர்.

1942, பிப்ரவரி 17 அன்று போர்க் கைதிகளை சிங்கப்பூர் சாங்கி போர் முகாமில் (Singapore Changi War Camp) அடைத்தனர்.

இந்த கைதிகளில் -

28 ஆயிரத்து ஐந்நூறு பேர் இங்கிலாந்தை சேர்ந்தவர்கள். 18 ஆயிரம் பேர் ஆஸ்திரேலியா. 67 ஆயிரம் பேர் இந்தியர்கள். 14 ஆயிரம் பேர் உள்நாட்டை சேர்ந்தவர்கள்.

இந்த முகாம், சிறைச்சாலைக்கு நிகராக இருந்தது. அடைக்கப் பட்டவர்களுக்கு வெறும் அரிசிக் கஞ்சியே வழங்கப்பட்டன. பலருக்கு இந்த உணவு ஏற்புடையதாகவும், போதுமானதாகவும் இல்லை. எனவே வயிற்றுப்போக்கு, உடல் சோர்வு, எலும்பு ருக்கி போன்ற நோய்கள் தாக்கின. இட நெருக்கடியால் தங்குவ தற்கு இடமின்றி தவித்தனர். இயல்பாக உட்காரவும் படுக்கவும் முடியவில்லை. உடைகள் கொடுக்கப்படாததால் வெயிலில் வாடியும், குளிரில் நடுங்கியும் வாழ்ந்தனர். இதனால் உடல் நலமும் மனநலமும் பாதிக்கப்பட்டது.

இந்த சாங்கி போர் முகாம் ஒரு சாம்பிளதான். இது போன்று ஆங்காங்கே பல முகாம்கள் அமைக்கப்பட்டு போர்க் கைதிகள் தங்க வைக்கப்பட்டனர்.

ஆசியத் தொழிலாளர்களை எப்படி ரயில்பாதை அமைக்க அழைத்துச் சென்றார்களோ -

அப்படி போர்க்கைதிகளையும் இழுத்துச் சென்றனர்.

காரணம், பிடிபட்ட போர்க் கைதிகளில் பலர் பல்வகை தொழில்நுட்ப ஆற்றலை பெற்றிருந்தனர். போரிடும் திறனோடு மருத்துவம், பொறியியல், கட்டிட வடிவமைப்பு, சமையல், கட்டு மானம், தகவல் தொழில்நுட்பம் ஆகியவற்றிலும் தேர்ச்சி பெற்றி ருந்தனர்.

எனவே ரயில் கட்டுமானப்பணிக்கு இவர்களது ஆற்றலையும் திறனையும் முழுமையாக ஜப்பான் பயன்படுத்திக்கொண்டது.

கட்டுமானப் பணிகளை ஜப்பானின் ஐந்தாவது - ஒன்பதாவது படையணிகள் (Imperial Japanese Army's 5th and 9th Railway Regiments) மேற்கொண்டன.

பர்மாவில் ஐந்தாவது படையணியும் -

சயாமில் ஒன்பதாவது படையணியும் -

பொறுப்பேற்றனர்.

அந்த வகையில் கிட்டத்தட்ட இரண்டாயிரத்து ஐந்நூறு ஜப் பானிய ராணுவ அதிகாரிகள் வேலைக்கு அமர்த்தப்பட்டார்கள்.

இந்த போர்க் கைதிகளும், ஆசிய - தமிழகத் தொழிலாளர்கள் தங்கவைக்கப்பட்ட பூத்தாயிக்கு அருகிலேயே -

இன்னொரு பூத்தாயியில் அடைக்கப்பட்டனர். இவர்களிடம் தப்பித் தவறிக்கூட ஆங்கிலம் தெரிந்த தொழிலாளர்

கள் பேசவோ ஆங்கிலம் தெரியாத தொழிலாளர்கள் சிரிக்கவோ கூடாது.

மீறினால் மரணம் நிச்சயம்.

அந்த இறப்பும் நொடியில் ஏற்படாது.

போர்க் கைதிகளிடம் பேசிய அல்லது சிரித்த தொழிலாளர்களை மரத்தில் கட்டுவார்கள்.

தண்ணீரையோ உணவையோ வழங்கமாட்டார்கள்.

கை வலிக்கும் வரை சவுக்கால் அடிப்பார்கள்.

பிறகு ஓய்வெடுப்பார்கள்.

பின்னர் புத்துணர்ச்சியுடன் விளாசுவார்கள்.

இப்படி கொஞ்சம் கொஞ்சமாக சவுக்கால் அடித்து சிறுகச் சிறுக ஜப்பானியர்கள் கொல்வார்கள்.

இவை அனைத்தும் மறைவாக அல்ல... மற்ற தொழிலாளர்கள் பார்க்கவே நடைபெறும்.

இதன் வழியாக போர்க் கைதிகளிடம் யார் பேசினாலும் சிரித்தாலும் இதுதான் கதி என மனதில் பதியவைத்தார்கள்...

◆ கே.என்.சிவராமன்

18

காவிரி போல் பரந்து விரிந்திருக்கும் ஆறு தான் குவாய்நதி. சயாம் நாட்டின் மேற்குப் பகுதியில் இருக்கிறது. மழைக்காலத்தில் வெள்ளம் பொங்கி கரைபுரண்டு ஓடும். கோடையில் வறண்டு காணப்படும்.

எல்லா ஆறுகளையும் போல் இதற்கும் உபநதிகள் உண்டு. ஒவ்வோர் இடத்தில் ஒவ்வொரு நதி கலக்கும். அப்படி ஒரு உபநதியை கடந்து ரயில் செல்வதற்காக மரப்பாலம் அமைக்கும் பணி ஆரம்பமானது.

ஆம். மரப்பாலம்தான். இரும்பினால் பாலம் கட்டும் முறை அப்போது புழக்கத்தில் இல்லை. இரும்பின் விலையும் அன்று வாங்கும் நிலையில் இல்லை.

ஜப்பானியர்களுக்கு சயாமே புதிது என்னும்போது குவாய் நதியின் தன்மை குறித்து எப்படித் தெரியும்?

எனவே அரிசி மூட்டைகளை - வாக்கியப் பிழையோ, சொற் பிழையோ இல்லை. அடிக்கோடிட்டு படிக்க வேண்டிய சொல் தான் - ஆற்றில் அடுக்கி, அதன் மீது மூங்கில்களையும், காட்டு மரங்களையும் கொண்டு பாலம் அமைத்தனர்.

தொழிலாளர்களுக்கு வயிறு நிறைய அல்ல. அரை வயிறு நிரம்பக் கூட உணவிடத் தயங்கியவர்கள், மூட்டை மூட்டையாக அரிசியை ஆற்றில் அடுக்கினார்கள். பசியோடு ஒட்டி உலர்ந்து காணப்பட்ட தொழிலாளர்களை அடுக்கச் சொன்னார்கள்.

அப்போது அவர்கள் மனம் என்ன பாடுபட்டிருக்கும்? எப்படி யெல்லாம் குமுறியிருப்பார்கள்?

ஜப்பானியர்களுக்கு இது தெரியவில்லை.

ஆனால் -

இயற்கைக்கு தெரிந்திருந்தது. எனவேதான் தன் சீற்றத்தை காட்டியது.

முந்தைய நாள் மரப்பாலம் அமைக்கும் பணியை தொடங்கி விட்டு உறங்கச்சென்ற தொழிலாளர்கள் மறுநாள் பொழுது விடிந்த

போது அதிர்ந்து நின்றார்கள்.

மழையை சகியாகவும், ரட்சகியாகவும், ராட்சஷியாகவும் உருவ கப்படுத்தலாம் எனில் -

அந்த விடியலை ராட்சஷி ஆட்சி செய்துகொண்டிருந்தாள். பேய் மழை.

மலாய் தோட்டங்களில் தொழிலாளர்கள் வேலை பார்த்தபோது மழை நாட்களில் விடுமுறை கிடைக்கும்.

ஆனால் -

சயாமுக்கு வந்த பிறகு அப்படி எந்த அற்புதமும் நிகழவில்லை. மாறாக ஜப்பானிய அதிகாரிகள் விசிலை ஊதினார்கள்.

வேலைக்கு செல்ல வேண்டும்.

மழையில் நனைந்தபடி, சேற்றில் பாதம் வழுக்காதபடி கவனமாக பூத்தாயில் இருந்து ஆற்றை நோக்கி நடந்தார்கள்.

பணியிடத்தை அடைந்ததுமே அனைவருக்கும் ஜன்னி கண்டு விட்டது.

காரணம் -

முந்தைய நாள் அவர்கள் அமைத்த பாலம் -

முழுமையாக வெள்ளத்தில் அடித்துச் செல்லப் பட்டிருந்தது.

ஜப்பானியர்கள் தலையை பிய்த்துக் கொண்டார்கள். பைத்தியம் பிடித்தது போல் அங்கும் இங்கும் ஓடினார்கள். பாலம் அமைக்க வரை படம் தயாரித்துக் கொடுத்ததுடன் உடன் இருந்து வேலைகளும் பார்த்த வெள்ளைக்கார பொறியியல் வல்லுநர்களை - போர்க்கைதி களை - தரதர என இழுத்து வந்து அறைந்தார்கள். அடித்தார்கள். உதைத்தார்கள்.

என்ன செய்வதென்று தெரியாமல் தொழிலாளர்கள் பிரமை பிடித்து நின்றார்கள்.

மழை கொட்டிக்கொண்டிருந்தது.

கூடி பேசினார்கள். சத்தம் போட்டு உத்தரவு பிறப்பித்தார்கள். அட்சரம் பிசகாமல் ஜப்பானியமொழி.

ஒருவருக்கும் புரியவில்லை. குருத்தோக்கள்தான் தங்கள் குழு வினருக்கு புரிய வைத்தார்கள்.

'இன்று மாலைக்குள் பாலம் கட்டி முடிக்கப்பட வேண்டும். இல்லை யென்றால் இரவிலும் பணியை தொடர வேண்டும். மழையைப் பற்றி கவலைப்பட வேண்டாம். நனைய நனைய உடல் அதற்கு ஏற்ப மாறி விடும். ம். ஆகட்டும்...'

இதனை தொடர்ந்து 'குரா' சத்தம் மட்டுமே மழையை மீறி ஒலித்தது. சவுக்கு, கம்புகளுடன் விரட்டி விரட்டி வேலை வாங்கி னார்கள்.

எங்கிருந்தோ சில யானைகளை சயாமிய ஆண்கள் ஓட்டி வந்தார்கள். எருமை மாட்டு வண்டிகள் அரிசி மூட்டைகளை சுமந்து வந்து கொட்டிக்கொண்டேயிருந்தன.

மழை நிற்கவில்லை.

காட்டுக்குள் மரங்களை வெட்டி, யானைகளின் உதவியோடு

◆ கே.என்.சிவராமன்

ஒரு குழு கரைக்கு கொண்டு வந்தது.

கட்டுகின்ற பாலம் மீண்டும் வெள்ளத்தில் அடித்துச் செல்லக் கூடாது என்பதற்காக இம்முறை நீர்மட்டத்துக்கு மேல் பல அடி உயரத்தில் பாலம் அமைக்க வேண்டும் என்று போர்க் கைதிகள் சொன்ன யோசனையை அமல்படுத்த முயன்றார்கள்.

ஆற்றின் அடிப்பகுதியிலும், இருமருங்கிலும் பாறைகள். இதைத் தாண்டி மரத்தூண்களை புதைப்பதற்கு தொழிலாளர்கள் போராடினர்.

ஆற்றின் இரு கரைகளிலும், நடுவிலும் பெரியப் பெரிய மரத்தூண்களை நிறுத்தி, அவற்றோடு நீள்சதுர வடிவில் வரிசையாக மரங்களை இணைத்து ஊன்றி பாலம் அமைக்கும் பணியை இன்னொரு குழுவினர் மேற்கொண்டனர்.

அமைக்கப்பட்ட பக்கதூண்களுக்கான இடைவெளியில் அரிசி மூட்டைகளை பலர் அடுக்கத் தொடங்கினர்.

மழை நிற்கவில்லை.

ஆற்றின் நடுப்பகுதியில், வெள்ளத்தைத் தாண்டி தூண்களை ஊன்றுவது மரணத்தோடு போராடுவதற்கு சமமாக இருந்தது. ஆற்றின் போக்கு ஒரு பக்கம் இழுத்தது. கொட்டும் மழை கண்களை மறைத்தது. இதையும் தாண்டி வேலை நடந்தது. சுளிர் சுளிர் என முதுகில் சவுக்கடி விழுந்து கொண்டேயிருந்தது.

யானைகள் மரங்களை தூக்கிக் கொடுக்க, கழுத்தளவு நீரில் அவற்றை தாங்கிப் பிடித்து நிமிர்த்தி, ஊன்றி இரும்புக் கொக்கிகள் போட்டு இணைத்தனர்.

இது போன்ற தருணங்களில் பழமொழி உயிர்பெற்று எழும் என யார்தான் நினைத்திருப்பார்கள்?

ஆனால் -

அதுவும் ஆங்காங்கே நடந்தேறியது.

'யானைக்கும் அடி சறுக்கும்'.

சறுக்கியது.

கனமான மரத்தை சுமந்து வந்து தூக்கிக் கொடுத்த யானைகளில் ஒன்று -

கருங்குன்று சரிவது போல் பிளிறலுடன் சாய்ந்தது.

விளைவு, தூக்கி நிறுத்தப்பட்ட மரம் -

ஆட்களின் பிடியைவிட்டு நழுவி -

தண்ணீரில் விழுந்தது.

நீருக்குள் நின்றிருந்த தொழிலாளர்களின் மீது...

அம்மா...

ஐயோ...

ஆ...

ஆற்றிலிருந்து குரல்கள்.

பலரது தலைகள் நொறுங்கின. சிலரது உடல்கள் சிதைந்தன. நொடிக்கும் குறைவான பொழுதில் அவர்கள் ஆற்றில் அடித்துச் செல்லப்பட்டார்கள்.

மயிரிழையில் பிழைத்தவர்கள் -

தங்களுடன் இருந்தவர்களின் பெயரை சொல்லி அழைத்தார்கள்.

பதில் குரல் வரவில்லையென்றால்...

ஆற்றில் இறங்கி தங்கள் சகாக்களை தேடினார்கள். ஆங்காங்கே அடிபட்டு வெள்ளத்தில் தத்தளித்தவர்களை கரை சேர்த்தார்கள்.

தலை மட்டும் தெரிய சிலர் கரையில் ஒதுங்கினார்கள் - சடலமாகவும் உயிருடனும்.

ஆனால் -

இறந்திருக்கலாம் என்று வருத்தப்படும் நிலையில் பிழைத்தவர்

கள் இருந்தார்கள் என்பதுதான் கொடூரம்.

சிலருக்கு முதுகுத்தண்டு சுக்குநூறாக உடைந்திருந்தது.

இடுப்புக்கு கீழே சட்னி போல் கூழானவர்கள் அநேகம்.

மழை நிற்கவில்லை.

மருந்தில்லை. மாத்திரை இல்லை. முதலுதவி செய்து பிழைக்க வைக்க மருத்துவரில்லை.

அடிபட்டவர்களை, ஆற்றோடு போனவர்களைப் பற்றி அவரவர்களைச் சார்ந்தவர்கள்தான் தேடி அலைந்து கவலைப்பட்டார்களே தவிர –

ஜப்பானியர்கள் கண்டுகொள்ளவேயில்லை.

மாறாக, தேடிக் கொண்டிருந்தவர்களையும், துக்கம் விசாரித்தவர்களையும் அடித்து விரட்டி மீண்டும் வேலையில் ஈடுபட வைப்பதில் அதிக அக்கறை காட்டினர்.

மழையும் வேலையும் நிற்கவில்லை.

சாப்பாட்டு நேரத்தில் விசில் சத்தம் எழுந்தது.

மழையில் எப்படி நாற்றம் எடுக்கும் உணவை சாப்பிட முடியும்?

மறைவிடங்களை தேடிச் சென்று தங்கள் ஆடைகளை பிழிந்து மீண்டும் உடுத்திக்கொண்டனர். காட்டு இலைகளை பறித்துக் கைகளில் ஏந்தியபடி சாப்பாட்டு வரிசையில் நின்றனர்.

கொட்டும் மழை.

வெட்ட வெளி.

உணவு பரிமாறப்பட்டது.

சோற்றில் மழை நீர் பெருகி ஓடியது.எடுத்து வாயில் வைக்க முடியவில்லை. நாற்றம் குடலைப் பிடுங்கியது.

இலையோடு வீசி எறிந்தார்கள்.

கொட்டகை போட்டு காய்ச்சிக் கொடுத்த சுடுநீர் கூட சில்லிட்டிருந்தது.

நாலாபக்கமும் சிதறிக் கிடந்த உடல்களையும், அடிபட்டு மருத்துவ உதவி இன்றி குற்றுயிரும் குறை உயிருமாக தவித்துக் கொண்டிருந்தவர்களின் மரண ஓலத்தையும் பார்த்தவர்களுக்கு எதிர்காலம் குறித்த அச்சம் மீண்டும் எழுந்தது.

ஊஊஊஊஊஊஊஉ....

இரண்டாவது விசில்.

வேலை தொடங்கியது.

ஜப்பானியர்களின் அடிக்குப் பயந்தார்கள். அதைவிட, இருட்டில், பொட்டு வெளிச்சமில்லாமல், அதுவும் மழையில் எப்படி வேலை செய்ய முடியும் என்ற கேள்வியை எதிர்கொள்ள முடியாமல் தத்தளித்தார்கள். ஒருவரையொருவர் பார்த்துக்கொண்டார்கள். கண்களால் பேசிக்கொண்டார்கள். சட்டென்று மனித இயந்திரமாக மாறினார்கள். அசுரத்தனமாக உழைத்தார்கள்.

விளைவு?

மாலைக்குள்ளாகவே மரப்பாலம் கட்டி முடிக்கப்பட்டது.

"நிகோஞ்சின் நி பண்சாய்..!" (ஜப்பானியர்களுக்கு வெற்றி..!)

96 உயிர்ப் பாதை

என அதிகாரிகள் ஆனந்தக் கூத்தாடினார்கள். தங்களுக்குள் கட்டிப் பிடித்து முத்தமிட்டுக்கொண்டார்கள். பெரிய மனதுடன் அன்றைய பணி முடிந்துவிட்டதாகவும் இனி 'ஓய்வெடுக்கச் செல்லலாம்' என்றும் அறிவித்தார்கள்.

தொழிலாளர்கள் அசையவில்லை. ஜப்பானியர்கள் அகலும் வரை அங்கேயே நின்றார்கள்.

பிறகு இறந்த சகாக்களை ஆங்காங்கே அடக்கம் செய்யும் பணியை மேற்கொண்டார்கள். புதைமேட்டில் மூங்கில் குருத்தை நட்டார்கள். கைகூப்பி வணங்கினார்கள். உயிருக்கு போராடிக் கொண்டிருந்தவர்களை காவடிகட்டி பூத்தாய்க்கு சுமந்து சென்றார்கள்.

நாளைய பொழுது எப்படியிருக்கும்?

ஒருவரிடமும் விடையில்லை.

மழை பெய்துகொண்டேயிருந்தது...

◆ கே.என்.சிவராமன்

19

தொழிலாளர்கள் தங்கிய இடம் பூத்தாய் என்றால் -

ஜப்பானியர்கள் இருந்த இடம் கெம்பித்தாய். எப்போதும் மேடான பகுதியில் தங்கள் இருப்பிடம் இருக்கும்படி பார்த்துக்கொள்வார்கள். தொழிலாளர்களின் உறைவிடம், மருத்துவமனை, பெஞ்சோ எனப்படும் மலக்கூடம் எல்லாம் பள்ளத்தாக்கில் அமைக்கப்படும்.

இது ஏன் என்பது அன்று வரை தொழிலாளர்களுக்கு புரியாமல் இருந்தது.

மழை, உண்மையை வெட்ட வெளிச்சமாக்கியது.

பூத்தாய்க்கு அருகில் - காட்டின் ஓரத்தில் - பெஞ்சோ இருந்தது. சுமாராக மூன்றடி அகலம். நான்கடி ஆழம்.

இரண்டு சங்கிலி நீளத்தில் பள்ளம் தோண்டி -

குறுக்கே ஓரடி இடைவெளியில் மூங்கில் கழிகள் பரப்பப்பட்டிருக்கும். இடை இடையே இடைவெளிவிட்டு காட்டுத்தழைகளால் இடுப்பு உயர மறைப்பை ஏற்படுத்தியிருப்பார்கள்.

நாற்றத்தை தாங்கவே முடியாது என்பதாலும் ஈக்களின் விளைநிலமாக அது இருப்பதாலும் பெரும்பாலானவர்கள் காலைக்கடன் கழிக்க இங்கு வருவதேயில்லை.

மழை அனைத்தையும் புரட்டிப் போட்டது.

அப்படியொரு நாற்றத்தை அதுவரை தொழிலாளர்கள் நுகர்ந்ததேயில்லை. எனவே அன்றிரவு உணவை அனைவரும் தவிர்த்தனர்.

இடி. மின்னல். மழை. ஊழிக்காலம் என்பது இப்படித்தான் இருக்குமோ? ஒவ்வொரு நெஞ்சமும் அஞ்சி அஞ்சி நடுங்கியது.

நல்லவேளையாக பூத்தாயின் கூரைகள் செங்குத்து சரிவாக அமைக்கப்பட்டிருந்தன. ஒரு வகையில் கூரைக்கு இது பாதுகாப்பாக அமைந்தது. இல்லாவிட்டால் மழையின் வேகத்தில் பூத்தாய் தரைமட்டமாயிருக்கும்.

கூரைகளின் கீழ்முனை தரையை தொடுவதுபோல் தாழ்வாக

இருந்ததால் பக்கச் சாரலும் தடுக்கப்பட்டன.

குளிரை தடுக்க இப்படி எந்த தடுப்பரணும் இல்லாததால் ஒவ்வொரு உடலும் வெடவெடத்தன. உழைத்த களைப்பு கண்களை சொருக வைத்தது. பரஞ்சாவில் ஏறி உறங்க முற்பட்டனர்.

விபத்துகளால் காயம் அடைந்தவர்களும், உடல் உறுப்புகளை இழந்தவர்களும் மருத்துவ சிகிச்சை கிடைக்காமல் உறங்கவும் முடியாமல் வேதனையில் துடித்துக்கொண்டிருந்தனர்.

எத்தனை நேரம் அல்லது நிமிடங்கள் என்று தெரியாது.

ஆனால் -

சட்டென்று அனைவருக்கும் சொல்லி வைத்தது போல் உறக்கம் கலைந்தது.

கொடூரமான நாற்றம்.

எதனால்?

இருட்டில் கண்டுபிடிக்க முடியவில்லை. பரஞ்சாவிருந்து தரைக்கு காலையெடுத்து வைத்தவர்கள் -

அதிர்ந்துபோனார்கள்.

வெள்ளம்.

“ஐயோ வெள்ளம்... எழுந்திருங்க... எழுந்திருங்க...”

கூச்சல் போட்டு உறங்கிக்கொண்டிருந்த கொஞ்சநஞ்ச ஆட்களையும் எழுப்பினார்கள்.

பூத்தாய் விழித்துக்கொண்டது. ஒருவருக்கும் ஒன்றும் புரியவில்லை. கீழே வெள்ளம். காற்றிலோ நாற்றம். சுற்றிலும் இருட்டு. வெளியே நல்ல மழை.

கொட்டக் கொட்ட அப்படியே அமர்ந்திருந்தார்கள்.

ஊஊஊஊஊஊ...

விசில் சத்தம் எழுந்தது.

“அடபாவிகளா... ஜப்பான்காரன் தூங்கவேயில்லையா? இந்த மழையிலும் கூப்பிடறானே... போகலைனா அடி விழும்... வாங்க... வாங்க...”

மனம் கொந்தளித்தது. கட்டுப்படுத்தியபடி இறங்கினார்கள்.

வெள்ளத்தில் கால் வைத்தார்கள்.

“ஆ...” என அலறினார்கள்.

பாதம் பதிந்தது தரையில் அல்ல. பிணத்தின் மீது...

ஆம். வெள்ளத்தில் அழுகிய சடலங்கள் மிதந்து கொண்டிருந்தன.

அனைவரும் நாசியையும் வாயையும் பொத்திக் கொண்டார்கள்.

அதுநாள் வரை பிணங்களின் மீதா உறங்கிக்கொண்டிருந்தோம்? உடலெல்லாம் அதிர்ந்தது. கதறியபடி வெளியே ஓடினார்கள்.

மழை நிற்காமல் பெய்துகொண்டிருந்தது.

பரவ ஆரம்பித்த வெளிச்சத்தில் குனிந்து தங்கள் கால்களைப் பார்த்தார்கள். வயிற்றிலும் வாயிலும் அடித்துக்கொண்டார்கள். வெள்ளத்தில் அடித்து வரப்பட்டவை பிணங்கள் மட்டுமல்ல. பெஞ்சோவின் கசடுகளும்தான்...

சத்தியமாக இன்னும் சில நாட்களுக்கு ஒரு வாய்கூட சாப்பிட முடியாது. கடவுளே... ஏன் எங்களை கைவிட்டாய்...

வழக்கமாக ரோல்கால் கூடுமிடம் வெள்ளக்காடாக இருந்ததால் சமையல் கூடத்துக்கு முன்னால் இருந்த மேட்டில் தொழிலாளர்கள் கூடினார்கள்.

பூத்தாய்க்குள் பிணங்களும் அசிங்கங்களும் மிதந்து வந்ததே பேச்சாக இருந்தது.

ஒரே குழியில் பத்து, பதினைந்து சடலங்களை புதைத்து மண்ணைத் தள்ளியும் தள்ளாமலும் விட்டதன் விளைவு... வெள்ளம் அவற்றை அரித்துக்கொண்டு வந்திருக்கிறது என்பது புரிய அதிக நேரமாகவில்லை.

இதற்கெல்லாம் காரணமான ஜப்பானியர்கள் மீது கோபம் வந்தது. என்ன செய்ய முடியும்? மவுனமாக நின்றார்கள்.

மழை நிற்கவேயில்லை.

வெள்ளத்தின் காரணமாக ரோல்கால் கூட நேரமானது குறித்து ஜப்பானியர்கள் ஆத்திரப்பட்டார்கள். முன்னால் நின்றவர்களை எல்லாம் சாட்டையால் விளாசினார்கள். லேசாக அசைந்தவர்களையும் முட்டிப்போட வைத்து மூங்கில் கழியால் அடித்தார்கள்.

ஒருவழியாக ரோல்கால் முடிந்ததும் -

அவரவர் வேலை செய்ய வேண்டிய இடங்களை நோக்கி நகர்ந்தனர்.

மழை வெளுத்தது. அருவிபோல் கொட்டத் தொடங்கியது.

தண்டவாளம் போடும் பாதைக்கான மேடை அமைக்கும் பணிகள் தொடர்ந்தன. ஒரு கூடை மண்போட்டால், இரு கூடை மண் கரைந்துகொண்டிருந்தது.

அதற்காக வேலையை நிறுத்த முடியுமா?

பணியை தொடர்ந்தார்கள்.

'குர்ரா... குர்ரா...' என ஜப்பானியர்கள் அதட்டியபடியே வலம் வந்தார்கள்.

காட்டு விலங்குகளும் பறவைகளும் கூட தங்கள் மறைவிடங்களில் இருந்து வெளிவர அஞ்சின. ஆனால், ஆறறிவு படைத்த ஒரு கூட்டத்தின் பேராசை காரணமாக தொழிலாளர்கள் மழைக்குப் பலியாகிக் கொண்டிருந்தனர்.

எறும்பு ஊர கல்லும் தேயும் என்பார்கள். அப்படியிருக்க மனித உடல்கள் எத்தனை நேரதான் மழையைத் தாங்கும்?

ரத்தம் உறைந்து, கை கால்கள் விறைத்தன. அவசர சிகிச்சையாக அவர்களுக்கு அடி உதைகளை ஜப்பானியர்கள் பரிசாக கொடுத்தனர்.

இனியும் சமாளிக்க முடியாது என்ற நிலையில் சிலர் சிறுநீர், காலைக்கடன் கழிக்க ஒதுங்குவது போல் காட்டுக்குள் சென்று மரத்தடிகளிலும் பாறை இடுக்குகளிலும் பதுங்கினர்.

மழையின் வேகம் ஜப்பானியர்களையும் விடவில்லை. அவர்களது உடலும் வெப்பத்தை தேடியது. எனவே கொதிநீர் காய வைக்கப்பட்டிருந்த தற்காலிக கொட்டகைக்குள் கணப்புகளை உண்டாக்கி, அதன் அருகில் நின்றனர்.

◆ **கே.என்.சிவராமன்**

வேலை தடைப்பட்டது.
மழையும் நிற்கவில்லை.
யோசித்த ஜப்பானியர்கள் சட்டென்று ஒரு காரியத்தை செய்தார்கள்.
தொழிலாளர்களை குழுகுழுவாக கணப்பு கொட்டகைக்கு அனுப்பி, இடுப்புத்துணியை அவிழ்த்து பிழிந்து திரும்பவும் அணிந்து வர உத்தரவிட்டனர்.
இது சலுகை அல்ல. பணி நிற்காமல் தொடர வேண்டும் என்பதற்காக கொடுக்கப்படும் பரிசு என்பது தொழிலாளர்களுக்கு புரிந்தது.
ஆனாலும் -
அந்த நேரத்தில், அந்த பரிசு அவர்களுக்கு தேவையாகயிருந்தது.
அப்படியே செய்தார்கள்.
ரயில்பாதை அமைக்கும் பணியும் தொடர்ந்தது. மழையும் நிற்காமல் பெய்தது...

உயிர்ப் பாதை

20

அன்றைய வேலைகள் முடிந்து மழையும் சற்றே அடங்கியதும் -

ஜப்பானிய இளம் டாக்டர் ஒருவர் பூத் தாய்க்கு வந்தார். உடன் கிராணிமார்களும், கங்காணிகளும்.

தொழிலாளர்களை வரிசையாக நிற்க வைத்து ஒவ்வொருவரின் கையை பிடித்துப் பார்த்தும், ஸ்டெத்தஸ்கோப்பால் நெஞ்சில் வைத்தும் நிதானமாக பரிசோதித்தார். தொடர்ந்து வேலைகள் நடக்க வேண்டுமே...

அதுநாள் வரை எவர் கண்களிலும் காட்டாமல் இருந்த மருந்து மாத்திரைகளை அனைவருக்கும் கொஞ்சம் கொஞ்சம் கொடுத்து விட்டு அந்த டாக்டர் சென்றதும் -

கிராணிகளிடம் இரண்டு இரண்டு நோட்டுப் புத்தகங்களை கங்காணிகள் கொடுத்தார்கள்.

ஜப்பானில் தயாரான அந்த நோட்டுப் புத்தகங்கள், சீனர்கள் தங்கள் கடைகளில் கணக்கு எழுதுவதற்கு பயன்படுத்தும் தாள் களுடன் இருந்தன. குண்டாக.

இனி ஒவ்வொரு நாள் காலையும் எத்தனை பேர் வேலைக்கு சென்றார்கள் என்பதை கிராணிகள் அதிலுள்ள தாளில் குறிக்க வேண்டும். பின்னர் அதை அதிகாரியிடம் ஒப்படைக்க வேண்டும்.

மட்டு மல்ல, மாலையில் பணி நடக்கும் இடத்துக்கு சென்று அங்கிருக்கும் ஜப்பானிய அதிகாரி கொடுக்கும் தாளை வாங்கி வர வேண்டும். காலையில் எந்த அதிகாரியிடம் பெயர் பட்டியல் அடங்கிய தாளை கொடுத்தார்களோ, அவரிடமே இதையும் ஒப்படைக்க வேண்டும்.

இரு தாள்களிலும் இருக்கும் பெயர் விவரங்களை அந்த அதி காரி சரி பார்ப்பார்.

இரண்டும் சமமாக இருந்தால்தான் அன்றைய தினத்துக்கான சம்பளம் வழங்கப்படும்.

இந்த நடைமுறை அமலுக்கு வருவதாக அறிவித்தார்கள். கூடவே

◆ கே.என்.சிவராமன்

உயிர்ப் பாதை

இன்னொரு காரியத்தையும் செய்தார்கள்.

சற்றே உடல்நலம் பாதிக்கப்பட்ட, வயதான, இனி பணி செய்ய முடியாத நிலையில் இருந்த சிலரை தேர்ந்தெடுத்து அவர்களிடம் சமையல் பொறுப்பை ஒப்படைத்தார்கள்.

பூத்தாய்க்கு அருகில் மழையின் விளைவாக, 'ஸ்டோர்' ஒன்று பூத்தது. அதற்கு பொறுப்பாகவும் ஒரு ஜப்பானியரே நியமிக்கப் பட்டார். இவருக்கு உதவியாக, மொழி தெரிந்த ஒரு தமிழர். தேவை யான சர்க்கரை (சீனி), அரிசி முதலிய மளிகைப் பொருட்களை வாங்கலாம். குறைந்த செலவில் ஜப்பானியர்களே விற்றார்கள்.

அரிசிக்கஞ்சியும் கீரைச்சாறும் சாப்பிட்டு சாப்பிட்டு நாக் கெல்லாம் செத்துப்போயிருந்தவர்களுக்கு இது வரப்பிரசாதமாக அமைந்தது.

அதாவது, சம்பளம் கொடுப்பது போல் தந்து அதை லாவகமாக பிடுங்குவதற்கான திட்டத்தையும் ஜப்பானியர்களே வகுத்தார்கள். ஒரே கல்லில் இரண்டு மாங்காய். நல்ல சாப்பாட்டை தொழிலாளர்கள் சாப்பிடுவார்கள். ரயில்பாதை அமைக்கும் பணியும் துரிதமாக நடக் கும். கூடவே கொடுத்த ஊதியத்தை பொருட்களுக்கான விலையாக எடுத்துக்கொள்ளவும் முடியும்.

ஆனால் -

அனைத்து செயல்களுக்கும் ஓர் எதிர்ச்செயல் இருப்பது போல் இதற்கும் நிகழ்ந்தது.

அதிகாலை ஆற்றுப் பக்கமாக படகுக்கடை ஒன்றை சயாமிய பெண்கள் திறந்தார்கள்.

படகுக் கடை?

ஆமாம். படகுக்கடையேதான். தெப்பத்துக்கும் படகுக்கும் இடைப் பட்ட ஒரு மூங்கில் கூடையை துடுப்பு மூலம் ஆற்றில் ஓட்டி வந்தார்கள். ஜப்பானியர்களுக்கு சொந்தமான 'ஸ்டோர்' திறப்பதற்கு முன்பு இந்தக் 'கடை' கரையில் நிற்கும். மளிகைப்பொருட்களும், காய்கறிகளும், மாமிசங்களும், மீன்களும் ஜோராக விற்பனை யாகும். விலையில் பெரிய வேறுபாடு இருக்காது. ஆனால், வகை வகையாக பொருட்கள் கிடைக்கும்.

எனவே 'படகுக் கடை'களையே பூத்தாயிக்கு சமையல் செய்ப வர்கள் தேர்ந்தெடுத்தார்கள்.

இதற்கு 'படகுக்கடை'யை நடத்தியவர்கள் பெண்களாக இருந்த தும் ஒரு காரணம்.

இந்த 'விற்பனையை' ஜப்பானியர்கள் அறிந்தபோது -

எந்த வகையிலும் அவர்கள் திடுக்கிடவில்லை. சொல்லப் போனால் மறைமுகமாக ஊக்குவிக்கவும் செய்தார்கள். அத்து டன் சின்னச்சின்ன பெட்டிக்கடைகள் முளைக்கவும் உதவினார் கள். புகையிலை, மூக்குப் பொடி, வெற்றிலை, சுருட்டு, கஞ்சா உள்ளிட்ட போதைப்பொருட்களை விற்கவும் அனுமதித்தார்கள்.

என்ன... அவைகளை சயாமிய பெண்கள் நடத்த வேண்டும். இதில் மட்டுமே பிடிவாதமாக இருந்தார்கள்.

◆ **கே.என்.சிவராமன்**

அப்பட்டமாக இது உளவியல் தாக்குதல். கடுமையான வேலைச் சூழல், சுகாதார வசதியற்ற பூத்தாய், எப்போதும் வீசும் துர்நாற்றம்... இவை எல்லாம் தொழிலாளர்களை நிலைகொள்ள செய்யும். ஒரு கட்டத்தில் அடக்கப்பட்ட கோபம் ஒன்றுதிரண்டு எரிமலையாக வெடிக்கலாம்.

இவை எல்லாம் நேரக்கூடாது என்றால் -

நாய்க்கு எலும்புத்துண்டு காட்டுவதுபோல் -

தொழிலாளர்களின் கண் முன்னால் இளம்பெண்களை காண்பித்தபடியே இருக்க வேண்டும். அப்படி செய்தால்தான், 'வேலை நிறுத்தம்', 'சம்பள உயர்வு' மாதிரியான போராட்டங்களில் இறங்காமல் இருப்பார்கள்.

எல்லா காலங்களிலும் செல்லுபடியாகும் இந்த மனரீதியான தாக்குதல் -

இப்போதும் கச்சிதமாக விலைபோனது.

ஜப்பானியர்கள் அனுமதித்த இந்த சலுகையை -

சயாம் மாஃபியாக்கள் கச்சிதமாக பயன்படுத்திக்கொண்டார்கள்.

அனைத்து பூத்தாய்க்கு பக்கத்திலும் சின்னதும் பெரியதுமாக சாராயக்கடையை திறந்தார்கள். பாலியல் தொழிலாளர்களை அழைத்து வந்து மூங்கில் கூடாரத்தில் தங்கவைத்தார்கள்.

காட்டிலும் மேட்டிலும் உழைத்து களைத்து ஓய்வெடுப்பதற்காக திரும்பிய தொழிலாளர்கள் -

சாராயத்தை தேடி ஓடினார்கள். பாலியல் வேட்கையை தணித்துக் கொள்ள பரபரத்தார்கள்.

ரயில் பாதை அமைக்கும் பணி தொய்வில்லாமல் தொடர்ந்தது.

ஜப்பானியர்கள் நிம்மதியுடன் சிகரெட் பிடித்தார்கள்...

21

மழை மட்டுமல்ல ரயில் பாதை அமைக்கும் பணியும் நிற்கவில்லை.

காலையும் மாலையும் ரோல் கால் நடந்தன. கிராணிகள் அளவுக்கு மீறிய பவ்யத்துடன் ஜப்பானிய அதிகாரியிடம் தொழிலாளர்கள் பணிக்கு வந்த பட்டியலை இருவேளைகளும் கொடுத்தார்கள்.

ஆனால் -

காலையில் வேலைக்கு சென்ற அனைவருமே மாலை பூத்தாய் திரும்புவார்கள் என்பது நிச்சயமில்லை. மழையில் நனைந்து உயிர்விட்டவர்கள், விபத்தால் இறந்தவர்கள் என எண்ணிக்கை குறைந்தது. இதைப் பார்த்து ஜப்பானிய அதிகாரி ஆத்திரப்படுவார். கோபத்தில் கத்துவார்.

அவர் உடல் நடுங்கும். மனித எந்திரங்கள் இப்படி குறைந்து கொண்டே வந்தால் எப்படி குறிப்பிட்ட காலத்துக்குள் பாதை அமைக்க முடியும்... உயரதிகாரிகளுக்கு, தான் என்ன பதிலை சொல்வது..?

விடை தெரியாத இந்த வினாக்கள் அவரை அலைக்கழிக்கும். முன்னிலும் மூர்க்கமாக நடந்துகொள்வார்.

கங்காணிகளும் கிராணிகளும் இதைப் பார்த்து பயப்படுவார்கள். என்ன செய்ய முடியும்?

மவுனமாக திட்டுக்களை கேட்டுக்கொள்வார்கள். சவுக்கால் விளாசினாலும் அசையாமல் நிற்பார்கள். புதிதாக மலாயாவில் இருந்து வரும் தொழிலாளர்களில் சிலரை தங்களது குழுவில் சேர்த்துக்கொண்டு வேலையை துரிதப்படுத்துவதாக வாக்குறுதி அளிப்பார்கள்.

கண்கள் சிவக்க ஜப்பானிய அதிகாரி தலையசைப்பார்.

உடனே ரயில் நிலையத்தை தொடர்புகொண்டு அன்றைய தினம் எத்தனை பேர் வந்திருக்கிறார்கள் என்று விசாரிப்பார்கள். தங்களுக்கு தேவையான எண்ணிக்கையை தெரிவிப்பார்கள்.

◆ கே.என்.சிவராமன்

உயிர்ப் பாதை

இப்படியாக ஒவ்வொரு குழுவின் எண்ணிக்கையும் குறையாமல் கங்காணிகளும் கிராணிகளும் பார்த்துக்கொண்டார்கள்.

வேலை நேரத்தில் மழைக்கு ஒதுங்கப்போய் உயிர்விட்டவர்களையும், விபத்தினால் மரணமடைந்தவர்களையும் அடக்கம் செய்யும் பொறுப்பு மற்ற தொழிலாளர்களுடையது.

இதை பணி நேரத்தில் செய்யக்கூடாது.

எனவே வேலை முடியும் வரை காத்திருப்பார்கள். விசில் ஊதப்பட்டு ரோல்கால் முடிந்ததும் -

யார் யார் இல்லையோ -

அவர்களைத் தேடி சிலர் காட்டுக்குள் ஊடுருவுவார்கள்.

கும்மிருட்டாக இருக்கும். இலைகளிலிருந்து மழை நீர் சொட்டும். கொசுக்கள் உடலை பதம் பார்க்கும்.

காட்டுத்தழைகளை ஒடித்து விசிறி விசிறி கொசுக்களை விரட்டியபடியே காணாமல் போனவர்களை தேடுவார்கள்.

கூட்டம் கூட்டமாக மேய்ந்துகொண்டிருக்கும் காட்டுப் பன்றிகள் அவர்களைப் பார்த்து சிதறி ஓடும்.

பிரமாண்டமான மரங்களின் வேர்களுக்கு அடியில் மழைக்காகவும், வெயிலுக்காகவும் ஒதுங்கும் வழக்கம் தொழிலாளர்களிடம் உண்டு என்பதால், அதுமாதிரியான இடங்களையே குறி வைத்து நகர்வார்கள்.

காணாமல் போனவர்கள் பெரும்பாலும் அங்குதான் சுருண்டு கிடப்பார்கள். அதுவும் நான்கைந்து பேராக. கொத்துக்கொத்தாக.

அசதியில் உறங்கியிருக்கலாம்... எழுப்பி அழைத்துச் செல்லலாம்... அருகில் நெருங்குவார்கள்.

தேனீக்கூட்டை கலைத்தது போல் குப்பென்று ஈக்கள் பறக்கும். இருட்டில் அந்தக் காட்சி அமானுஷ்யதன்மையை ஏற்படுத்தும்.

தைரியத்தை வரவழைத்துக்கொண்டு நெருங்குவார்கள்.

அங்கிருந்தவர்களின் ஒட்டி உலர்ந்த உடலில் கோவணம் தவிர வேறு உடை இருக்காது.

குனிந்து தொட்டுப் பார்ப்பார்கள். உடல் சில்லிட்டுப் போயிருக்கும். முகம் தெரியாமல் குப்புறப் படுத்திருந்தவர்களை திருப்பினால் -

லட்சக்கணக்கான எறும்புகள் முகம் முழுக்க அப்பிக்கிடக்கும்.

எப்பேர்பட்ட தைரியசாலி அந்தக் காட்சியை பார்த்தாலும் அவரது ஈரக்கொலை நடுங்கும்.

இறந்துபோயிருப்பார்கள்.

ஆமாம். குறிப்பிட்ட அந்த மரத்தின் வேர்களுக்கு அடியில் மழைக்காக ஒதுங்கியவர்கள் -

குளிர் தாங்க முடியாமல் செத்துக் கிடப்பார்கள். ஈக்களுக்கும் எறும்புகளுக்கும் உணவாக மாறியிருப்பார்கள்.

மனம் வலிக்க வலிக்க அவர்கள் அனைவரையும் இழுத்து புல்வெளியில் போடுவார்கள்.

மழை நிற்காமல் தூறிக்கொண்டிருக்கும்.

மனதை கல்லாக்கிக்கொண்டு அடுத்தடுத்த பிரமாண்டமான

 கே.என்.சிவராமன்

மரங்களின் வேர்ப்பகுதியை ஆராய்வார்கள்.

எப்படியும் பதினைந்துக்கு குறையாமல் சடலங்கள் கிடைக்கும்.

தெரிந்த முகம், பழகிய நண்பர், புன்னகைத்த தோழர், பெயர் தெரியாத மனிதர், அதுவரை பார்த்தேயிராத வதனம்... என கலவையாக அந்த உடல்கள் காட்சியளிக்கும்.

அதைப் பார்க்கப் பார்க்க மற்றவர்களுக்கு வயிறு எரியும்.

அதுவரை காலராவினால் பலர் இறந்திருக்கிறார்கள். ஜப்பானியர்களின் அடி, உதை தாங்காமல் சுருண்டிருக்கிறார்கள்.

ஆனால் -

இயற்கையும் வஞ்சிக்கும் என்பதை அந்த நொடியில் உணர்வார்கள். குளிரிலும், மழையிலும் மனிதர்கள் பலியாவார்கள் என்ற உண்மை முகத்தில் அறையும்.

அழுது முடித்ததும் பள்ளம் தோண்டி இறந்தவர்களை புதைக்க முற்படுவார்கள்.

முதல் இரண்டுநாட்கள் இப்படித்தான் அடக்கம் செய்தார்கள்.

ஆனால் -

எப்போது மழை வெள்ளத்தில் புதைக்கப்பட்ட சடலங்கள் பூத்தாய்க்கு மிதந்து வந்ததோ -

அப்போது முதல் இந்த வழிமுறையை மாற்றிக்கொண்டார்கள்.

தவிர, பகலெல்லாம் உழைத்துவிட்டு இரவிலும் மழையில் நனைந்தபடி பள்ளம் தோண்டுவது உயிருடன் இருப்பவர்களுக்கு சிரமமாக இருந்தது.

எனவே அனைவரையும் ஒன்றாக குவித்து எரித்துவிடலாம் என முடிவு செய்தார்கள்.

சயாம் காடுகளில் படர்ந்திருந்த மூங்கில்கள் தனித்துவமானவை. எவ்வளவு மழை பெய்தாலும், எவ்வளவு ஈரமாக மூங்கில் குச்சிகள் காணப்பட்டாலும் நெருப்பு பட்டதுமே அவை பற்றி எரிந்தன.

அதிசயத்துடன் சமையல் வேலை செய்பவர்கள் சொன்ன தகவல் -

அந்த இறுக்கமான சூழலில் அவர்களுக்கு கை கொடுத்தது.

அதன்படி மழையில் சிதையை உருவாக்கினார்கள். கணப்புக் கொட்டகைக்கு சென்று ஒரு தொழிலாளி நெருப்பை எடுத்து வந்தார்.

முன்னே இட்ட தீ முப்புரத்திலே
பின்னே இட்ட தீ தென்னிலங்கையிலே
அன்னை இட்ட தீ அடிவயிற்றிலே
யானும் இட்ட தீ மூழ்க மூழ்கவே...

எப்பொழுதோ படித்த பட்டினத்தார் பாடலை உரக்கப் பாடி... இப்படித்தான் மழைக் காலங்களில் உயிர்விட்ட தொழிலாளர்களுக்கு மற்றவர்கள் ஈமக்கடன் செய்தார்கள்.

ஆமாம். காரியம்தான். தமிழர்கள் எங்கு சென்றாலும் தங்கள் மரபை கைவிடுவதில்லை. சயாமிலும். சிதையை மூன்று முறை வலம் வந்து கைகூப்பி வணங்கிவிட்டு சிதைக்கு தீ வைப்பார்கள். திரும்பிப் பார்க்காமல் பூத்தாய்க்கு செல்வார்கள்.

அன்றைய தினமும் அப்படியே நடந்தது...

22

புதிய பூத்தாயிக்குள் பச்சை மூங்கில் நாற்றமே மிகுதியாக இருந்தது. ஆங்காங்கே கணப்புகள் எரிந்து கொண்டிருந்தபோதிலும் கொசுக்கடிக்கு பஞ்சமில்லை. குளிர் வாட்டிக் கொண்டிருந்தது. மழையும் நிற்கவில்லை. பெரும்பாலானவர்கள் கணப்பை சுற்றியே அமர்ந்திருந்தனர்.

அனைவரது மனதிலும் அன்றைய தினம் எரிக்கப் பட்டவர்களே வலம் வந்தனர்.

எவ்வளவு கனவுடன் சயாமுக்கு வந்தார்கள்? பணம் கிடைக்கும் என எவ்வளவு நம்பினார்கள்? எல்லாம் இப்படி சாம்பலாகிவிட்டதே? இறந்தவர்களின் கதிதானா நமக்கும்?

விடை தெரியாமல் அனைவரும் தவித்தனர் அல்லது கிடைத்த பதிலை அசை போட பயந்தனர்.

கணப்பில் அமர்ந்திருக்கும் நமக்கே இப்படி குளிர்கிறதே... மருத்துவமனை என்ற பெயரில் இருக்கும் ஓலைக்குடிசையில் அடைக்கப்பட்டவர்களின் கதி?

எலும்புக்குள் குளிர் ஊடுருவியது. சுண்டி விட்டதுபோல் அனைவரும் நிமிர்ந்தனர். காரணம் -

இரவு உயிருடன் ஆஸ்பத்திரியில் இருந்த பலர், மறு நாள் காலை குளிரில் வெடவெடத்து இறந்து கிடப்பதே வாடிக்கை யானதுதான். அந்த வகையில் நாளைய தினம் எத்தனை பேரை அடக்கம் செய்ய வேண்டி வரும்?

அவர்கள் அனைவரது மனதிலும் மலாய் தேசம் விரிந்தது. அங்கிருந்த தேயிலை - ரப்பர் தோட்டங்களில் அவர்கள் வேலை செய்ததை அந்த நொடியில் நினைத்துக்கொண்டார்கள்.

அங்கிருந்தபோது அதை கொத்தடிமையின் உச்சமாக உணர்ந் தார்கள். ஜப்பானியரால் சயாமுக்கு இழுத்து வரப்பட்ட இந்த கணத்தில் அந்த அராஜகமான வாழ்க்கை ஆனந்தமாகத் தெரிந்தது.

அப்படியானால் இந்த சயாம் வாழ்க்கை நரகத்திலும் கொடியதா? எப்போது உறங்கினார்கள் என்று தெரியாது.

விசில் சத்தம் அனைவரையும் எழுப்பியது.

விழுந்தடித்துக்கொண்டு வெளியில் வந்தார்கள். இரவு முழுவதும் மழை பெய்திருக்க வேண்டும். அதற்கு அறிகுறியாக எங்கு பார்த்தாலும் வெள்ளமும் சகதியுமாக காட்சியளித்தது.

அந்த சேற்றில் முணுமுணுப்பில்லாமல் தொழிலாளர்கள் முட்டிக் கால் போட்டு அமர்ந்தனர்.

ரோல்கால் எடுக்கும் பணி நடந்தது.

ஆனால் -

அனைவரது பார்வையும் வேறொரு இடத்தில் பதிந்தது.

அங்கு, ஐந்து தொழிலாளர்கள் மண்வெட்டியால் குழி தோண்டிக் கொண்டிருந்தனர். வேகமாக அவர்களை வெட்டும்படி இரு ஜப்பானிய வீரர்கள் கட்டளையிட்டபடி சுற்றிச் சுற்றி வந்தார்கள்.

இந்த விடியற்காலையில், அதுவும் குளிரில், எதற்காக பள்ளம் தோண்டுகிறார்கள்?

பதிலை எதிர்பார்த்து ரோல்காலுக்காக அமர்ந்திருந்த தொழிலாளர்கள் ஒருவர் முகத்தை ஒருவர் பார்த்துக்கொண்டனர்.

யாருக்கும் எந்த விவரமும் தெரியவில்லை.

கொஞ்சம் சிரித்துப் பேசும் கங்காணிகளிடம் விவரம் கேட்கலாம் என்றால் -

அவர்கள் ஒரு குழுவாக சற்றுத் தள்ளி நின்று தங்களுக்குள் எதையோ கிசுகிசுத்துக்கொண்டிருந்தனர்.

சரி நடப்பதை பார்ப்போம் என்று பள்ளம் தோண்டிக் கொண்டிருந்தவர்களின் பக்கம் தங்கள் பார்வையை திருப்பினர்.

அந்த ஐவரும் அனைவருக்கும் அறிமுகமானவர்கள்தான்.

அது சரி, ஒரே பூத்தாயிக்குள் இருப்பவர்கள்தானே? மலாயாவில் பார்த்தேயிராத நபர்கூட சயாமில் நெருக்கமாகிவிடுகிறாரே... ரயில்பாதை அமைக்கும் பணியும், பூத்தாயியும் அதை சாத்தியப்படுத்தி விடுகிறதே...

எனவே தங்களுக்கு தெரிந்த அந்த ஐவரையும் வைத்த கண் வாங்காமல் பார்த்தனர்.

நேரம் மெல்ல மெல்ல நகர்ந்தது. வெளிச்சமும் படர ஆரம்பித்தது.

தங்கள் பணியை முடித்துவிட்டு நெற்றி வியர்வையை துடைத்தபடி ஐவரும் நிமிர்ந்தனர்.

உடனே அந்தப் பகுதிக்கு உயரதிகாரியாக இருந்த ஒரு ஜப்பானியர் எதையோ உரக்கச் சொன்னார்.

அடுத்த நொடி கைகளில் மூங்கில் கழி ஏந்திய ஐந்து ஜப்பானிய வீரர்கள் அந்த இடத்துக்கு ஓடி வந்தார்கள். ஐவர் கைகளிலும் இருந்த மண்வெட்டியை பிடுங்கி தூர எறிந்தனர்.

இதன் பிறகு நடந்ததுதான் ஒருவரும் எதிர்பாராதது.

அந்த ஐந்து தொழிலாளர்களின் தலைமுடியையும் கொத்தாகப் பிடித்து -

அவர்கள் தோண்டிய பள்ளத்தின் நுனியில் நிற்க வைத்தனர்.

அடுத்து தங்கள் மொழியில் எதையோ சொல்லி கத்தினார்

அந்த உயரதிகாரி.

மறு விநாடி, ஐந்து ஜப்பானிய வீரர்களின் கைகளிலும் இருந்த மூங்கில் கழிகள் 'மடார்' 'மடார்' என்று அந்த ஐந்து தொழிலாளர்களின் பிடரியைத் தாக்கின. கூடவே காலால் அவர்களை எட்டி உதைக்கவும் செய்தார்கள்.

அலறக்கூட முடியாமல் அந்த ஐந்து அப்பாவிகளும் தாங்கள் வெட்டிய குழிக்குள்ளேயே சுருண்டு விழுந்தார்கள்.

வேடிக்கைப் பார்த்த மற்ற தொழிலாளர்கள் தன் கண்களை இறுக மூடிக்கொண்டார்கள்.

ஆமாம். அப்படி என்ன தவறை அந்த ஐவரும் செய்துவிட்டார்கள்?

23

ஆங்கிலமும் தமிழும் தெரிந்த ஓர் ஆங்கிலோ இந்தியன்தான் அந்த ஐந்து தொழிலாளர்களும் என்ன தவறு செய்தார்கள் என்பதை மற்றவர்களுக்கு சொன்னான்.

மழையிலும் வெயிலிலும் மணிக்கணக்கில் வேலை பார்க்க முடியாமல் மலாயாவுக்கே தப்பிச் செல்ல முயன்றிருக்கிறார்கள். அதிக தூரம் அவர்களால் ஓட முடியவில்லை. பிடிபட்டிருக்கிறார்கள். பகுதி அதிகாரியான ஜப்பானியன், இந்த தண்டனையை அவர்களுக்கு வழங்கியிருக்கிறான்...

அதாவது, மரண தண்டனை.

ரோல்காலுக்காக அமர்ந்திருந்த மற்ற தொழிலாளர்கள் அதிர்ந்து போனார்கள். வழக்கத்தை விட அதிகமாக இதயம் துடிக்கத் தொடங்கியது.

இமைக்காமல் தாங்கள் வெட்டிய குழிக்குள்ளேயே தள்ளப்பட்ட தொழிலாளர்களை பார்த்தார்கள்.

மெல்ல மெல்ல ஜப்பானியர்கள் மண்ணை மூடத் தொடங்கினார்கள்.

சிறிது சிறிதாக அந்த தொழிலாளர்களின் உடல் மறைவதையும், அவர்கள் கண்களில் வழிந்த மரண பயத்தையும் பார்க்க ஒருவருக்கும் தெம்பில்லை.

இறுக இமைகளை மூடிக்கொண்டார்கள்.

அலறல் என்ன... முணுமுணுப்பைக் கூட அந்த ஐவரும் எழுப்ப வில்லை.

இதுதான் மற்ற தொழிலாளர்களை அதிகமும் பாதித்தது. கையறு நிலையின் உச்சத்துக்கு சென்றால் தவிர, இப்படியொரு விரக்திக்கு வந்திருக்க மாட்டார்கள். இதுதான் நமக்கும். ஆமாம். நமக்குதான். அதனால்தான் மறைவாக இந்த தண்டனை வழங்கப்படவில்லை. எல்லோரையும் அசையவிடாமல் அமரவைத்து நிறைவேற்றி யிருக்கிறார்கள். அதன் மூலம் தப்பிக்க முயன்றால் இதுதான் கதி

◆ கே.என்.சிவராமன்

என்பதை உணர்த்தியிருக்கிறார்கள்...

ரோல் கால் தொடங்கியபோது -

அங்கு எந்த உயிரினமும் அமர்ந்திருக்கவில்லை. மரக் கட்டைகள்தான் கையை உயர்த்தின. தங்கள் இருப்பை தெரியப் படுத்தின. தப்பித் தவறி கூட ஒருவரும் 'அந்த' மேட்டுப் பகுதி பக்கம் திரும்பவில்லை.

வேலைகள் நடந்தன. முன்பை விட வேகமாக. துரிதமாக.

விளைவு -

பதற்றத்துடன் மூங்கிலை வெட்டிய ஒரு தொழிலாளியின் காலில் முள் கீறிவிட்டது.

உடனே பூத்தாயிக்கு போய் பத்து போட முடியுமா அல்லது மருத்துவமனை என்னும் பெயரில் இருக்கும் குடிலுக்கு சென்று மாத்திரை கேட்க முடியுமா? 'குர்ரா குர்ரா' என கையில் கழியும் துப்பாக்கியுமாக அலையும் ஜப்பானிய ராணுவ வீரர்கள்தான் அதற்கு அனுமதிப்பார்களா?

எனவே தன் மேலாடையையே கிழித்து கட்டுப்போட்டுக்கொண் டார்.

அதற்குள் சில நொடிகள் பணியை நிறுத்திய குற்றத்துக்காக இருமுறை சவுக்கால் விளாசினான் ஜப்பானியன் ஒருவன்.

'அம்மா...' என்று அலறியபடி வேலையை தொடர்ந்தார்.

முள் கீறிய இடத்திலிருந்து கிளம்பிய வலி -

உச்சந்தலை வரை ஆட்டிப்படைத்தது. கண்கள் இருண்டன. மயக்கம் ஆட்கொண்டது.

எப்படியோ சமாளித்தார்.

அன்றைய பணி நேரம் முடிந்ததற்கு அறிகுறியாக விசில் ஊதப் பட்டது.

அப்போதுதான் குனிந்து வலது காலின் முட்டிக்கு கீழே முள் கீறிய இடத்தைப் பார்த்தார்.

வீங்கியிருந்தது.

அதுவரை மறைந்திருந்த - மறைத்து வைக்கப்பட்டிருந்த - வலி விஸ்வரூபம் எடுத்தது.

ஓரடி கூட அவரால் எடுத்து வைக்க முடியவில்லை.

அப்படியே தரையில் சாய்ந்தார்.

விபரீதம் புரிந்து மற்றவர்கள் ஓடி வந்தார்கள்.

'என்ன... என்ன...' என்று அவர்கள் விசாரித்தபோது ஒன்று மில்லை என மழுப்பினார். சொல்லித்தான் என்ன ஆகப் போகிறது?

கைத்தாங்கலாக அவரை பூத்தாய்க்கு அழைத்து வந்து படுக்க வைத்தார்கள்.

இரண்டே நாளில் அவரது வலது கால், அதுவும் முட்டிக்கு கீழே -

யானைக்கால் போல் மாறிவிட்டது.

தாங்கித் தாங்கி நடந்தவரை பார்க்கவே மற்றவர்களுக்கு கஷ்டமாக இருந்தது.

அங்கிருந்தவர்களில் மூத்தவராக காணப்பட்டவர் -

சம்பந்தப்பட்ட தொழிலாளியை அருகில் அழைத்து வீங்கிய காலை பார்த்தார்.

தரையில் அமர்ந்து அரைகுறையாக போடப்பட்டிருந்த கட்டை பிரித்தார்.

நரம்பை சுண்டிவிட்டதுபோல் துள்ளினார்.

அரையடி நீளத்தில், மூன்றங்குல அகலத்தில் நீண்ட புண்.

அதைச் சுற்றிலும் இருந்த தசைகள் அழுகியிருந்தன.

பாப்பையை முட்டிக்கொண்டு அழுகை வந்தது. சமாளித்த அந்த வயதானவர், சம்பந்தப்பட்ட தொழிலாளியை கைத்தாங்கலாக அழைத்துக்கொண்டு ஆற்றங்கரைக்கு வந்தார்.

"கொஞ்ச நேரம் தண்ணிக்குள்ள நில்லு..."

"ஐயோ வேண்டாங்க... புண்ணுக்காலை மீனுங்க பிடுங்கி எடுத்துடும்..."

"அதுக்குத்தான் சொல்றேன். கொஞ்ச நேரம்தான். வலியை பொறுத்துக்க... இதோ வந்துடறேன். அதுக்குள்ள வெளில வந்துடாத..."

பெரியவர் நகரவும் –

வெடுக் வெடுக் என்று மீன்கள் புண்ணை பிடுங்கவும் சரியாக இருந்தது.

வேதனையில் உயிர் பிரிந்துவிடும் போலிருந்தது. போகட்டுமே? எப்படியும் சயாமில்தான் மரணம் என்று தெரிந்துவிட்டது. அதற்காகவே ஜப்பானியர்கள் காத்திருக்கிறார்கள். அப்படியிருக்க ஆற்றில் மரணம் நிகழ்ந்தால் என்ன? யார் கேட்கப் போகிறார்கள்?

அசையாமல் நின்றார்.

உடலெங்கும் பரவத் தொடங்கிய வலிக்குள் ஊடுருவத் தொடங்கினார்.

எங்கோ சென்ற முதியவர் எப்போது திரும்பி வந்தார் என்று தெரியாது. ஆனால், அவர் தோளைத் தொட்டதும்தான் கண் திறந்தார்.

"வலிக்குதா?"

"இப்ப பரவால..."

"காலை அசைக்க முடியுதா?"

"ம்..."

"கோவணம் கட்டிருக்கியா?"

"அது இல்லாமலா..."

"அப்ப குளிச்சுட்டு மேல வா..."

சொல்லிவிட்டு ஆற்றங்கரைக்கு வந்த அந்த முதியவர் சப்பணமிட்டு அமர்ந்தார்.

சம்பந்தப்பட்ட தொழிலாளிக்கு எதுவும் புரியவில்லை.

இருந்தாலும் வயதில் பெரியவர் காரணமில்லாமல் எதுவும் சொல்லமாட்டார் என்ற நம்பிக்கையில் குளித்துவிட்டு அவர் அருகில் வந்தார்.

"காலை காட்டு..."

தொழிலாளியின் பதிலுக்கு காத்திராமல் முதியவரே குனிந்து

118 உயிர்ப் பாதை

முள் கீறிய இடத்தை பரிசோதித்தார்.

புண்ணில் இருந்த அழுக்குகள் எல்லாம் காணாமல் போயிருந்தன. அந்த இடமே ரத்தச் சிவப்பாய் காணப்பட்டது. குருதி கசிந்து கொண்டிருந்தது.

உடனே தன் இடுப்பில் இருந்து கத்தையாக வெற்றிலையை எடுத்தார்.

அவை நன்றாக வதக்கப்பட்டிருந்தன.

இப்படி பறித்து வதக்கத்தான் தன்னை ஆற்றில் இறக்கிவிட்டு அவர் சென்றிருக்க வேண்டும் என்பது அந்த தொழிலாளிக்குப் புரிந்தது.

அதிகம் அழுக்கில்லாத தன் வேட்டியின் பகுதியை கிழித்த பெரியவர் -

வதக்கப்பட்ட வெற்றிலையை புண் மீது வைத்து கிழித்த துணியால் அதை கட்டினார்.

தொழிலாளிக்கு என்ன பேசுவது... எப்படி தன் நன்றியை தெரிவிப்பது என்று தெரியவில்லை.

இந்த முதியவர் யார்... மலாயாவில் அவரை பார்த்திருக்கிறோமா... சயாமில் கூட அதிகபட்சம் நான்கைந்து முறை பார்த்திருப்போம். புன்னகைக்க முயன்றிருப்போம். மற்றபடி அவர் பெயர் தனக்கோ தன் பெயர் அவருக்கோ தெரியாது. அப்படியிருந்தும் தன் வேதனையை போக்க முயல்கிறாரே...

நெகிழ்ச்சியில் உள்ளம் விம்மியது.

"நானிருக்கிற பூத்தாய் தெரியும்ல?"

பதில் சொல்ல முடியாமல் கண்கலங்க தொழிலாளி தலைய சைத்தார்.

"தொடர்ந்து பத்து நாள் வா. இப்படி பத்து போட்டா சரியா கிடும்..."

சொல்லிவிட்டு திரும்பிப் பார்க்காமல் நடந்தார் அந்த பெரியவர்.

இப்படித்தான் முன்பின் அறிமுகமில்லாத, ரத்த சம்பந்தம் இல்லாத தொழிலாளர்கள் பரஸ்பரம் உதவிக்கொண்டார்கள்.

அதனால்தான் அவர்களால் சயாமில் வாழமுடிந்தது.

உயிர் பிரிவதை தள்ளிப்போடவும்.

◆ கே.என்.சிவராமன்

24

பெண் தொழிலாளர்களின் நிலை இன்னும் மோசமாக இருந்தது.

சமையல் செய்யவும், பரிமாறவும், ஜப்பானியர்களுக்கு துணி துவைத்துப் போடவும், கூட்டிப் பெருக்கவுமே பெரும்பாலும் அவர்கள் நியமிக்கப்பட்டார்கள்.

அந்தந்த இடங்களில் நடக்கும் வேலைகளை மேற்பார்வையிட பகுதிக்கு ஒருவர் என்ற வீதத்தில் ஜப்பானிய அதிகாரி நியமிக்கப்பட்டிருப்பார். இவர் தங்கும் இடமும் மூங்கிலாலான பூத்தாயிதான். ஆனால், அவை தொழிலாளர்களின் பூத்தாயை விட அகலமாகவும், சிறப்பாகவும் இருக்கும். படுப்பதற்கு பஞ்சு மெத்தையும், சிறப்புச்சமையலும், கூப்பிட்ட குரலுக்கு ஓடிவர எடுபிடிகளும் உண்டு.

எனவே அவற்றை 'அரண்மனை' என கிண்டலாக தொழிலாளர்கள் அழைப்பார்கள்.

நுழைவாயிலின் இரு பக்கங்களிலும் மூங்கிலால் காவல் கூண்டுகள் அமைக்கப்பட்டிருக்கும். அதற்குள் ஜப்பானிய வீரர்கள் இருந்தபடி இருபத்து நான்கு மணிநேரமும் காவல் காப்பார்கள்.

பெரும்பாலும் இந்த 'அரண்மனை'யில் பணிபுரிபவர்கள் பெண்கள்தான். இவர்களிலும் சயாமிய நங்கைகளே அதிகம். அங்கேயே தங்கவும், வெளியில் சென்று வரவும் இவர்களுக்கு மட்டுமே அனுமதி உண்டு. ஆனால், தமிழ்ப் பெண்கள் வேலை முடிந்ததுமே தங்கள் பூத்தாயிக்கு சென்றுவிட வேண்டும்.

இதனால் சயாமிய பெண்களை 'கொண்டைக்காரிகள்' என தமிழ்ப்பெண்கள் கிண்டலடிப்பார்கள்.

தமிழும், ஜப்பானும், சயாம் - மலாய் மொழியும் கலந்த ஒரு மொழி அங்கே உருவாகியிருந்தது. அந்தந்த மொழியில்தான் அவரவர் பேசுவார்கள். அதை எப்படியோ மற்றவர் புரிந்துகொண்டு தங்கள் மொழியிலேயே பதிலளிப்பார்கள்.

ஆற்றுக்கு சென்று துணி துவைக்கும் பொறுப்பு இரு பெண்

களுக்கு என்றால், கணப்புகளில் அந்தத் துணிகளை காய வைப்பது இன்னொரு பெண்ணின் கடமை. இப்படி காய்ந்த உடைகளுக்கு இஸ்திரி போடுவது வேறு இரு பெண்களின் வேலை. இதுபோக மீதமிருப்பவர்கள் சமையல், 'அரண் மனை'யை கூட்டிப் பெருக்குவது போன்ற வேலைகளை செய்ய வேண்டும்.

பால், முட்டை, இறைச்சி... என ஆரோக்கியமான பண்டங்கள் அனைத்தும் அந்தந்த பகுதிகளுக்கு வந்து கொண்டுதான் இருந்தன.

ஆனால் -

இவை அனைத்தும் ஜப்பானியர்களுக்கும், வெள்ளைக்காரர் களுக்கும் மட்டுமே சொந்தம்.

மலாய் தோட்டங்களிலிருந்து பிடித்து இழுத்து வரப்பட்ட தொழிலாளர்களுக்கு ‘அவிச்ச சோறும் கீரைத் தண்ணி’யும்தான் தினப்படி உணவு.

ஈக்களின் தொல்லை தாங்க முடியாது. தொழிலாளர்களுக் காக வெந்துகொண்டிருக்கும் சோற்றில் ஈசல் போல் ஈக்கள் வந்து கொட்டும். ‘ஆக்கிய’ சோற்றில் பிணத்தின் மீது மொய்ப்பது போல் அவை மொய்க்கும். இலை, தழைகளை போட்டு மூடினாலும் அவற்றை தடுக்க முடியாது.

எனவே சத்தில்லாத உணவை சாப்பிட்டு சாப்பிட்டு சத்தில் லாமலேயே தொழிலாளர்கள் நடமாடினார்கள். செத்து செத்து விழுந்தார்கள்.

சாதாரண வயிற்றுக் கோளாறால் வாந்தி எடுப்பவர்களைக் கூட -

காலரா என்று நினைத்து ‘மருத்துவமனை’யில் தூக்கிப் போடும் படி ஜப்பானியர்கள் கட்டளையிட்டார்கள். சிறுகச் சிறுக அவர்கள் இறப்பதை வேடிக்கை பார்த்தார்கள்.

இதைப் பார்த்து உண்மையில் ரத்தக் கண்ணீர் வடித்தது பெண்கள் தான். ஏனெனில் அவர்கள்தான் ஜப்பானியர்களுக்கும் வெள்ளைக் காரர்களுக்கும் பால், முட்டை, இறைச்சியிலான உணவுகளை சமைத் தார்கள். இந்த உணவில் ஈக்கள் மொய்க்கக்கூடாது என்பதற்காக கொசு வலையால் மூடிவைத்தார்கள்.

தப்பித் தவறி ஜப்பானியர்கள் சாப்பிடும்போது அந்த இலை யில் ஒரு ஈ தென்பட்டாலும் அவ்வளவுதான். பரிமாறும் பெண் தொழிலாளியின் தலைமுடியை இழுத்துப் பிடித்து கை வலிக்கும் வரை அறைவார்கள்.

இப்படி விதவிதமாக சமைக்கும் பெண்களால் ஒருபோதும் அவற்றை சுவைக்க முடியாது. மீதமானதை காட்டுக்குள் கொட்ட வேண்டுமே தவிர, தங்கள் பூத்தாய்க்கு அவற்றை கொண்டு சென்று ஆண் தொழிலாளர்களுக்கோ, சிறுவர்களுக்கோ கொடுக்கக் கூடாது.

எப்படிப்பட்ட ரண வேதனையாக இருக்கும் என்று நினைத்துப் பாருங்கள். பாலில்லாமல் குழந்தை அழுதுகொண்டிருக்கும். பக் கத்திலேயே ‘போதும்’ என ஜப்பானியர்கள் கட்டளையிட்டுவிட்டு மீதமான பாலை தரையில் கொட்டுவார். உள்ளுக்குள் குமுறியபடி வெளிப்பார்வைக்கு சலனமேயில்லாமல் இதை பெண் தொழிலா ளர்கள் பார்த்துக்கொண்டிருப்பார்கள்...

இந்த வேதனையைக் கூட அவர்களால் மென்று விழுங்க முடிந் தது. ஆனால், பாலியல் ரீதியான தொந்தரவு... உடல் மரத்துப் போனால் தவிர ஜப்பானியர்களின் பூத்தாயில் வேலை பார்க்க முடியாது.

முன்பே குறிப்பிட்டபடி சயாமியப் பெண்கள் அங்கு அதிகம் இருப்பார்கள். நடமாடுவார்கள்.

ஆனால் -

எந்த வேலையையும் அவர்கள் செய்யமாட்டார்கள். மாறாக

122 உயிர்ப் பாதை

ஜப்பானிய அதிகாரிக்கும், வீரர்களுக்கும் பணிவிடை செய்வது தான் இவர்கள் பணி.

பணிவிடை என்றால் எல்லாம்தான். குளிப்பாட்டுவது, சோறு ஊட்டுவது, கால் பிடித்து விடுவது, உடன் சிகரெட் பிடிப்பது, மது அருந்துவது, கஞ்சா...

இவை அனைத்தும் தமிழ்ப்பெண் தொழிலாளர்களின் கண்முன் னால் நடக்கும். முகத்தை திருப்பிக்கொள்ளக் கூடாது. இமைகளை இறுக மூடக்கூடாது. அந்த இடத்தை விட்டு நகரக்கூடாது...

தண்ணீரை காயவைத்து அதை கொட்டாதபடி குளியல் பகு திக்கு கொண்டு செல்ல வேண்டும். ஆணுறுப்பை மட்டும் மறைக் கும் விதத்தில் ஜப்பானியர்கள் உடை அணிந்திருப்பார்கள். இரு பக்கத்திலும் அரைகுறை ஆடையில் சயாமியப் பெண்கள்...

இவர்களை கடந்தபடி சுடுநீரை வைக்க வேண்டும். சில்மிஷங்களையும், கொஞ்சலையும், சிரிப்பையும், பகிரங்கமாக அரங்கேறும் சரசங்களையும் பொருட்படுத்தக்கூடாது.

சமயங்களில் முதுகை தேய்த்துவிடும்படி ஜப்பானியர் கட்டளை யிடுவார். மறுபேச்சில்லாமல் அதை செய்ய வேண்டும். ஒரு மைக்ரோ நொடி தாமதமானாலும் காலால் இடுப்புக்கு கீழே உதைப்பார்கள். கைதட்டி சயாமியப் பெண்கள் ஆராவாரம் செய்வார்கள்.

சமையல் கட்டில் வேலை பார்க்கும்போது வேண்டுமென்றே அந்தப் பக்கமாக வருவதுபோல் வந்து உரசுவார்கள். சுதாரிப்பதற்குள் தடவிவிட்டு செல்வார்கள். முறைக்க முடியாது. கூடாது. குனிந்து பெருக்கி துடைக்கும்போது வெறித்து வெறித்துப் பார்ப்பார்கள். வேண்டுமென்றே நிர்வாணமாகவும், அரை நிர்வாணமாகவும் நிற்பார்கள்.

அருவருப்புடன் கூனி குறுகி தமிழ்ப்பெண் தொழிலாளர்கள் நிற்பதைப் பார்த்து சயாமியப் பெண்கள் புகைத்தபடி ஆபாச மாக கிண்டலடிப்பார்கள். சம்பந்தப்பட்ட ஜப்பானியர்களை தூண்டிவிட்டு வெறியேற்றுவார்கள். தவறுதலாக நடந்ததுபோல் ஜப்பானியர்கள் மீது அவர்களை தள்ளிவிடுவார்கள். பொறுத்துக் கொள்ள வேண்டும். சகித்துக்கொள்ள வேண்டும். வாயை மட்டும் திறக்கவே கூடாது. கண்களால் எரிக்கக்கூடாது. மீறினால் கொள்ளிக் கட்டையால் முகத்தில் சூடு நிச்சயம்.

இவை எல்லாம் போதை ஏறாத பொழுதில் நடக்கும் அக்கிர மங்கள்.

போதை ஏறினாலோ -

கண்ணில் படும் தமிழ்ப் பெண்களை திமிறத்திமிற படுக்கைக்கு தூக்கிச் செல்வார்கள். இதன் காரணமாகவே ரயில்பாதை அமைக் கும் இடத்துக்கு ஜப்பானியர்கள் சென்ற பிறகே அவர்களது பூத் தாய்க்கு சென்று சமையல், துணி துவைப்பது உள்ளிட்ட வேலை களை செய்தார்கள்.

போலவே அவர்கள் திரும்பி வருவதற்குள் தங்கள் பூத்தாய்க்கு சென்றுவிட வேண்டும் என்பதில் உறுதியாக இருந்தார்கள்.

தங்கள் மானத்தை காப்பாற்றிக்கொள்ள அரும்பாடுபட்டார்கள்.

◆ கே.என்.சிவராமன்

25

ஏற்கனவே கடுமையான பணிச்சுமையால் மன அழுத்தத்துக்கு ஆளாகி, சரியான உணவும் உறக்கமும் இல்லாமல் அவதிப்பட்ட ஆண் தொழிலாளர்களை மேலும் மேலும் துன்புறுத்தக் கூடாது என்பதற்காக தங்களுக்கு இழைக்கப்பட்ட பாலியல் தொல்லைகள் குறித்து பெண் தொழிலாளர்கள் மூச்சு விடவேயில்லை.

தங்களுக்குள் புழுங்கினார்கள். வேலை முடிந்து பூத்தாயிக்கு வந்ததும் சிரித்த முகமாக வலம் வர முற்பட்டார்கள்.

ஆனால் -

இந்த நாடகம் அதிக நேரம் நீடிக்கவில்லை. தங்கள் வீட்டு அல்லது தங்கள் பூத்தாயியை சேர்ந்த பெண்களின் கண்களை வைத்தே ஏதோ பிரச்னை என்பதை ஆண்கள் கண்டுகொண்டார்கள். தந்தை, சகோதரன், கணவன், நண்பன் அறியாத சூல் ஏது?

விசாரித்தபோது மழுப்பலான பதிலே கிடைத்தது.

மசியாமல் துருவித்துருவி கேட்டபோது -

அதுவரை அடக்கி வைத்திருந்த ஆற்றாமையை கொட்டித் தீர்த்தார்கள். கட்டிப்பிடித்து வெடித்து அழுதார்கள்.

கல் நெஞ்சக்காரர்களையும் கொதிக்க வைக்கும் நிகழ்வுகளை அல்லவா நாள்தோறும் அவர்கள் சந்திக்கிறார்கள்?

அதிர்ந்துபோன ஆண்கள் எரிமலையானார்கள். நரம்புக்குள் ஊடுருவிய கோபம் உடலெங்கும் பரவியது. கண்கள் தீப்பிழம்பாக சிவந்தன. அந்த நள்ளிரவிலேயே சம்பந்தப்பட்ட ஜப்பானிய அதிகாரியை கழுத்தை நெரித்துக் கொல்ல வேண்டும் என்று புறப்பட்டார்கள்.

வயதானவர்கள்தான் இழுத்துப் பிடித்து நிறுத்தினார்கள்.

'மலாய் என்றால் கூட பரவாயில்லை. அக்கம்பக்கத்தில் இருப்பவர்கள் எல்லாம் நம் ஆட்கள். உதவிக்கு வருவார்கள். இங்கு அப்படியில்லை. சயாமில் நமக்கு யாரையுமே தெரியாது. போதும் போதாததற்கு இப்போது நாம் இருப்பது காட்டில். இங்கு ஜப்பான்

124

உயிர்ப் பாதை

காரன் வைத்ததுதான் சட்டம். அவனை எதிர்த்து ஓர் அணுவையும் அசைக்க முடியாது. ஏன் என்று கேட்க நாதியில்லை.

லட்சக்கணக்கான தமிழ்த் தொழிலாளர்களை இங்கு இழுத்து வந்து வேலை வாங்குகிறார்கள். தினமும் குறைந்தது பத்து பேராவது செத்துப்போகிறார்கள். வாய்விட்டு அழக்கூட அனுமதிக்காமல் இறந்தவர்களை புதைத்துவிட்டு அல்லது எரியவிட்டு வேலையை தொடரச் சொல்கிறான்.

சவக்கிடங்கில்தான் நாம் உறங்குகிறோம்; புழுங்குகிறோம். எனவே பொறுத்துப்போவதைத்தவிர நமக்கு வேறு வழியில்லை.

நம்மால் செய்யக்கூடியது எல்லாம் ஒன்றே ஒன்றுதான். பொழுதோடு 'அரண்மனை' வேலைக்கு சென்று இருட்டுவதற்குள் பெண்கள் திரும்ப வேண்டும். எப்போதும் குழு குழுவாகவே பெண்கள் நடமாட வேண்டும்.

தனியாக எந்த வேலையையும் செய்யக்கூடாது. மற்றவர்கள் பார் வையில் படும்படியே பணிகளை செய்ய வேண்டும். புரிந்ததா? இப்போது போய் உறங்குங்கள்...'

பக்குவமாக பேசி, யதார்த்தத்தை எடுத்துச் சொல்லி கோபத்தை தணிய வைக்க முயன்றார்கள். இதையும் மீறி யாரும் எழுந்து சென்று விடக்கூடாதே என்ற எச்சரிக்கையுடன் இரவு முழுக்க ஒருவர் மாற்றி மற்றவர் என காவல் காத்தார்கள். மெழுகுவர்த்தி முடிய முடிய கொளுத்தி வைத்துக்கொண்டேயிருந்தனர்.

பொல்லாத அந்த இரவும் மெல்ல மெல்ல நகர்ந்தது.

பொழுது விடிவதற்குள் -

விசில் ஊதப்பட்டது.

ரோல் கால் கூடும் இடத்தில் தொழிலாளர்கள் குழுமத் தொடங் கினர்.

வழக்கம்போல் ஜப்பானிய ராணுவ வீரன் வருகைப் பதிவை சரி பார்த்தான்.

பெண்களுக்கு பாலியல் தொல்லை கொடுக்கும் ஜப்பானிய அதிகாரி எதுவும் நடக்காதது போல் கம்பீரமாக நின்றுகொண்டி ருந்தான்.

அவனைப் பார்க்கப் பார்க்க தொழிலாளர்களுக்கு பற்றிக் கொண்டு வந்தது. ரத்தம் கொஞ்சம் கொஞ்சமாக சூடேறத் தொடங் கியது. நரம்புகள் புடைக்க உள்ளங்கையை இறுக்க மூடினார்கள்.

யதேச்சையாக இதைப் பார்த்த வயதானவர் அதிர்ந்தார். என்ன செய்வதென்று அவருக்குத் தெரியவில்லை.

குழப்பமும் திகிலும் பரவ -

முந்தைய நாள், தான் சொன்ன அறிவுரைகள் எல்லாம் காற்றில் பறப்பதை பார்த்தபடியே நின்றார்.

கையறு நிலை. எந்நேரமும் எரிமலை வெடிக்கலாம் என்ற சூழல்.

இதயம் வேகமாகத் துடிக்க -

எந்த அசம்பாவிதமும் நடக்கக்கூடாதே என எல்லா தெய்வங் களையும் வேண்டத் தொடங்கினார்.

ரோல் கால் முடிந்து சாப்பாட்டுக் கொட்டகையை நோக்கி ஆட்கள் நகரத் தொடங்கினர்.

அதைப் பார்த்தபடியே மேட்டின் மீது நின்றிருந்த அந்த அதிகாரி - மெல்ல இறங்கி பாதையை நோக்கி வந்தான்.

அவ்வளவுதான்.

கோபத்தின் உச்சியில் இருந்த ஒரு ஆண் தொழிலாளி -

மற்றவர்கள் என்ன ஏது என்று சுதாரிப்பதற்குள் -

பாய்ந்தான்.

இதை எதிர்பார்க்காத அந்த அதிகாரி -

பாதைக்கு கீழ்ப்புறம் இருந்த பள்ளத்தாக்கில் மல்லாந்து விழுந்தான்.

குதித்து அவன் நெஞ்சின் மீது அமர்ந்தான். முகத்தில் ஓங்கி குத்தினான்.

26

அவ்வளவுதான்.

சயாமே அதிர்ந்துபோகும் அளவுக்கு அந்த ஜப்பானிய அதிகாரி அலறினான்.

அனைத்துத் தொழிலாளர்களும் திடுக்கிட்டு பார்த்தார்கள். யாருக்கும் எதுவும் புரியவில்லை. பள்ளத்தாக்கில் இருந்து அலறல் சத்தம் மட்டும் கேட்டுக்கொண்டேயிருந்தது.

காவல் கூண்டில் இருந்தவர்களும், இதர ஜப்பானிய வீரர்களும் அந்த இடத்துக்கு ஓடி வந்தனர்.

அதுவரை செய்வதறியாமல் திகைத்து நின்ற தொழிலாளர்களும் சுயநினைவு பெற்று விரைந்தனர்.

நான்கைந்து ஜப்பானிய வீரர்கள் -

தாக்கத் தொடங்கிய தொழிலாளியை இழுத்துப் பிடித்து மேலே தூக்கினர்.

மூக்கிலும் வாயிலும் ரத்தம் ஒழுக -

காட்டெருமை போல் அந்த ஜப்பானிய அதிகாரி எழுந்து நின்றான்.

அந்தக் காட்சியைப் பார்த்த அனைத்து தொழிலாளர்களுக்கும் உச்சி குளிர்ந்தது.

நம் பெண்களுக்கு பாலியல் தொந்தரவு செய்தவன் இவன் தானே... நன்றாக வேண்டும்.

உள்ளுக்குள் பரவிய மகிழ்ச்சியை ஒருவரும் வெளியில் காட்டிக் கொள்ளவில்லை.

அதே நேரம் -

முழுமையாகவும் யாரும் சந்தோஷப்படவில்லை.

அருகில் இருந்த பாறாங்கல்லை எடுத்து அந்த அதிகாரியின் மண்டையை பிளந்திருக்கலாமே என்றுதான் நினைத்தார்கள்.

அடிபட்ட பாம்பும் சிறுத்தையும் சும்மா இருக்காது. ஆரோக்கியமாக இருக்கும்போது தாக்குவதை விட, அடிபட்ட நிலையில் மூர்க்கமாக தாக்கும். குதறும்.

◆ கே.என்.சிவராமன்

ஜப்பானியர்களும் அப்படித்தான்.

சாதாரண வீரனே தனக்கு எல்லா அதிகாரமும் இருப்பதாக பந்தா காண்பித்து எதற்கெடுத்தாலும் பாயும்போது -

சர்வவல்லமை படைத்த ஜப்பானிய அதிகாரி சும்மாவா இருப்பான்?

அதுவும் ரத்தம் ஒழுக ஒழுக நிற்கும்போது...

நிச்சயம் மாட்டான்.

தவிர யாரை அதட்டி உருட்டி வேலை வாங்குகிறானோ -

அந்த மக்கள் முன்னால் இப்படி குருதி வழிய, தான் அடிபட்டு நிற்பதை ஒருபோதும் விரும்பமாட்டான். பழிக்குப் பழி வாங்கவே முற்படுவான்.

பழி.

நெருப்புத்துண்டில் நீரை ஊற்றியது போல் அவர்களுக்குள் பரவிய மகிழ்ச்சி சட்டென்று அணைந்தது. மறைந்தது.

தாக்கிய தொழிலாளியின் நிலை என்ன ஆகும்?

ஒருவரையொருவர் பார்த்துக்கொண்டார்கள். மரணபயம் அனைவரது கண்களிலும் வழிந்தது.

யானை வாயில் புகுந்த கரும்பை என்றாவது மீட்க முடியுமா..?

அடித்த தொழிலாளியின் இரு கைகளையும் பிணைத்து, பின் பக்கமாக ஜப்பானியர்கள் இறுக்கக் கட்டினார்கள். தலைமுடியை கொத்தாகப் பிடித்தபடி இழுத்துச் சென்று செம்பித்தாய் வாசலில் நிறுத்தினார்கள்.

ரத்தம் வடிய வடிய செம்பித்தாய்க்குள் சென்ற அந்த ஜப்பானிய அதிகாரி -

சில நிமிடங்களுக்கு பின் புது சீருடையில், புதுப் பொலிவுடன் வெளியே வந்தான்.

வேலைத் தளத்துக்குச் செல்ல ஆட்கள் அணிவகுத்து நிற்பதை இடுப்பில் கை வைத்தபடி பார்த்தான். மெதுவாக. மிக மிக மெதுவாக.

நான் அடிபட்டதை நீங்கள்தானே பார்த்தீர்கள்? குருதி சொட்டச் சொட்ட நின்றதை உங்கள் கண்கள்தானே தரிசித்தது?

பார்வையால் கேட்டான்.

பதில் சொல்ல முடியாமல் தொழிலாளர்கள் குனிந்தார்கள்.

பெண்களின் நிலைதான் வார்த்தைகளால் விவரிக்க முடியாத படி இருந்தது.

இதில் ரகசியம் ஏதும் இல்லை. ஒருவரும் வாய்விட்டு சொல்ல வில்லையே தவிர சகலருக்கும் எதனால் ஜப்பானிய அதிகாரி தாக்கப்பட்டான்... எதற்காக அந்தத் தொழிலாளி தாக்கினான் என்பது புரிந்தே இருந்தது.

பெண்களுக்காக. பெண்களின் மானத்தை காப்பதற்காக. பாலியல் தொந்தரவு செய்தவனை நையப்புடைந்ததற்காக.

இப்போது குற்றவாளி எதுவும் நடக்காதது போல் கம்பீரமாகவும் - தண்டனை கொடுக்க முற்பட்டவன் கைகள் கட்டப்பட்ட நிலையில் ஆதரவற்றும் -

◆ கே.என்.சிவராமன்

நிற்கிறான். நிற்கிறார்கள். நின்று பார்த்துக் கொண்டிருக்கிறார்கள்.
அடித்தவனை கொடுமைப்படுத்தப் போகிறவன் -
நிச்சயம் அடி வாங்க வைத்த பெண்களை சும்மா விட மாட்டான்.
எதற்காக இந்த நரகத்துக்கு வந்தோம்..? ஏன் இப்படி செத்து செத்து பிழைக்கிறோம்..? என்றேனும் ஒருநாள் போகப்போகும் உயிர் இப்பொழுதே போனால் என்ன? இந்த சம்பவத்துக்கு பிறகு எப்படி அந்த அதிகாரியை எதிர்கொள்ள முடியும்?
பெண்கள் மனதில் ஓடிய எண்ணங்கள் -
கமா, ஃபுல் ஸ்டாப் மாறாமல் ஆண்களுக்கு புரிந்தது.
ஆனால் -
என்ன செய்வதென்றுதான் ஒருவருக்கும் தெரியவில்லை.
ஆண்கள், பெண்கள், சிறுவர்கள், சிறுமியர்கள், முதியவர்கள்... என அனைவரது கண்களிலும் கண்ணீரை கண்ட அந்த ஜப்பானிய அதிகாரியின் முகத்தில் புன்னகை படர்ந்தது.
தன்னை தாக்கியவனை அலட்சியமாகப் பார்த்தபடி அங்கிருந்த நாற்காலியில் அமர்ந்தான்.
முன்னால் இருந்த மேஜையின் மீது கால் மேல் காலை போட்டுக் கொண்டான்.
நிதானமாக சிகரெட்டை பற்ற வைத்தவன் -
அதை விட மெதுவாக ஊதினான்.
சின்னச் சின்ன வட்டங்களாக புகையிலையின் புகை வெளியேறியது.
இலைகள் அசைய மறுத்தன.
மூச்சு விடவும் தொழிலாளர்கள் அஞ்சினார்கள்.
அமைதி. பேரமைதி. மயான அமைதி.
கடைசிக் கனல் சாம்பலாகும் வரை இழுத்தான்.
உதடுகள் வெந்ததைக் குறித்து கவலைப்படவில்லை.
முற்றிலும் எரிந்து முடிந்ததும் -
சிகரெட்டை கீழே போட்டான்.
பூட்ஸ் காலால் நசுக்கினான்.
கரகரகரகர... கிறீச்.
அலட்சியத்துடன் கைக்கடிகாரத்தை பார்த்தான்.
முட்கள் நகர்வதை கணக்கிட்டான்.
நிமிர்ந்தான்.
கைகள் பிணைக்கப்பட்ட நிலையிலும் தலையை நிமிர்த்தியபடி நின்றவனை கண்கொட்டாமல் பார்க்க ஆரம்பித்தான்.
ஒன்று... இரண்டு... மூன்று... நான்கு... ஐந்து...
ஜப்பானிய வீரர்களுக்கும், கங்காணிகளுக்கும் அடுத்து என்ன நடக்கப் போகிறது என்று தெரிந்திருந்தது. அசையாமல் நின்றார்கள்.
சமையல் பகுதியில் இருந்தவர்கள் சமைப்பதை நிறுத்திவிட்டனர்.
பெண்கள் வெலவெலத்துப் போயினர்.
தங்களுக்கு நேர்ந்த கொடுமையை தட்டிக் கேட்கப்போய் இப்படி சிறைப்பட்டிருக்கிறானே..?
துக்கம் பீறிட்டது. எழுந்த கேவலை முந்தானையால்

உயிர்ப் பாதை

அடக்கியபடி நின்றனர்.

எல்லோரது கருவிழியும் தன்னையும் தன்னை அடித்தவனையுமே மாறி மாறி பார்க்கிறது என்பதை அதிகாரி அறிந்திருந்தான்.

குறிப்பாக அச்சத்துடன் தன்னையும், பரிதாபத்துடன் தன்னை தாக்கியவனையும்.

நாற்காலியை விட்டு எழுந்தவன் -

குதிகாலை உயர்த்தி கால்சராயை இழுத்துவிட்டான்.

தலையில் இருந்த தொப்பியை கழற்றி மேஜை மீது வைத்தான்.

குரூரம் கொப்பளிக்க தன் இடுப்பில் இருந்த வாளை உருவி -

மேஜை மீது வைக்கவில்லை.

மாறாக தூக்கிப் போட்டான்.

கணீரென்ற ஒலி அமைதியை கிழித்தது.

நரம்புகளை சுண்டிவிட்டது போல் தொழிலாளர்கள் அதிர்ந்தார்கள்.

“ஏய்...” என தன்னைத் தாக்கியவனைப் பார்த்து கர்ஜித்தான்.

அதை பொருட்படுத்தாமல் அவன் அலட்சியமாக தன் சகாக்களைப் பார்த்தான்.

“கொடா...”

உறுமியபடி கத்தியை ஓங்கிய அதிகாரி -

அவனை நோக்கி வேகமாக வந்தான்.

கைகள் கட்டப்பட்ட நிலையில் இருந்தவன் இதை எதிர்பார்த்திருக்க வேண்டும்.

எம்பிக் குதித்து இரு கால்களாலும் அந்த அதிகாரியின் நெஞ்சில் உதைத்தான்.

ஓங்கிய வாளோடு மல்லாந்து கீழே விழுந்தான்.

ஒரு பக்கம் அதிகாரி. மறுபக்கம் அடித்த தொழிலாளி.

எதிர் எதிர் திசையில் இருவரும் விழுந்துகிடந்தார்கள்.

பார்த்துக் கொண்டிருந்த மற்றவர்களுக்கு ஒன்றும் புரியவில்லை. செய்வதறியாமல் திகைத்து நின்றனர்.

சுதாரித்துக்கொண்ட ஜப்பானிய வீரர்கள் -

விழுந்து கிடந்த அதிகாரியை தூக்கிவிட ஓடி வந்தார்கள்.

அவர்களை ஒதுக்கிவிட்டு எழுந்த அதிகாரி -

சிரமப்பட்டு புரண்டுப்புரண்டு முட்டிக்கால்களை ஊன்றி எழுந்து கொண்டிருந்தவனைப் பார்த்தான்.

இரண்டாவது முறையாக எல்லோரும் பார்க்க தன்னை உதைத்திருக்கிறான்.

உடலெங்கும் பற்றி எரிந்தது. கண்கள் தீப்பிழம்பாக சிவந்தன.

அவன் எழுந்து நிற்பதற்குள் -

வாளை வீசினான்.

தலையற்ற தொழிலாளியின் உடல் மட்டும் அங்கே எழுந்து நின்றது.

◆ கே.என்.சிவராமன் 131

27

வாய்விட்டு கதறி அழவோ அல்லது மவுனமாக ஒருவர் கையை மற்றவர் பிடித்தபடி ஆறுதல் சொல்லவோ அல்லது தலை சாய்த்து விம்மவோ அல்லது ஈமச் சடங்குகள் செய்யவோ ஜப்பானியர்கள் அனுமதிக்கவில்லை. அனுமதிப்பார்கள் என்று எதிர்ப்பார்ப்பதிலும் பயனில்லை. கடந்தகால அனுபவங்கள் உணர்த்திய பாடங்கள் அதுதானே?

அதுவேதான் மீண்டும் அழுத்தத்துடன் கற்பிக்கப்பட்டது.

பெண் தொழிலாளர்களின் நிலைதான் விவரணைகளுக்கு அப்பாற்பட்டதாக திகழ்ந்தது.

பாதிக்கப்பட்ட தங்களுக்காக நியாயம் கேட்கப்போன சக மனிதன் -

முண்டமாக விழுந்து கிடக்கிறான்.

குற்றம் செய்தவனுக்கு தண்டனை வழங்க முற்பட்டவன் -

படுகொலை செய்யப்பட்டிருக்கிறான்.

அருகில் செல்லக்கூட முடியவில்லையே...

பீறிட்ட துக்கத்தை அடக்கியபடி அவரவர் பணிகளை பார்க்க அனைவரும் நகர்ந்தார்கள்.

நகர வைக்கப்பட்டார்கள்.

இதற்கெல்லாம் சாட்சியாக விளங்கிய வானம் -

அழத் தொடங்கியது.

ரயில்பாதை அமைக்கும் வேலைகளும் தொடர்ந்தன.

தங்களுக்காக நீதி கேட்கப் போய் உயிரிழந்த அந்த தொழிலாளியின் உருவத்தை -

அழியா சின்னமாக தங்கள் உள்ளத்துக்குள் அனைவரும் புதைத்து வைத்தனர், வருங்காலத் தலைமுறைகளில் யாரேனும் ஒருவர் அதை தோண்டி எடுப்பார் என்ற நம்பிக்கையுடன்.

மனதை பதை பதைக்கச் செய்த இந்த சம்பவம் -

சயாம் - பர்மா இடையில் பணிகள் நடந்த எல்லா இடங்களிலும்

அரங்கேறின என சொல்லமுடியாது.

அதே நேரம் -

எங்குமே நடக்கவில்லை என்றும் புறம்தள்ள முடியாது.

ஆனால் -

எல்லா இடங்களிலும் பெண் தொழிலாளர்கள் பாலியல் சுரண்டலுக்கு ஆளானார்கள் என்பது மட்டும் உண்மை. சத்தியம். நிஜம்.

இந்த நிகழ்வை நேரில் பார்த்த பெண் தொழிலாளர்களும், செவி வழியாக கேட்ட மாதர்களும் அதன் பிறகு கூடுதல் எச்சரிக்கையுடன் நடந்து கொண்டார்கள். பொழுதோடு பூத்தாய் திரும்புவதை கட்டாயமாக கடைப்பிடித்தார்கள்.

இயல்பு நிலை மெல்ல மெல்ல திரும்பியது.

அதாவது, அப்படியொரு நம்பிக்கை செயற்கையாக சூழ்ந்தது. உயிர் சேதங்கள் மட்டும் நிற்கவேயில்லை.

குறிப்பாக மலைச்சரிவுகளில்.

வேலை நடக்கும் இடங்களுக்கு தேவையான பொருட்கள் மாட்டு வண்டிகளில்தான் வரும். அதுவும் ஒரு வண்டி, இரு வண்டிகளில் அல்ல. ஒரே நேரத்தில் பத்து, பதினைந்து வண்டிகளில்.

பொருட்களை ஏற்றுவதற்கு என்று தனியாக தொழிலாளர்கள் கிடையாது.

குறிப்பிட்ட இடத்திலிருந்து குறிப்பிட்ட பொருட்களை ஏற்றி வர வேண்டும் என்று ஜப்பானிய அதிகாரியை வழிமொழிந்து கங்காணி கட்டளையிட்டதும் -

பதினைந்து தொழிலாளர்கள் வரை மாட்டு வண்டியில் ஏறிச் செல்வார்கள்.

சம்பந்தப்பட்ட இடத்துக்குச் சென்றதும் -

பதினைந்து பேரும் இறங்கி, 15 வண்டிகளிலும் பொருட்களை ஏற்றுவார்கள்.

அனைத்து வண்டிகளிலும் பொருட்கள் நிரம்பியதும், அவரவர் வண்டிகளில் அவரவர் ஏறி பணி நடக்கும் இடத்துக்கு வரிசையாக வருவார்கள்.

பாரம் தாங்காமல் மாடுகளுக்கு நாக்கு தள்ளும். நுரை நுரையாக எச்சில் வழியும். கால்கள் தள்ளாடும்.

கண்காணிப்பில் இருக்கும் ஜப்பானியர்கள் மனம் குளிர இந்தக் காட்சியை பார்த்தால்தான் சமாதானம் அடைவார்கள்.

மாடுகளால் தாங்க முடியாதே... என்று எந்தத் தொழிலாளியாவது பரிதாபப்பட்டால் அவ்வளவுதான். சாட்டையின் நுனி முதுகுத் தோலை உரித்துவிடும்.

இந்த விஷயத்தில் ஜப்பானியர்கள் பாகுபாடு பார்க்கவேயில்லை. அவர்களைப் பொறுத்தவரை விலங்குகளுக்கும் தொழிலாளர்களுக்கும் எந்த வித்தியாசமும் கிடையாது. சகல உயிரினங்களையும் ஒரே தட்டில் வைத்தார்கள். உயிர் பிரியும் தருணம் வரை வேலை செய்யும்படி மிரட்டினார்கள்.

எடை தாங்காமல் எந்த மாடாவது முரண்டு பிடித்தால் -

கண்காணிப்பில் இருக்கும் ஜப்பானிய வீரர்களுக்கு பயந்து

◆ **கே.என்.சிவராமன்**

வண்டியோட்டியும் அடிப்பதை கண்காணித்துக் கொண்டே வரும் ஜப்பானியரும் விளாசுவார்.

அனுபவப்பூர்வமாக இதை உணர்ந்து கொண்ட மாடுகள் -

முதல் இரு நாட்களுக்குப் பிறகு முரண்டு பிடிப்பதை நிறுத்தின.

என்றாலும் வண்டியை இழுத்துக்கொண்டு நகர முடியாமல் ஒவ்வொரு முறையும் தவித்தன.

ஏனெனில் சீரான பாதையில் எப்போதும் அவை பயணப்பட்ட தில்லை. கரடுமுரடான சாலைகளில் செல்லும்படியே அவை நிர்பந்திக்கப்பட்டன.

கற்களை மிதித்தபடி வண்டியை இழுப்பது கூட பரவாயில்லையோ என்று நினைக்கும் அளவுக்கு மலைச்சரிவு இருந்தது.

ஒடுங்கிச் சென்ற பாதையின் ஒருபுறம் கிடுகிடு பள்ளம். உச்சி வெயிலில் எட்டிப் பார்த்தாலும் தரை தெரியாத அளவுக்கு அங்கு இருட்டியிருக்கும்.

இந்த இடத்தில் செல்லும்போது -

ஒவ்வொரு வண்டியோட்டியும் செத்துச் செத்து பிழைப்பார். கரணம் தப்பினால் மரணம். நொடியில் கபாலம் சிதறும். சின்ன அளவில் கூட எலும்பு கிடைக்காது.

இந்த அபாய பாதையில் -

தங்களுக்கும் சிந்திக்கும் திறன் உண்டு என்பதை மாடுகள் அறி வித்தன. கவனத்துடன் நகர்ந்தன.

ஒருவர் பின் ஒருவராக பதினைந்து வண்டிகளும் எறும்புக் கூட்டங்களைப் போல் ஊர்ந்து சென்றன. செல்லும்.

ரயில் பாதை அமைக்கப்பட்ட காலம் முழுக்க இப்படித்தான் வண்டியோட்டிகளும் மாடுகளும் எச்சரிக்கையுடன் நடந்து கொண்டன.

இதையும் மீறி அசம்பாவிதங்கள் நடந்திருக்கின்றன.

பெரும்பாலும் முன்னால் செல்லும் வண்டிதான் தடம்புரளும்.

எனவே முதல் வண்டியோட்டி இந்தப் பாதையை கடக்கும்போது எப்போதும் விழிப்புடன் இருப்பார்.

பின்னால் வரும் வண்டியோட்டிகளும் மாட்டையும் வாகனத் தையும் இணைக்கும் கயிற்றை இறுகப் பிடித்தபடியே இருப்பார்கள்.

மாடும் அப்படித்தான் என்றாலும் பாரம் தாங்க முடியாமல் விநாடிக்கும் குறைவான நேரத்தில் தன் முன்னங்கால்களை சற்றே அசைத்துவிடும்.

அப்படி தடுமாறியதும் -

வண்டியோட்டி சுதாரித்து குதித்துவிடுவார்.

வண்டியுடன் கட்டப்பட்ட மாடு -

கையறுநிலையில் 'ம்ம்மா...' என கதறியபடி பள்ளத்தில் சரியும். விழும். மறையும்.

இப்படி நடந்ததுமே மற்ற வண்டிகள் சட்டென்று நின்றுவிடும்.

கண்காணிப்பில் இருக்கும் ஜப்பானிய வீரர்கள் விரைந்து அந்த இடத்துக்கு வருவார்கள். எட்டிப் பார்ப்பார்கள். வண்டிகளை ஓட்டி வந்த மற்ற தொழிலாளர்களை பள்ளத்தில் இறங்கும்படி

கட்டளையிடுவார்கள்.

உடைந்த வண்டியை மேலே கொண்டு வர அல்ல.

விழுந்துவிட்ட பொருட்களை சேகரிக்கவும் அல்ல.

பிறகு?

இறந்த மாட்டை மேலே இழுத்து வர.

அன்றைய மதிய உணவுக்கு சுடச் சுட மாட்டுக்கறி கிடைக்குமே...

இருக்கும் மாடுகளை சாப்பாட்டுக்காக கொன்றுவிட்டால் பாரத்தை இழுக்க விலங்குகளே இல்லாமல் போய்விடும்.

ஒரு தொழிலாளி இறந்தால் இன்னொருவர் கிடைப்பார். மாடுகள் அப்படியில்லையே...

எனவே நாக்கைத் தொங்கவிட்டபடி மாடுகள் இறப்பதற்காக காத்திருந்தார்கள்.

மட்டுமல்ல -

மாட்டுக்கறியை சாப்பிடுவதற்காகவே அவ்வப்போது வண்டி யோட்டியுடன் சேர்த்து மாடுகளை யாரும் பார்க்காத நேரத்தில் தள்ளிவிடவும் செய்தார்கள்...

உயிர்ப் பாதை

28

காலம் வேகமாக ஓடிக்கொண்டிருந்தது. ஜப்பானியர்களின் அக்கிரமங்களும் தொடர்ந்துக் கொண்டிருந்தது. கம்பிச் சடக்கும் பெருகிக் கொண்டே போனது. தொழிலாளர்களும் தேய்ந்துக் கொண்டே வந்தனர்.

கூடவே இயற்கையும் தன் பங்குக்கு வஞ்சிக்கத் தொடங்கியது.

பெருமழை, பெரு வெள்ளத்துக்கு பிறகு என்ன நிகழுமோ -

அதை இயற்கை ஈவு இரக்கம் இல்லாமல் நிகழ்த்த ஆரம்பித்தது.

விளைவு?

பூத்தாய் முழுக்க காலரா பரவத் தொடங்கியது.

அதை கட்டுப்படுத்தவோ, முன்னெச்சரிக்கை நடவடிக்கையாக தடுப்பு மருந்துகள் கொடுக்கவோ ஜப்பானியர்கள் முற்படவே யில்லை.

காலரா முற்றும் வரை ஓய்வு எடுக்க விடாமல் வேலை வாங்கினர். பரிதாபப்பட்டு சக தொழிலாளர்கள் கொடுத்த கஷாயம் தவிர வேறு மருந்து, மாத்திரைகளை அவர்கள் உட்கொள்ளவும் அனுமதிக்கவில்லை.

பெயருக்கு இருந்த - இயங்கிய - மருத்துவமனைகள் அனைத்தும் சவக்கிடங்குகளாக மட்டுமே மாறின.

ஒரு கட்டத்துக்குப் பிறகு அன்றைய வேலைகள் முடிந்ததும் பூத்தாய்க்கு செல்லவோ, ஓய்வு எடுக்கவோ தொழிலாளர்களால் முடியவில்லை.

மாறாக குழுகுழுவாக பிரிக்கப்பட்டு ஒவ்வொரு குழுவும் ஒவ்வொரு நாள் மாலைக்கு பிறகு மருத்துவமனைக்கு செல்ல வேண்டும் என்று கட்டளை பிறப்பிக்கப்பட்டது.

அதாவது, கம்பிச் சடக்கில் இடுப்பை ஒடித்தது போதாது என்று காலராவால் பாதிக்கப்பட்டவர்களை கவனித்துக்கொள்ளும் பொறுப்பும் அவர்கள் தலையிலேயே விழுந்தது.

◆ கே.என்.சிவராமன் 137

மருத்துவமனையில் வேலையை சரிவர செய்கிறார்களா என்று கண்காணிக்க இரண்டு முதல் நான்கு ஜப்பானிய வீரர்கள் வரை வருவார்கள்.

அவர்கள் ஒவ்வொருவரது நாசியும், வாயும் துணியால் மூடப் பட்டிருக்கும்.

சம்பந்தப்பட்ட குழுவை சேர்ந்த தொழிலாளர்கள் -

பகல் பொழுதில் வேலை செய்யும்போது எந்த துண்டால் தங்கள் வியர்வையை துடைத்துக்கொள்வார்களோ -

அந்த துண்டால் மாலைக்கு பிறகு மருத்துவமனை செல்லும் போது தங்கள் நாசியையும் வாயையும் மூடிக்கொள்வார்கள்.

அப்படியானால் சம்பந்தப்பட்ட குழு அன்றைய தினம் செவிலி யர்களாக செயல்பட்டு காலராவால் பாதிக்கப்பட்டவர்களுக்கு

உதவிகள் செய்யும் என்றுதானே நினைக்கிறீர்கள்?

அதுதான் இல்லை.

குழு குழுவாக மருத்துவமனைக்கு தொழிலாளர்களை ஜப்பானியர்கள் அழைத்துச் செல்வதற்கான காரணம், சிகிச்சைக்கு உதவ அல்ல.

மருத்துவர் என்று ஒருவர் இருந்தால்தானே சிகிச்சை அளிக்க!

பிறகு?

சடலங்களை அப்புறப்படுத்த.

ஆமாம். இறந்தவர்களை அடக்கம் செய்யத்தான் ஒவ்வொரு நாள் மாலையும் குழு குழுவாக தொழிலாளர்களை பிரித்து அழைத்துச் சென்றார்கள்.

இதனால் நரக வேதனையை அனுபவித்தவர்கள்

தொழிலாளர்கள்தான். மறுக்கவோ முரண்டு பிடிக்கவோ முடியாது. வாய்விட்டு கதறி அழவும் வாய்ப்பில்லை.

துக்கத்தையும் நாற்றத்தையும் அனுபவித்தபடி எந்திரமாக பணிகளை செய்ய வேண்டும்.

எந்திரமாகத்தான்...

மருத்துவமனைக்குள் நுழைவதும் -

காலரா முற்றி அங்கு கிடத்தப்பட்ட - தூக்கி வீசப்பட்ட என்று சொல்வதே சரியானது - சக தொழிலாளர்களை பார்ப்பதும் -

நரகத்தை நேருக்கு நேர் தரிசிப்பதும் ஒன்றுதான். அந்தளவுக்கு சூழல் கொடூரமாக, தாங்கிக் கொள்ள முடியாதபடி காட்சியளிக்கும்.

நடைப்பிணமாக துயரத்தை அடக்கியபடி மருத்துவமனையை நோக்கி சம்பந்தப்பட்ட குழு நடக்கும்.

சற்றுத் தொலைவிலேயே நாற்றம் குடலைப் பிடுங்க ஆரம்பிக்கும்.

தங்கள் வாழ்நாளில் கண்டிராத கொடுமையான காட்சியை மருத்துவமனைக்குள் தொழிலாளர்கள் பார்ப்பார்கள்.

மரக்கட்டைகள் போல் மூங்கில் பாஞ்சாவில் சடலங்கள் ஒன்றின் மேல் ஒன்றாக குவிந்துக் கிடக்கும்.

அழுகிய பிணம் முதல் சற்று நேரத்துக்கு முன்பு உயிர் பிரிந்தவர் வரை சகலரும் ஒரே இடத்தில் ஒருவர் மீது ஒருவராக கிடத்தப் பட்டிருப்பார்கள்.

காட்டுப்பூனைகளும், எலிகளும், கழுகுகளும் இறந்தவர்களை கொத்திக்கொண்டிருக்கும்.

புதிதாக வந்தவர்களை பார்த்துவிட்டு சிதறி ஓடும்.

மொய்த்துக்கொண்டிருந்த குளவிகளும், ஈக்களும், கொசுக்களும் பேரிரைச்சலோடு வட்டம் அடித்தபடி குழுக்களை வரவேற்கும்.

அச்சமும் அருவருப்பும் சேர செய்வதறியாமல் குழுக்கள் அதிர்ந்து நிற்கும்.

ஜப்பானிய வீரர்கள் உறுமியபடி கட்டளையிடுவார்கள்.

மனதை கல்லாக்கிக் கொண்டு ஒவ்வொரு சடலத்தையும் சுமந்து கொண்டு வெளியே வருவார்கள். சற்றுத் தள்ளி குவிக்கப்பட்டிருந்த மூங்கிலின் மேல் கிடத்துவார்கள்.

ஒரு ஜப்பானிய வீரன் எத்தனை பேர் இறந்திருக்கிறார்கள் என கணக்கு எடுப்பான்.

குறைந்தது நூறு சடலமாவது நாள் ஒன்றுக்கு தட்டுப்படும்.

அவர்கள் அனைவரையும் மொத்தமாக எரித்த பிறகே சம்பந் தப்பட்ட குழு பூத்தாய் திரும்பும்.

இருந்த இடத்திலேயே இருந்திருந்தால் இப்படி சீக்கு கோழிகள் போல் இறந்திருப்பார்களா...

என்ற கேள்வி அனைவரது மனதிலும் எழும்.

உறக்கம் வராமல் விடிய விடிய மற்ற தொழிலாளர்கள் விழித் திருப்பார்கள்.

அடுத்து நாம்தான் என்ற உண்மை உள்ளுக்குள் அவர்களை எரித்துக்கொண்டேயிருக்கும்...

29

சரி, காலராவால் தாக்கப்பட்ட அனைத்து தொழிலாளர்களுமே மருத்துவமனை என்ற பெயரில் இயங்கிய 'சவ'மனைக்குள்தான் அடைக்கப்பட்டார்களா?

இல்லை. தப்பியவர்களும், தப்பிப் பிழைத்தவர்களும் உண்டு.

நாட்டு மருந்துகள்தான் அவர்களை காப்பாற்றின.

தலைமுறை தலைமுறையாக சேகரிக்கப்பட்டு வந்த மண்சார்ந்த மருந்துக் குறிப்புகளை காலத்துக்கு ஏற்ப அறிவியலுடன் இணைப்பது எந்த அளவுக்கு அவசியம் என்பதை பூத்தாயில் இருந்த வயதானவர்கள் அப்போது உணர்த்தினார்கள்.

காய்ச்சல் வந்து சுருண்டு படுப்பவர்களை பார்த்ததுமே அவர்கள் மனம் வெம்பும்.

வெளியில் தெரிந்தால் உடனே ஜப்பானியர்கள் குப்பையை கடாசுவதுபோல் 'மருத்துவமனை'க்கு தூக்கிச் சென்று சம்பந்தப்பட்டவர்களை எறிந்துவிடுவார்கள் என்பதால் -

வெளியில் சொல்ல மாட்டார்கள். காதும் காதும் வைத்ததுபோல் கமுக்கமாக தங்களுக்குள் தீர்வு காண முற்படுவார்கள்.

யாரேனும் ஒருவர் எந்நேரமும் அருகில் இருப்பார்கள். 'தண்ணீர் தண்ணீர்' என பாதிக்கப்பட்டவர்கள் கதறும்போதெல்லாம் காய்ச்சிய நீரை கொடுத்துக் கொண்டிருப்பார்கள்.

மருத்துவ அனுபவம் பெற்ற முதியவர்கள் கணப்பை மூட்டிவிட்டு டின்னில் தண்ணீர் ஊற்றி காய்ச்சுவார்கள்.

வெளியில் சென்று காடுகளுக்குள் அலைந்து பச்சிலைகளை பறித்து வருவார்கள். அதை பரஞ்சாவில் கொட்டி ஆய ஆரம்பிப்பார்கள்.

தண்ணீர் கொதித்ததும் -

சாக்குப் பொட்டலத்தில் இருக்கும் மருந்தை கொட்டுவார்கள். முசிறு, ஈசல், முட்டை, மூலிகை இழை, தழை எல்லாம் சேர்ந்து ஒரே நேரத்தில் வேக ஆரம்பிக்கும்.

◆ கே.என்.சிவராமன்

நெருப்பை நன்றாக எரியவிட்டு, தண்ணீர் வற்றும் வரை கஷாயத்தை காய்ச்சுவார்கள்.

முழுக்க வற்றியதும் அதை கவனமாக இறக்கி வேறு ஏனத்தில் ஊற்றி ஆற வைப்பார்கள்.

பச்சிலைகள் போடப்பட்டிருந்த டின்னை இன்னொருவர் கணப்பில் தூக்கி வைத்து அதை ஒரு குச்சியால் கவனமாக வதக்கிக் கொண்டிருப்பார்.

பக்குவத்துக்கு அந்த பச்சிலைகள் வந்ததும் குறிப்பிட்ட அளவுக்கு நீரை ஊற்றுவார். பச்சிலை கஷாயம் வேக ஆரம்பிக்கும்.

தேவையான பதத்துக்கு அனைத்தும் வந்த பிறகு -

இரண்டையும் கலக்கி ஆறவைத்து -

காய்ச்சலால் துடித்துக்கொண்டிருப்பவர்களுக்கு -

அனைத்து சாமிகளையும் மனமார வேண்டியபடி கொடுப்பார்கள்.

கடவுள் பக்தி உள்ள வேறொரு முதியவர் -

பரஞ்சாவில் ஏறி பத்மாசனமிட்டு அமர்வார்.

உடனே ஓர் இளைஞன் ஓடிச் சென்று தகர மூடி ஒன்றை கொண்டு வருவான்.

அதில் சாம்பலைக் கொட்டி -

தன் விரல்களால் அதில் ஏதேதோ கோலம் போட்டபடியே பத்மாசனத்தில் இருப்பவர் மந்திரங்களை உச்சரிப்பார்.

கிட்டத்தட்ட கால்மணி நேரம் வரை இப்படி த்யானம் செய்த பின் -

அந்த சாம்பலை பாதிக்கப்பட்டவரின் நெற்றியில் பூசுவார்.

இந்த 'விபூதி' காரணமாகவோ அல்லது மூலிகை கஷாயத்தின் மகிமையாலோ -

பாதிக்கப்பட்டவருக்கு படிப்படியாக காய்ச்சல் குறையும்.

அதிகபட்சம் இரண்டு நாட்களுக்குள் எழுந்து நடமாடத் தொடங்கிவிடுவார்.

இந்த சிகிச்சைகளையும் மீறி காய்ச்சல் குறையாதவர்களை மட்டுமே வேறு வழியின்றி கங்காணி மூலம் ஜப்பானியர்களுக்கு விவரத்தை சொல்லி மருத்துவமனைக்கு கொண்டு செல்வார்கள்.

உண்மையில் அலோபதி மருந்துகளை மட்டுமே சார்ந்து இருக்காமல் இதுபோன்ற மண் சார்ந்த - மாற்று மருத்துவ சிகிச்சைகளுக்கும் மக்கள் முக்கியத்துவம் தர வேண்டும். தலைமுறை தலைமுறையாக சேகரிக்கப்பட்டு வரும் அனுபவ மருத்துவத்தை இந்தக் கால அறிவியலுடன் கலந்து வளர்த்தெடுக்க வேண்டும்.

2015ம் ஆண்டில் மருத்துவத்துக்காக நோபல் பரிசு பெற்ற யூ யூ தோ(YouYou Tu)வின் வாழ்க்கை இந்த உண்மையைத்தான் பொட்டில் அறைந்து அறிவிக்கிறது.

சீனாவை சேர்ந்த யூ யூ தோ, மருத்துவம் படித்தவரல்ல. சீன அதிபராக மாசேதுங் இருந்தபோது -

அவரால் பாரம்பரிய மருத்துவ முறைகளை வளர்த்தெடுக்க நியமிக்கப்பட்ட குழுவில் அங்கம் வகித்தவர். அறிவியல்

உண்மைகளுடன் அவற்றை இரண்டறக் கலந்தவர். மலேரியா காய்ச்சலை குணப்படுத்தும் மருந்தை கண்டுபிடித்தவர்.

யூ யூ தோவின் இந்த கண்டுபிடிப்புக்காகத்தான் -

மிக உயர்ந்த விருதான நோபல் பரிசு இவருக்கு வழங்கப்பட்டது.

கிட்டத்தட்ட இதுபோன்ற ஒரு சிகிச்சையைத்தான் -

சயாம் - பர்மா இடையில் ரயில் பாதை அமைக்கச் சென்ற தொழிலாளர்களுக்கு -

முதியவர்கள் அளித்தார்கள். அதன் வழியாக இறப்பின் எண்ணிக்கையை குறைத்தார்கள்.

என்றாலும் ஜப்பானியர்களின் அரக்கக் குணம் மட்டும் குறையவேயில்லை.

காய்ச்சல் அதிகரித்து, சுயநினைவை இழந்து சுருண்டு விழும் வரை -

பாதிக்கப்பட்ட தொழிலாளர் வேலை செய்ய வேண்டும் என்று கட்டாயப்படுத்தினார்கள்.

மீறினால் -

அடியும் உதையும் சவுக்கடியும் நிச்சயம்.

ஒரு சோறு பதமாக இதுகுறித்த ஒரு சம்பவத்தை மலேசிய எழுத்தாளரான அ.ரெங்கசாமி, தனது 'நினைவுச் சின்னம்' நாவலில் பதிவு செய்திருக்கிறார்.

ரத்தத்தை உறையச் செய்யும் அந்த நிகழ்வு கற்பனையல்ல என்பதுதான் முகத்தில் அறையும் நிஜம்.

சுமார் நாற்பது வயதுள்ள ஒரு தொழிலாளி-

அறுபது வயது முதியவர் கோலத்தில் -

பணியிடம் நோக்கி மற்றவர்களுடன் நடந்துகொண்டிருந்தார்.

சில நாட்களாகவே வயிற்றுக் கடுப்பால் பாதிக்கப்பட்டிருந்தார். எனவே உடலே எலும்புக் கூடாக காட்சியளித்தது. இடுப்பில் கோவணம். தலையில் கந்தல். அதற்கும் மேல் ஜப்பானியர்கள் கொடுத்திருந்த ஓலைத்தொப்பி. தோளில் மண்வெட்டி.

நடந்துகொண்டிருந்தவருக்கு திடீரென்று வயிற்றை புரட்டியது.

பொறுக்க முடியாதவர் பாதையை விட்டு விலகி -

செடி மறைவில் அமர்ந்தார்.

உடன் வந்த சக தொழிலாளர்கள் இதை கண்டும் காணாதது போல் சென்றனர். ஜப்பானிய வீரன் ஒருவன் அவரை நெருங்கி மிரட்டினான். கையெடுத்துக் கும்பிட்டவரை பார்த்து திட்டிவிட்டு நகர்ந்தான்.

ஆனால் -

பின்னால் வந்த அதிகாரிக்கு அப்படி அந்த முதியவரை விட்டு விட மனம் வரவில்லை.

"ஏய், கொக்கோ ஏ இரசியாய்?" (ஏய், இங்க வா) என உறுமினான்.

முதியவரால் எழுந்திருக்க முடியவில்லை. உட்கார்ந்த நிலையிலேயே கும்பிட்டார்.

"ஏய் ஓக்கிரு..." (ஏய் எழுந்திரு) அதட்டினான்.

அவர் அழுதார். எவ்வளவு முயன்றும் எழுந்திருக்க

முடியவில்லை. கண்ணீர் மல்க 'அஞ்சே நிமிஷம்' என்றார்.

அதிகாரிக்கு கோபம் வந்துவிட்டது.

"நாமக்கேரு..." (சோம்பேறி) என்றபடி அந்த முதியவரை நோக்கிச் சென்றவன் -

தன் பூட்ஸ் காலை உயர்த்தி -

அவர் நெஞ்சில் எட்டி உதைத்தான்.

எகிறி விழுந்தார். பந்தை தூக்கிப் போட்டு விளையாடுவதுபோல் மாறி மாறி அவரை உதைத்தான்.

அங்கிருந்த மற்ற தொழிலாளர்கள் செய்வதறியாமல் அதிர்ந்து நின்றனர்.

வலியை பொறுக்க முடியாமல் -

"மருத்துவமனைல என்னை போட்டுடுங்க... புழு நெளிய நான் செத்துடறேன்..." என்று அந்த முதியவர் கத்தியது -

எட்டு திசையிலும் எதிரொலித்தது...

◆ கே.என்.சிவராமன்

30

பழைய லாரி.

இதில்தான் பணியிடங்களுக்கு தேவையான பொருட்கள் வந்து இறங்கும். பொருட்களை ஏற்றுவதும் இறக்குவதும் தொழிலாளர்கள்.

லாரியை ஓட்டுவது மட்டும் சயாமியர்கள்.

இதை படித்ததும் எளிமையான வேலைதானே என்று தோன்றும். ஆனால் -

ஜப்பானியர்களுக்கும் எளிமைக்கும் தூரம் அதிக மாயிற்றே.

காடு, மலைகளை கடந்துதான் லாரிகள் வர வேண்டும். சீரான பாதைகள் கிடையாது. பாறைகளும் புதர்களும் நீக்கமற நிறைந் திருக்கும்.

இவற்றைக் கடந்து புதிய வண்டிகள் வருவதே கடினம் என்னும் போது பழைய லாரிகள் குறித்து சொல்லவா வேண்டும்? ஒருபோதும் கல்லும் முள்ளும் டயருக்கு மெத்தையாக இருந்ததில்லை. எனவே பாதி வழியிலேயே மக்கராகி நின்றுவிடும். பள்ளத்தில் சிக்கிவிடும்.

மழைக்காலங்கள் என்றால் சொல்லவே வேண்டாம். சேற்றிலும் சகதியிலும் சிக்கி என்ஜின் தன் மூச்சை நிறுத்திவிடும்.

இதுபோன்ற சமயங்களில் -

லாரி நின்ற இடத்துக்கு அருகாமையில் (அது பத்து கிலோ மீட்ட ராக இருந்தாலும் சரி!) எந்த பூத்தாய் இருக்கிறதோ -

அங்கிருந்து தொழிலாளர்களை நடராஜா சர்வீஸில் ஜப்பானியர்கள் அழைத்து வருவார்கள். லாரியை ஓட்டி வந்த சயாமியரும் அவரது உதவியாளரும் நிழலைப் பார்த்து அமர்ந்தபடி சுற்றிலும் வேடிக்கை பார்த்துக்கொண் டிருப்பார்கள்.

தொழிலாளர்கள் சூழ வரும் ஜப்பானிய வீரர் -

லாரியை நெருங்கியதும் தன் அதிகாரத்தை நிலை நிறுத்துவார். துப்பாக்கியின் பின் பக்கத்தாலும் சாட்டையாலும் அடித்தபடி வேலை வாங்குவார்.

‘குந்தி’யிருக்கும் சயாமியர்கள் இதைப் பார்த்து சிரிப்பார்கள்.

உடனே சம்பந்தப்பட்ட ஜப்பானியர் உற்சாகமாகிவிடுவார். முன்பை விட அதிகமாக தொழிலாளர்களை கொடுமைப்படுத்துவார்.

இவற்றை சகித்தபடியே தொழிலாளர்கள் –

பள்ளத்தில் இருந்து லாரியை தூக்க முற்படுவார்கள். லாரியின் கனத்துடன் அதிலிருக்கும் பொருட்களின் எடையும் சேர்ந்து அவர்களை பாடாய்ப்படுத்தும்.

எனவே முதல் வேலையாக லாரியில் இருக்கும் பொருட்களை கீழே இறக்குவார்கள். பின்னர் தங்களுக்குள் ஆட்களை பிரித்துக் கொண்டு, பள்ளத்தில் சிக்கிய சக்கரத்தை தம் பிடித்து தூக்க முற்படுவார்கள்.

முடியவில்லை. இயலாது. இன்னும் ஆட்கள் வேண்டும் என்றெல்லாம் முறையிட முடியாது. கூடாது.

ஜப்பானிய வீரர்கள் அழைத்து வந்தது ஐந்து பேர் என்றால் –

அந்த ஐவரும்தான் லாரியை தூக்கியாக வேண்டும். குடிக்க ஒரு சொட்டு நீர் கூட அருகில் இருக்காது. லாரிக்குள் இருக்கும் குடிநீரை பருக சயாமிய ஓட்டுநர் அனுமதிக்க மாட்டார்.

இவை அனைத்தையும் தாங்கிக் கொண்டுதான் பள்ளத்தில் இருந்து லாரியின் சக்கரத்தை மேலே உயர்த்தி கொண்டு வர வேண்டும்.

வெயில் காலத்திலேயே இது மலையை புரட்டுவதற்கு சமம். எனில் மழைக்காலத்தில்? சக்கரம் முழுக்க சேறு அப்பியிருக்கும். எனவே கைகளால் முதலில் அந்த சகதியை அகற்ற வேண்டும். சக்கரங்களை அழுத்தும் மண்ணை அப்புறப்படுத்த வேண்டும்.

இதை எல்லாம் செய்து முடித்து லாரியை மேலே கொண்டு வந்ததும் –

மீண்டும் இறக்கிய பொருட்களை ஏற்ற வேண்டும். அதன் பிறகு சயாமிய டிரைவர் ஜப்பானிய வீரர்களை பார்த்து கையசைப்பார். தொழிலாளர்கள் பக்கம் திரும்பி நக்கலாக சிரித்துவிட்டு புறப்படுவார்.

ஆனால் –

ஒரு பேச்சுக்குக் கூட தொழிலாளர்களை ‘வண்டியில் ஏறுங்கள்... உரிய இடத்தில் இறக்குகிறேன்...’ என்று சொல்ல மாட்டார்.

இந்த வேலை முடிய எப்படியும் ஏழு அல்லது எட்டு மணி நேரமாகும். இதுபோக பூத்தாய்யில் இருந்து நடந்து வந்த நேரமும் திரும்பிச் செல்லும் காலமும் தனி.

அவ்வளவு நேரமும் சாப்பிட எதுவும் கிடைக்காது. தாகத்தை தணிக்கவும் வாய்ப்பில்லை. இயற்கைக் கடனை அடக்கித்தான் ஆக வேண்டும். அடி உதையுடன் வேண்டுமானால் சிறுநீர் கழிக்கச் செல்லலாம்.

ஒருவழியாக உடலெல்லாம் வலி எடுக்க பசியில் காய்ந்த வயிற்றுடன் பூத்தாயி திரும்பினால் சோறு இருக்கும் என்பதற்கு எந்த உத்தரவாதமும் கிடையாது. பசி அரக்கனிடம் தங்களை ஒப்படைத்துவிட்டு உறங்க வேண்டியதுதான்...

31

நசுக்கப்படுவதற்கு முன்பு எறும்பு கூட கடிக்கும் என்னும்போது மனிதர்கள் மட்டும் எத்தனை நாட்கள்தான் குட்டக் குட்ட குனிந்து கொண்டே இருப்பார்கள்?

அப்படியொரு எதிர்வினை சயாம் - பர்மா ரயில் பாதை அமைக்கப்படும் போதும் நிகழ்ந்தது. நிகழ வைத்த பெருமை சாட்சாத் ஜப்பானியர்களைதான் போய்ச் சேரும்.

மலேரியா, காலரா... என காய்ச்சலில் எத்தனை வகைகள் இருக்கிறதோ -

அத்தனை வகைகளையும் சயாம் காட்டில் தொழிலாளர்கள் அனுபவித்தார்கள். மருந்து இல்லை. மாத்திரை இல்லை. மருத்துவர் இல்லை.

மொத்தத்தில் எதுவுமே இல்லை.

அதனால் இறப்பின் எண்ணிக்கையும் குறையவில்லை.

இது குறித்து கவலையேபடாமல் தொழிலாளர்களை வேலை வாங்கிக் கொண்டிருந்தார்கள்.

மருத்துவமனை என்னும் பெயரில் இயங்கிய சவமனைக்குள் செல்ல ப்ரியப்படாத பல தொழிலாளர்கள் -

காய்ச்சலால் தாங்கள் பாதிக்கப்பட்டிருப்பதை சொல்லாமலேயே நடமாடினார்கள்.

அதாவது, இயல்பாக இருக்க முயன்றார்கள்.

ஆனால் -

சூரியனின் தகிப்பு வெளிப்புறத்திலும் காய்ச்சலின் வெப்பம் அகத்திலும் சமமாக தாக்கவே -

சுமைகளை சுமந்துகொண்டு வேலை செய்யவே சிரமப்பட்டார்கள்.

இது குறித்து கவலையே படாமல் ஜப்பானிய வீரர்கள் சம்பந்தப்பட்டவர்கள் தள்ளாடும் போதெல்லாம் சவுக்கால் விளாசினார்கள்.

அப்படித்தான் நடுத்தர வயதுள்ள ஒருவர் காய்ச்சலை வெளியே சொல்லாமல் அன்றைய தினம் வேலை பார்க்க ஆரம்பித்தார்.

ஒரு கட்டத்துக்கு மேல் அவரால் தாங்க முடியவில்லை. கண்களை இருட்டிக்கொண்டுவந்தது.

தலையில் சுமை இருக்க... தள்ளாடியபடியே மயங்கி விழுந்தார்.

இதைப் பார்த்துக் கொண்டிருந்த இரு ஜப்பானிய வீரர்களுக்கும் கோபம் வந்தது.

மொத்த பொருட்களும் அல்லவா கொட்டிவிட்டது. இனி அதை வாரிப்போட்டு மீண்டும் சுமந்து செல்ல சில நிமிடங்கள் ஆகுமே... இப்படியா நேரத்தை வீணாக்குவது?

ஆக்ரோஷத்துடன் வந்தவர்கள் -

விழுந்திருந்த அந்த தொழிலாளியை எட்டி உதைத்தார்கள்.

இது ஒன்றும் புதிய சம்பவம் அல்ல.

பசி மயக்கம் அல்லது சுமை தாங்காமல் இப்படி தொழிலாளர்கள் அவ்வப்போது சுருண்டு விழுவது சகஜம்தான்.

என்றாலும் ஒரே உதையில் வலுவை திரட்டிக் கொண்டு எழுந்து நிற்பார்கள். அடுத்த அடி விழுவதற்குள் கொட்டியதை அள்ளியபடி வேலை பார்க்கத் தொடங்குவார்கள்.

ஆனால் -

அன்று அந்த தொழிலாளி எழுந்திருக்கவில்லை.

அவ்வளவு அலட்சியமா... என தங்கள் மொழியில் கர்ஜித்தபடி மீண்டும் மீண்டும் எட்டி உதைத்தார்கள்.

பார்த்துக்கொண்டிருந்த மற்ற தொழிலாளர்களுக்கு அஸ்தியில் ஜுரம் கண்டது.

இதென்ன மிருகங்களைப் போல் நடத்துகிறார்கள்...

ஆமாம். அந்தத் தொழிலாளி ஏன் எழுந்திருக்கவில்லை...

அருகில் சென்று பார்க்க முயன்றார்கள்.

விடுவார்களா ஜப்பானியர்கள்?

வந்தவர்களை விரட்டி வேலைகளை பார்க்கும்படி சொல்லி விட்டு பக்கத்தில் இருந்த புதருக்குள் -

சுருண்டு விழுந்த தொழிலாளியை தள்ளிவிட்டு -

எதுவும் நடக்காததுபோல் தங்கள் கண்காணிப்பை தொடங்கினார்கள்.

இந்த அலட்சியத்தை மற்ற தொழிலாளர்களால் தாங்கிக்கொள்ள முடியவில்லை.

குறிப்பாக இளைஞர்களுக்கு.

சிறுநீர் கழிக்கும் பாவனையில் ஜப்பானிய வீரன் திட்டத் திட்ட ஓர் இளைஞன் புதர் பக்கம் சென்றான்.

சிறிது நேரத்தில் இன்னொருவன்.

ஐந்து நிமிடங்கள் கழித்து மற்றவன்.

இவர்கள் மூவருமே புதர் பக்கம்தான் ஒதுங்கினார்கள் என்பதும் -

அந்த புதருக்குள்தான் சுருண்டு விழுந்த தொழிலாளியை நாம் தள்ளினோம் என்பதும் -

◆ கே.என்.சிவராமன்

151

ஒதுங்கியவர்கள் நீண்ட நேரமாகியும் திரும்பவில்லை என்பதும் -

சற்று தாமதமாகத்தான் அங்கிருந்த இரு ஜப்பானிய வீரருக்கும் புரிந்தது.

'குர்ரா...' 'குர்ரா...' என கத்தியபடியே இருவரும் புதருக்குள் நுழைந்தார்கள்.

அதிர்ந்தார்கள்.

அங்கு மனித நடமாட்டமே தென்படவில்லை.

மாறாக புதருக்குள் மறைந்தபடி சலசலத்து ஓடிய ஓடைதான் தென்பட்டது.

துப்பாக்கியால் புதரை விலக்கியபடி நோட்டமிட்டார்கள்.

அவர்களால் தள்ளிவிடப்பட்ட தொழிலாளி -

மல்லாந்து விழுந்து கிடந்தான்.

துப்பாக்கியின் அடிப்பகுதியால் அவன் நெஞ்சில் குத்தினார்கள்.

சலனமில்லை.

இறந்துவிட்டான் போல.

சரி. சிறுநீர் கழிக்க வந்த மூவர் எங்கே?

நரம்புகள் முறுக்கேற 'குர்ரா...' என சத்தம் போட்டார்கள்.

அது மட்டும்தான் அவர்களுக்கு தெரியும்.

அதன்பிறகு நடந்ததெல்லாம் கற்பனைக்கும் அப்பாற்பட்டது.

எங்கு மறைந்திருந்தார்கள் என்று தெரியாது... மூன்று இளைஞர்களும் சொல்லி வைத்தது போல் அவர்கள் இருவர் மீதும் பாய்ந்தார்கள்.

சுதாரிக்க நேரம் கொடுக்கவேயில்லை.

இருவரையும் ஓடைக்குள் தள்ளி -

அவர்கள் தலையை நீருக்குள் அமுக்கி -

மூச்சு விட முடியாமல் தடுத்து -

திமிறலை அடக்கி -

ஒன்று... இரண்டு... மூன்று...

ஐந்தே நிமிடங்களில் அந்த இரு ஜப்பானிய வீரர்களும் பிணமானார்கள்.

ஒன்றுக்கு இருமுறை அவர்கள் இறந்ததை சரிபார்த்த பிறகே - மூவரும் வெளியே வந்தார்கள்.

அன்று மாலைக்குள் தங்களை மற்ற ஜப்பானியர்கள் பழிவாங்கி விடுவார்கள் என்று தெரியும்.

என்றாலும் இருவரை கொன்ற திருப்தி அவர்கள் மூவரின் முகத்திலும் ப்ரகாசித்தது...

32

கடுங்குளிரில் நிறைய குளித்தால் குளிர் விட்டுப் போகும் என்பார்கள்.

இந்தப் பழமொழி சயாம் - பர்மா ரயில்பாதை அமைக்கச் சென்ற எல்லா தொழிலாளர்களுக்கும் பொருந்தும்.

துன்பத்தை தாங்கித் தாங்கி ஒரு கட்டத்துக்கு மேல் மரத்துப்போனார்கள். மரங்களை அறுத்தார்கள். இறப்பை பார்த்துப் பார்த்து மனம் கல்லாகியிருந்தது. மலைகளையும் குன்றுகளையும் பாறைகளையும் பிளந்தார்கள்.

இப்படி உயிர்ப்பில்லாமல் நடமாடிய அவர்களை உயிர்பிக்கவே 'டக் டக் டக்' என்று இரவின் அமைதியை கிழித்துக்கொண்டு சத்தம் வரும்.

பெரும் ஓசை எழுந்தாலும் கண்விழிக்காமல் அசதியில் உறங்கிக் கொண்டிருப்பவர்கள் -

இதைக் கேட்டதும் சட்டென்று விழிப்பார்கள்.

மூடிய இமைகள் தன்போக்கில் பிரியும்.

எழுந்து அமர்வார்கள்.

அவர்களையும் அறியாமல் செவிகள் கூர்மையாகும்.

'டக் டக் டக்'.

கண்கள் விரியும். பளபளப்பாகும்.

ஒருவரையொருவர் பார்த்துக்கொள்வார்கள்.

அனைவர் முகத்திலும் மகிழ்ச்சி தாண்டவமாடும்.

குதித்தபடி பூத்தாய் விட்டு வெளியே வருவார்கள்.

சத்தம் வரும் இடத்தை நோக்கி அந்த இருட்டிலும் ஓடுவார்கள்.

ரயில்.

மலாயாவில் இருந்து தங்களை சுமந்து வந்து பாழும் கிணற்றில் தள்ளிய அதே ரயில். இம்முறை எத்தனை பேரை அழைத்து வந்திருக்கிறது... வந்தவர்களில் எத்தனை பேர் கடைசிவரை தாக்குப் பிடிப்பார்கள்... இடையில் எத்தனை பேர் இறப்பார்கள்...

பதிலில்லாத கேள்விகள் அனைவரது நெஞ்சையும் அறுக்கும்.

◆ கே.என்.சிவராமன்

ஆனால் -

வருபவர் ஒருவேளை தங்கள் ஊர்க்காரராக இருந்தால் அவர்களிடம் தங்கள் உறவினர்களின் நலன் குறித்து விசாரிக்கலாமே...

இந்த எண்ணம்தான் அனைத்து கசப்புகளையும் தாண்டி முன்னிலைக்கு வரும்.

அதுவே வருபவர்களை வரவேற்க பூத்தாயியில் இருந்து அவர்களை ஓட வைக்கும்.

நின்றிருக்கும் ரயிலை கண்கள் விரிய சுற்றிச் சுற்றி வருவார்கள். ஒவ்வொரு பெட்டியாக அலசுவார்கள். தெரிந்தவர்கள் தட்டுப்பட்டால் பாய்ந்து கட்டிப் பிடிப்பார்கள்.

ஏற்கனவே 'தன் எதிர்காலம் எப்படியிருக்குமோ' என்ற குழப்பத்துடன் சயாம் - பர்மாவுக்கு வந்த மலாய் தேசி -

யாரோ தன்னை அணைத்ததும் அதிர்ந்துபோவார்.

எலும்பும் தோலுமாக... தாடியுடன் காட்சி தரும் ஆண் அல்லது கன்னமெல்லாம் ஒட்டி, கண்களில் குழி விழுந்து அருகில் இருக்கும் பெண் -

யாராக இருக்கும் என புருவத்தை உயர்த்துவார்கள்.

'என்னை தெரியலையா...' என தாங்களே மறந்துவிட்ட தங்கள்

154 உயிர்ப் பாதை

மலாய் அடையாளத்தை கட்டிப் பிடித்தவர் சொன்ன பிறகே -

வந்தவருக்கு அடையாளம் தெரியும்.

மீண்டும் பரஸ்பரம் கட்டிக் கொள்வார்கள்.

இம்முறை இருவரிடம் இருந்தும் கேவல் வெடிக்கும்.

'அடையாளமே தெரியாத அளவுக்கு இப்படி ஆகிட்டீங்களே...'

'போயும் போயும் இந்த நரகத்துல வந்து விழுந்திருக்கியே... இதுக்கு நீ மலாயாவிலேயே பட்டினி கிடந்திருக்கலாமே...'

'யாரு, அவனா? காய்ச்சல்ல செத்துட்டான்...'

'இவனா? வேலைப்பார்க்கும்போது பாறை உருண்டு வந்து நசுக்கிடுச்சு...'

'அவளா... ஜப்பான்காரன் தன்னை கெடுக்கக் கூடாதுன்னு விஷம் குடிச்சுட்டா...'

'இவளா... ரத்தப்போக்கு அதிகமாகி மூணு மாசம் முன்னாடி தான் கண்ணை மூடினா...'

பேச்சும் அழுகையுமாக வருடங்களின் கதையை நிமிடங்களில் பேசி முடிப்பார்கள்.

என்றாலும் இரண்டு தரப்பினரின் மனதிலும் நம்பிக்கை பூக்கும்.

நம்மாள் வந்துட்டான். ஒரு துணை கிடைச்சுடுச்சு.

நம்மாள் ஏற்கனவே இங்க இருக்கான். நிம்மதியா வேலை பார்க்கலாம்.

கைகோர்ப்பார்கள். பிணைப்பை இறுக்கிக்கொள்வார்கள்.

ஜப்பானியர்கள் எதிர்பார்த்ததும் இதைத்தான்.

மறுநாளே இறந்துவிடுவான் என்ற நிலையில் இருந்தவன் இன்னும் ஒரு மாதம் தாக்குப்பிடித்து உழைப்பான்.

பயத்துடன் வந்தவன், ஊர்க்காரனை பார்த்த மகிழ்ச்சியில் அச்சம் அகன்று இரவு பகலாக வேலை பார்ப்பான்.

மொத்தத்தில் பணி நிற்காது.

இதை அதிகரிக்கும் விதமாக இன்னொரு காரியத்தை செய்தார்கள்.

அதற்கு நேதாஜி சுபாஷ் சந்திர போஸை அவரையும் அறியாமல் துணைக்கு அழைத்துக்கொண்டார்கள்.

'மலாயாவுக்கு நம்ம தலைவரு நேதாஜி வந்திருக்கிறாரு. ஜப்பான் காரங்க எப்படி மலாயாவிலிருந்து வெள்ளைக்காரங்களை விரட்டி அடிச்சாங்களோ அப்படி இந்தியாவிலிருந்து வெள்ளைக்காரங்களை அவருதுரத்தப் போறாரு. இதுக்காகவே மலாயாவுல படையை திரட்டிட்டு இருக்காரு.

அந்தப் படை இந்தியாவுக்கு போகத்தான் ஜப்பான் காரங்க இந்த ரயில் பாதையை சயாமிலிருந்து பர்மா வரைக்கும் அமைச்சுட்டு இருக்காங்க.

ஜப்பான் படை நமக்கு உதவி செய்யுது.

அதேபோல நாமளும் ஜப்பானுக்கு உதவணும். எவ்வளவு வேகமா முடியுமோ அவ்வளவு விரைவா இந்த ரயில் பாதையை போட்டு முடிக்கணும்.

அப்பதான் நேதாஜியால இந்தியாவுக்கு சுதந்திரம் வாங்கித் தர முடியும். அது நடந்தாதான் நம்ம தாய்நாட்டுக்கு நாம போக முடியும்.

கஷ்டத்தைப் பார்க்காம மலையை பிளப்போம். ஓடை மேல பாலம் கட்டுவோம். மரங்களை வெட்டுவோம்.

இதெல்லாம் ஜப்பான்காரங்களுக்காக நாம செய்யலை. இந்திய சுதந்திரத்துக்காக செய்யறோம். நம்ம தலைவர் நேதாஜிக்கு நம்மால முடிந்த அளவு உதவப் போறோம்...'

என கங்காணிகளை வைத்து அழகு தமிழில் ஜப்பானியர்கள் சொல்ல வைத்தார்கள்.

சோர்ந்திருந்த தொழிலாளர்களுக்கு இது புத்துணர்ச்சியை அளித்தது.

வேலை நடக்கும் வேகத்தைப் பார்த்து ஜப்பானியர்கள் தங்களுக்குள் புன்னகைத்துக்கொண்டார்கள்...

◆ **கே.என்.சிவராமன்** 157

33

கள்ளத்தனமான அந்த புன்முறுவலை தொழிலாளர்கள் புரிந்து கொள்ளக் கூடாது இல்லையா?

அதற்காக வேறொரு காரியத்தையும் கச்சிதமாக செய்தார்கள். அதுவும் எந்தவிதமான சந்தேகமும் எழாதபடி.

எப்படி?

பகல் முழுக்க ஓய்வின்றி உழைத்த தொழிலாளர்கள், இருட்டும் நேரத்தில் பூத்தாய் திரும்புவார்கள்.

எப்போதும் போல் ஜப்பானியர்கள் முகத்தை இறுக்கமாக வைத்துக்கொண்டு ரோல் கால் எடுப்பார்கள்.

காலையில் பணிக்கு வந்த அனைவரும் பூத்தாய் திரும்பிவிட்டார்கள் என்பதை சரி பார்த்ததும் -

இரவு உணவை வழங்குவார்கள். வழக்கமான சோறும் கீரைத் தண்ணியும்தான்.

அலுப்பில் இருப்பவர்கள் முணுமுணுக்காமல் அள்ளி அள்ளி சாப்பிடுவார்கள்.

மவுனமாக ஜப்பானியர்கள் அதை வேடிக்கை பார்ப்பார்கள்.

உணவை அருந்திவிட்டு அக்கடா என படுக்கையில் சாய்வார்கள். மன அழுத்தத்தை குறைக்க கொஞ்சம் ஊர்க் கதை, கொஞ்சம் உலகக் கதையை அலசத் தொடங்குவார்கள்.

வெளியில் கும்மிருட்டு ஆட்சி செய்யும். பூச்சிகளின் நடமாட்டம் கொய்ங் என ஒலி எழுப்பும்.

அந்த நேரத்தில் -

விசில் ஊதுவார்கள். தொழிலாளர்களுக்கு ஒன்றும் புரியாது. அதிகாலையிலும் பகலிலும் ஒலிக்க வேண்டிய விசில் -

இரவில் ஊதப்பட்டால்? ஒருவேளை நள்ளிரவிலும் வேலை வாங்கப் போகிறார்களா... கடவுளே... உடல் தாங்குமா... பணி செய்யும்போதே சுருண்டு விழுந்து சாக வேண்டியதுதானா... இந்த நரகத்தில் இருந்து நமக்கு விடிவே கிடைக்காதா...

மனதுக்குள் கதறியபடி அடித்துப் பிடித்து வெளியில் வருவார்கள்.

அழுத்தும் தூக்கத்தை மீறி ஒவ்வொருவரது கண்களிலும் கலக்கம் தெரியும்.

தெரிய வேண்டும். தெரிகிறதா என ஒன்றுக்கு இருமுறை ஜப்பானியர்கள் ஓரக் கண்ணால் நோட்டம் விடுவார்கள்.

காரணம் புரியாமல் தொழிலாளர்களின் இதயம் வேகமாக துடிக்கும். அந்த ஓசை சம்பந்தப்பட்ட தொழிலாளிக்கு கேட்கிறதோ இல்லையோ -

அப்பகுதி அதிகாரிக்கு துல்லியமாக கேட்கும்.

எதுவும் பேசாமல் துடிக்கும் இதயங்களின் ஒலியை ரசிப்பார்.

மனதை வருடும் இசையாக ஒருவேளை அதை அவர் உணரலாம்.

கண்கொட்டாமல் அந்த ஜப்பானிய அதிகாரியையே தொழிலாளர்கள் பார்ப்பார்கள்.

அனைவரது பார்வையும் தன் மீது படிந்ததும் -

அவர்களை நோக்கி சில அடிகள் முன்னே வருவார்.

"நிகோன்ஜி நி பன்சாய்!" என வலது கையை உயர்த்தி மூன்று முறை கத்துவார்.

பதிலுக்கு ஜப்பானிய வீரர்களும்.

எங்கே இப்படி தாங்களும் சொல்லாவிட்டால் அடி விழுமோ என பயந்து தொழிலாளர்களும் தங்கள் பங்குக்கு அர்த்தம் புரியாமல் கத்துவார்கள்.

எதிரொலி அடங்கியதும் -

"தீபாவளி ஓமெடெத்தோ கொசைமாஸ் இன்டோஜின் காயோய் இத்தோ பித்தோ வத்தாசி தட்சி வா தோமோடாச்சி டெஸ்..."

முழக்கமிட்டு தலைகுனிந்து வணக்கம் செலுத்திவிட்டு பின்னோக்கி நகர்வார் அந்த அதிகாரி.

சப்பை மூக்கன் என்ன சொல்றான்?

கேள்வி அனைவரது மனதிலும் எழும்.

கேட்க மாட்டார்கள். தைரியமிருக்காது. மையமாக தலையசைத்துவிட்டு மீண்டும் நேராக தங்கள் பார்வையை பதிப்பார்கள்.

பின்னால் நின்றிருந்த குருத்தோ முன்னால் வருவான்.

தொண்டையை கனைப்பான்.

"ஜப்பானியர்களுக்கு ஜே! தீபாவளி வாழ்த்துகள்! இந்தியர்கள் நல்லவர்கள்! நாம் நண்பர்கள்..!"

இடைவெளி விடுவான். கம்பீரமாக தன் தலையை உயர்த்துவான்.

"இதைத்தான் தன்னோட மொழில கொஞ்ச நேரத்துக்கு முன்னாடி நம்ம அதிகாரி சொன்னாரு..."

தங்களை மறந்து தொழிலாளர்கள் கைதட்டுவார்கள். அதை ஏற்கும் விதமாக அதிகாரி தன் தொப்பியை கழற்றி மாட்டுவார்.

தன் கையை உயர்த்தி அனைவரையும் அமைதியாக இருக்கச் சொல்லிவிட்டு -

குருத்தோ தொடர்வான்.

"இன்னொரு சந்தோஷமான செய்தி. நாளைக்கு நமக்கு தீபாவளி. அதனால எல்லாருக்கும் லீவ். தீபாவளியை கொண்டாடுங்க. இதை

◆ கே.என்.சிவராமன் 159

சொல்லத்தான் இந்த நேரத்துல உங்களை கூப்பிட்டாரு..."

அசையாமல் தொழிலாளர்கள் நிற்பார்கள்.

கனவா? கிள்ளிப் பார்ப்பார்கள். வலிக்கும். அப்படியானால் இன்பத்தேன் வந்து செவியில் பாய்ந்ததா?

ஆம் என்பதற்கு அறிகுறியாக புன்னகை தவழும் ஜப்பானிய அதிகாரியின் முகம் தட்டுப்படும்.

'உர்ரே...' என சொல்லி வைத்தது போல் கத்துவார்கள். உறங்குவார்கள். நேரம் கழித்து விழிப்பார்கள். சாராயக் கடையை தேடிச் செல்வார்கள். பாலியல் தொழில் செய்யும் சயாம் பெண்களை நாடுவார்கள். காட்டுப் பன்றியை கொல்வார்கள்.

கறி விருந்து அமர்க்களப்படும். எங்கும் ஆட்டம், பாட்டம், கொண்டாட்டம்.

சுருட்டை இழுத்தபடி -

மூன்று நாட்களில் முடிக்க வேண்டிய வேலையை -

மறுநாள் முடித்தாக வேண்டும் என்று தன் வீரர்களுக்கு கட்டளை யிடுவான் -

விடுமுறையை அறிவித்த ஜப் பானிய அதிகாரி.

34

அந்த திருப்பத்தை தொழிலாளர்கள் துளியும் எதிர்பார்க்கவில்லை.

அன்று அதிகாலை ரோல்கால் முடிந்ததும் வழக்கம் போல் தங்கள் வேலையைப் பார்க்க அவரவர் அவரவர் இடங்களை நோக்கி நகர முற்பட்டபோது -

ஜப்பானிய வீரன் ஒருவன் முன்னால் வந்து விசில் ஊதினான். என்னவென்று புரியாமல் நகர முற்பட்ட வர்கள் அப்படியே நின்றனர்.

ஜப்பானிய அதிகாரி முன்னால் வந்து தங்கள் மொழியில் எதையோ சொல்லிவிட்டு நகர்ந்தான்.

வழக்கம்போல் கங்காணி அதன் பிறகு விளக்கம் சொன்னான்.

'இந்தப் பக்கத்து வேலை எல்லாம் முடிந்துவிட்டது. வடக்கே தான் வேலை அதிகம் இருக்கிறது. எனவே இன்றைய தினம் நீங்கள் செல்ல வேண்டிய இடம் 'நிக்கே'. அது தொலைவில் இருப்பதால் உங்களை ரயிலில் அழைத்துச்செல்கிறோம். அந்த ரயிலும் 'நிக்கே' வரை செல்லாது. கொஞ்சம் முன்னால் நின்றுவிடும். அங்கிருந்து நடக்க வேண்டும்.

சிரமம் பார்க்காமல் உடனே ரயில் நிலையம் செல்லுங்கள். மாலை வேலை முடிந்ததும் மீண்டும் ரயிலில் இங்கு வந்துவிடலாம். வேலை எவ்வளவு விரைவாக முடிகிறதோ அவ்வளவு விரைவில் நீங்கள் உங்கள் தாய்நாட்டுக்கு செல்லலாம். அதுவும் கை நிறைய பணத்துடன். ஜப்பானியர்களுக்கு ஜே!'

ஒரு நிமிடம் தொழிலாளர்களுக்கு ஒன்றும் புரியவில்லை. ஆனாலும் அனிச்சையாக கைதட்டினார்கள். இல்லாவிட்டால் அடி விழும். உதை நிச்சயம்.

முன்னால் ஜப்பானிய வீரன் நடக்க, அவனை பின்தொடர்ந்த படி தொழிலாளர்கள் ரயில் நிலையம் நோக்கிச் சென்றார்கள். செல்லும் வழியில்தான் கங்காணி மொழிபெயர்த்து சொன்ன வாசகங்களின் அர்த்தமே புரிந்தது.

உயிர்ப் பாதை

மறுகணம் அவர்கள் கண்முன்னால் மலாயாவில் இருந்து அவர்களை ஏற்றி வந்த ரயில்தான் நிழலாடியது.

எவ்வளவு கனவுகளுடன் வந்தோம்... என்னவெல்லாம் நினைத்தோம். ஆனால், நடப்பதெல்லாம் தலைகீழாகத்தானே இருக்கிறது? உடன் வந்தவர்களில் சரிபாதி பேர் இன்று உயிருடன் இல்லை. நடமாடுபவர்களிலும் தொண்ணூறு சதவிகிதம் பேருக்கு உடலில் போதுமான வலு இல்லை. எலும்பும் தோலுமாக காட்சியளிக்கிறார்கள். எங்கு போய் முட்டிக் கொள்ள? பெருமூச்சுடன் ரயில் நிலையம் வந்தவர்களுக்கு தலை சுற்றியது.

நிச்சயம் சொகுசான ரயிலை யாரும் எதிர்பார்க்கவில்லை. கடந்தகால அனுபவங்கள் அப்படி நினைக்க வழிவகுக்கவும் இல்லை.

கண் முன்னால் விரிந்தது கூட்ஸ் வண்டிதான். முன்பு போலவே தட்டுமுட்டு சாமான்களும், பொருட்களும் நிரம்பியிருக்கும். அதன் மீது நிற்கவோ அமரவோ செய்யலாம். இப்படித்தான் நினைத்தார்கள். மனதையும் அதற்கு ஏற்பவே பக்குவப்படுத்தி யிருந்தார்கள்.

ஆனால் வந்து நின்ற ரயில் நிலையத்தில் -

ரயில் காணப்படவே இல்லை. மாறாக தண்டவாளத்தில் லாரிகள் நின்றிருந்தன. ஆமாம். தண்டவாளத்தின் மீது பழைய லொட லொட லாரிகள்தான் வரிசையாக காட்சியளித்தன. ஜப்பானியர்கள் ஏமாற்றுக்காரர்கள் என்பது ஒவ்வொரு தொழிலாளிக்கும் தெரியும். சுண்ணாம்பை சோறு என்றும், கீரை தண்ணீரை சாம்பார் என்றும் சொல்பவர்கள்தானே அவர்கள்?

அப்படிப்பட்டவர்கள் லாரியை -

ரயில் என்று அழுத்தம் திருத்தமாக சுட்டிக் காட்டுவார்கள் என்று ஒருவரும் எதிர்பார்க்கவில்லை. டயரை முற்றிலும் அகற்றியிருந்தார்கள். அந்த இடத்தில் தண்டவாளத்தில் ஓடும்படி இரும்புச் சக்கரத்தை பொருத்தியிருந்தார்கள். பார்க்கப் பார்க்க ஒவ்வொருவரின் அடிவயிறும் கலங்கியது. ஏனெனில் பள்ளத்தில் சிக்கி ஸ்டார்ட் ஆகாமல் போன லாரிகள் அவை. மேட்டின் மீது ஏற முடியாத என்ஜின்களை கொண்டவை.

தெரியும். தொழிலாளர்களுக்கு நன்றாகவே அந்த லாரிகளை தெரியும். கிட்டத்தட்ட அவர்கள்தானே நாள்தோறும் அதை தள்ளித் தள்ளி ஸ்டார்ட் செய்திருக்கிறார்கள். அப்படிப்பட்ட லாரிகள் எப்படி சுமூகமாக தண்டவாளத்தில் ஓடும்?

'ம்... ம்... ஏறுங்க...' கங்காணி விரட்டினான். ஜப்பானிய வீரர்கள் விசிலை ஊதியபடி துப்பாக்கியின் அடிப்பாகத்தை உயர்த்தினார்கள்.

மறுக்க முடியாது. அந்தளவுக்கு தைரியம் ஒருவரிடமும் இல்லை.

மனதை கல்லாக்கிக் கொண்டு லாரிகளில் - தவறு. 'ரயிலில்' - ஏறினார்கள். அதாவது, அடைக்கப்பட்டார்கள்.

ஒருவர் பாக்கியில்லாமல் அனைவரும் ஏறியதும் -

லாரி ரயில் புறப்பட்டது.

தட தட தட தட....

35

மறுக்கவா முடியும்?

வேறுவழியின்றி அதிகாலையிலும் இரவு பூக்கும் நேரத்திலும் லாரி ரயிலில் பயணம் செய்த தொழிலாளர்களின் உடல்கள் பலவீனப்பட்டன.

தட தட தட என உடல் அதிர்ந்ததில் எலும்புகள் அனைத்தும் தங்கள் பிடிமானத்தை இழந்தன.

இந்த வலியுடன் ரயில் நிலையத்தில் இறங்கி, ஓய்வு எடுக்காமல் ஐந்து கிலோ மீட்டர் வரை நடந்து பணியிடத்தை அடைந்தார்கள். வழங்கப்பட்ட காலை உணவை அள்ளி அள்ளி வயிற்றில் போட்டுக்கொண்டு வேலையை தொடங்கினார்கள்.

பணி முடிந்ததும் மீண்டும் ஐந்து கி.மீ. நடைப்பயணம். தட தட லாரி ரயில். பூத்தாயி. இரவு உணவு. உறக்கம்.

ஒரு கட்டத்துக்கு மேல் கால், கை மூட்டுகள் எல்லாம் தங்கள் இடத்தை விட்டு நகர்ந்தன. இதனால் கைகளை அசைக்க முடியாமலும், கால்களை மடக்க முடியாமலும் அவஸ்தைப்பட்டவர்கள் ஏராளம்.

மெல்ல மெல்ல அனைவரது நடையும் இயல்புத்தன்மையை இழந்தது. கட்டாயமாக மாற்றுத்திறனாளியானார்கள்.

இப்படி லாரி ரயிலில் பயணம் செய்பவர்களின் நிலையே பரவாயில்லை என்பது போல் எஞ்சியவர்களின் நிலை மாறியது.

காரணம், 1943ம் ஆண்டு முடியும் தறுவாயில் இருந்தது.

எனவே வேறு இடங்களுக்கு லாரி ரயிலில் அனுப்பப்படாதவர்கள் இரவிலும் வேலையை தொடரும்படி நிர்பந்திக்கப்பட்டார்கள்.

அதாவது தொடர்ந்து இரண்டு ஷிஃப்ட்.

என்றேனும் ஒருநாள் அல்ல. அடுத்து வந்த எல்லா நாட்களும். வழக்கம்போல் காலை ரோல்கால் முடிந்ததும் -

அனைவரது முன்னாலும் வந்து நின்று ஜப்பானிய அதிகாரி இதை அறிவித்தார்.

அதுவும் கம்பீரமாக அல்ல. வேண்டுமென்றே குரலை உயர்த்

◆ கே.என்.சிவராமன்

165

உயிர்ப் பாதை

◆ கே.என்.சிவராமன்

தாமல். மன்னிப்பு கேட்கும் பாவனையில். கட்டளை தொனியுடன்.

தொழிலாளர்களுக்கு ஒன்றும் புரியவில்லை. சொய்ங் சொய்ங் என ஜப்பானிய மொழியில் ஏதேதோ சொன்னார். கடைசியாக தன் தலையை லேசாக சாய்த்து வணக்கம் தெரிவித்துவிட்டு அவர் நகர்ந்ததும் -

விசுவாசத்துக்கு பெயர்போன கங்காணிகள் அதை தமிழில் மொழிபெயர்த்துசொன்னார்கள். அதன் பிறகு தான் ஏற்கனவே நோஞ்சானாகஇருக்கும் தங்கள் தலை மீது அதிகப்படியாக ஒரு பாறாங்கல்லை எடுத்து வைத்திருக்கிறார்கள் என்பதே தொழிலாளர்களுக்கு புரிந்தது.

சப்தநாடியும் ஒடுங்க, அந்த இடத்திலேயே தங்கள் உயிர் பிரியக்கூடாதா என ஏங்கினார்கள்.

அந்தளவுக்கு 'ஏற்ற இறக்கங்கள் நிறைந்த அந்த சொற்பொழிவு' அல்லது 'கட்டளை' அவர்களை பாதித்தது.

"ஜப்பானியர்களுக்கு ஜே. அனைவருக்கும் வணக்கம்.

இப்போது நான் சொல்லப்போவது எவ்வளவு சிரமமான காரியம் என்று தெரியும். ஏனெனில் உங்களைப் போலவே நாங்களும் மனிதர்கள்தான். கஷ்ட

நஷ்டங்கள் குறித்து எங்களுக்கும் தெரியும். என்றாலும் அறிவிக்காமல் இருக்க முடியவில்லை.

1944ம் ஆண்டு பிறக்கப்போகிறது. இன்னமும் ரயில்பாதை அமைக்கும் பணி முடியவில்லை. இப்படியே போனால் திட்டப்படி பாதை அமைக்க முடியாது. எனவே இன்றுமுதல் அனைவரும் அதிகாலை தொடங்கி நள்ளிரவு வரை வேலை செய்ய வேண்டும்.

இதற்காக நீங்கள் வருத்தப்பட வேண்டாம். ஜப்பானியர்கள் கருணை உள்ளவர்கள். எனவேதான் உங்கள் நலனிலும் கூடுதலாக அக்கறை செலுத்த முடிவு செய்திருக்கிறது.

ஆமாம்.

அதிகப்படியான வேலை நேரத்தை கணக்கில் கொண்டு நாள் கூலியை அதிகப்படுத்த முடிவு செய்திருக்கிறோம். உணவின் அளவும் அதிகரிக்கப்படும். அவ்வப்போது கறி, முட்டையும் உணவில் இடம்பெறும்.

ஜப்பானியர்களுக்கு ஜே!"

இதுதான் அந்த ஜப்பானிய அதிகாரி அறிவித்ததன் சுருக்கம்.

அதாவது -

மொழிபெயர்த்து சொன்ன கங்காணியின் பேச்சில் இருந்த சாரம் இதுதான்.

தொழிலாளர்கள் வெலவெலத்துப் போனார்கள்.

கோபம் பீறிட்டு எழுந்தது.

உடனே பாய்ந்து சென்று அந்த ஜப்பானிய அதிகாரியையும், துப்பாக்கிகளுடன் காவலுக்கு நின்றிருந்த ஜப்பானிய வீரர்களையும் அடித்து நொறுக்கினார்கள்.

இதற்கெல்லாம் காரணமான கங்காணியை கீழே தள்ளி கால்களால் மிதித்தே கொன்றார்கள்.

கற்பனையில். மனத்திரையில்.

நிஜத்தில்?

பெட்டிப் பாம்பாக அடங்கினார்கள். வேறு வழியில்லை. கடந்த பல மாதங்களாக அனுபவித்து வந்த வேதனைகள் அவர்களது சுயமரியாதையை பொசுக்கியிருந்தன. கட்டுப்படுவதைத் தவிர வேறுவழியில்லை என்பதை புரியவைத்திருந்தன.

எனவே ஆமோதிக்கும் வகையில் தலையசைத்துவிட்டு நகர்ந்தார்கள். பணியை தொடர்ந்தார்கள்.

இதற்கு மத்தியிலும் ஓரிருவர் குரலை உயர்த்தி மறுக்க முற்பட்டார்கள்.

இப்படி அங்கொன்றும் இங்கொன்றுமாக எதிர்ப்பு கிளம்பும் என்பதை முன்பே கணக்கிட்டிருந்த அந்த ஜப்பானிய அதிகாரி - சட்டென்று அடுத்த அறிவிப்பை வெளியிட்டார்.

"இந்த கூடுதல் பணிநேரம் வயதானவர்களுக்கும், பெண்களுக்கும், சிறுவர் - சிறுமிகளுக்கும் பொருந்தாது. இவர்கள் எல்லாம் முன்பு போலவே பகலில் மட்டும் வேலை செய்தால் போதும்..."

ஏதோ ஒரு வகையில் இது தொழிலாளர்களின் கோபத்தை

மட்டுப்படுத்தியது என்றுதான் சொல்ல வேண்டும். தங்களையும் அறியாமல் -

'வேணும்னா வேலை வாங்கறாங்க? மேலிருந்து இவங்களுக்கு என்ன அழுத்தமோ... அதான் நம்மகிட்ட உதவி கேட்கறாங்க...'
என கருத ஆரம்பித்தார்கள்.

போதும் போதாததற்கு அன்றைய இரவு இன்னும் அவர்களை லேசாக்கியது. உள்ளுக்குள் எழுந்த கனலை அணைத்தது.

காரணம் -

தென்பட்ட காட்சிகள்.

தோட்டத் தொழிலாளர்களை மட்டுமல்ல... சிறைக் கைதிகளாக பிடிக்கப்பட்டிருந்த வெள்ளையர்களையும் இரவில் ஜப்பானியர்கள் வேலை வாங்கினார்கள்.

அப்பாடா... இவர்களுக்கு சலுகைக் காட்டவில்லை... நம்மி ருவரையும் ஒன்றாகத்தான் நடத்துகிறார்கள்... என்ற எண்ணம் தொழிலாளர்கள் மத்தியில் மேலோங்கியது.

கூடவே பரிதாப உணர்ச்சியும்.

மலாயாவில் அவர்கள் பார்த்த வெள்ளைக்காரர்களின் நினைவு வந்தது. பகலில் வேலையே செய்யாதவர்கள். இரவில் தோட்டத்தில் கால் நீட்டி அமர்ந்து உயர்தரமான மதுபானங்களை அருந்துப வர்கள்.

இப்படி சொகுசாக வாழ்ந்தவர்கள் இங்கு பகலிலும் இரவிலும் தங்களைப் போலவே வேலை செய்கிறார்கள்... ஐயோ பாவம்...

தொழிலாளர்களின் முகத்தில் படர்ந்த உணர்ச்சிகளையும் ஒருவரையொருவர் பார்த்தபடி கண்களால் பேசிக் கொண்டதை யும் கவனித்த ஜப்பானிய அதிகாரி நிம்மதி பெருமூச்சு விட்டான்.

அப்பாடா. குறித்த காலத்துக்கு முன்பாகவே ரயில் பாதையை அமைத்துவிடலாம்...

◆ கே.என்.சிவராமன்

36

கண்ணைக் கட்டி காட்டில் விட்டது போல் தொழிலாளர்கள் அன்று திருதிரு என விழித்ததற்கு காரணம் இருந்தது.

அதை நம்புவதா வேண்டாமா என்ற குழப்பமும் அனைவரது மனதிலும் எழுந்தது.

மலாயாவிலிருந்து சயாமுக்கும் பர்மாவுக்கும் வந்த நாள் முதல் எத்தனையோ சம்பவங்களை சந்தித்திருக்கிறார்கள். நிகழ்வுகளை எதிர்கொண்டு கடந்திருக்கிறார்கள். உடலே மரத்துப்போய் நடமாடியிருக்கிறார்கள்.

அந்த அனுபவமும் சில உண்மைகளை அவர்களுக்கு உணர்த்தியிருந்தது.

ஜப்பானிய அதிகாரிகள் மற்றும் வீரர்களின் அசைவைக் கொண்டே அடுத்து என்ன நடக்கும் என்பதை ஊகிக்கும் திறன் அவர்களுக்கு இருந்தது.

அதாவது, அப்படி இருப்பதாக நினைத்துக் கொண்டிருந்தார்கள்.

அது எவ்வளவு பெரிய மாயை என்பது அன்றுதான் பொட்டில் அறைந்தது போல் சகலருக்கும் புரிந்தது.

புரிய வைக்கப்பட்டது.

அன்று அதிகாலை விசில் சப்தம் அவர்களை எழுப்பியது. வழக்கம் போல் ரோல்கால் முடிந்ததும் சமீபகால நடைமுறைப்படி சரி பாதி பேர் ரயில் நிலையம் நோக்கி வந்தார்கள். நின்றிருந்த லாரி ரயிலில் ஏறினார்கள். தடதட வேகத்தில் உறங்கவும் முடியாமல் விழித்திருக்கவும் சக்தியில்லாமல் எலும்புகள் எல்லாம் குலுங்க குலுங்க வந்து சேர்ந்தார்கள்.

நின்ற ரயில் நிலையத்தில் குதித்தவர்களால் -

திருதிரு என விழிக்கத்தான் முடிந்தது.

சுற்றிலும் இருந்த சூழல் அப்படி.

துப்பாக்கியை ஏந்திய ஜப்பானிய வீரர்கள் அங்கு இருந்தார்கள். அதுவும் வழக்கத்தை விட அதிக எண்ணிக்கையில். போருக்கு புறப்படுவது போல் கொத்துக்கொத்தாக.

◆ கே.என்.சிவராமன்

ஆனால் -

பணி இடத்தை நோக்கி விரைந்து செல்லும்படி யாரையும் மிரட்டவில்லை. மாறாக புன்னகைத்தார்கள். அதுவும் உதட்டை விரித்து. மட்டுமல்ல அந்த இடத்தில் ஆங்காங்கே சயாம் பெண்கள் கடை போட்டிருந்தார்கள்.

போர்க்கைதிகளாக பிடிக்கப்பட்டிருந்த வெள்ளைக்கா ரர்களும் தொழிலாளர்களுக்கு சமமாக தலைகால் புரியாமல் கும்பலாக நின்றிருந்தார்கள். தங்களுக்குள் குசுகுசு என பேசிக் கொண்டிருந்தார்கள்.

பொதுவாக இதுபோன்ற நேரங்களில் அதட்டலுடன் சவுக்கை விளாசி கூட்டத்தை கலைக்கும் வழக்கம் கொண்ட ஜப்பானியர்கள் -

எதுவும் நடக்காதது போல் நின்றிருந்தார்கள். அனைத்தையும் விட ரயில் நிலையத்தை யொட்டி இருந்த அந்த பொட்டல் காட்டின் நடுவில் நாடகக் கொட்டக்கை போல் மேடையுடன் பந்தல் போடப் பட்டிருந்தது. நாற்காலிகள் வரிசையாக போடப்பட்டிருந்தன.

என்ன நடக்கப் போகிறது? பார்வையால் தங்களுக்குள் கேட்டுக் கொண்டார்கள்.

ஜப்பானிய வீரர்கள் முறைக்கவில்லை. எனவே பக்கத்தில் இருந்தவர்களை நெருங்கி சத்தம் எழாத அளவுக்கு 'ஏதாவது தெரி யுமா?' என விசாரித்தார்கள். அதை கண்டும் காணாதது போல் ஜப்பானிய கண்காணிப்பு தொடர்ந்தது.

எனவே கொஞ்சம் குரலை உயர்த்தினார்கள். தள்ளி நின்றிருந்த சக தொழிலாளர்களை அருகில் அழைத்தார்கள் அல்லது அவர்கள் பக்கத்தில் இவர்கள் சென்றார்கள்.

இரவு உறங்குவதற்கு முன் பூத்தாயில் சலசல என உரையாடுவது போல் பேசத் தொடங்கினார்கள். விடை மட்டும் கிடைக்கவில்லை.

என்றாலும் அன்றைய தினம் எந்த வேலையும் இருக்காது என்பது மட்டும் போர்க் கைதிகளுக்கும் தொழிலாளர்களுக்கும் புரிந்தது.

இனம்புரியாத மகிழ்ச்சியும் அனைவரையும் ஆக்கிரமித்தது.

அதை அதிகரிக்கும் விதமாக விசில் அடித்து அனைவரை யும் பந்தலுக்கு வரவழைத்தார்கள். நாற்காலியில் அமரச் சொன்னார்கள்.

கலை நிகழ்ச்சிகள் ஆரம்பமாகின. அதுவும் அல்லி அர்ஜுனா நாடகம்! தொழிலாளர்களால் தங்கள் கண்களையும் செவிகளை யும் நம்பவே முடியவில்லை. மலாயாவில் ரசித்த கூத்து. சயாமிலும் பர்மாவிலும் இனி ஒருபோதும் பார்த்து ரசிக்கவே முடியாது என்று நினைத்த கலை.

உயிர்பெற்று அவர்கள் முன்னால் அரங்கேறியது. அச்சத்தை விட்டு 'ஓ...' என கத்தினார்கள். ஜப்பானிய அதிகாரி எழுந்து நின்றார்.

சட்டென்று அமைதியானார்கள். மிரட்டப் போகிறார் என்று நினைத்தார்கள்.

ஆனால் கை தட்டினார். தன் பங்குக்கு விசில் அடிப்பது போல் பாவனை செய்தார்.

அவ்வளவுதான். அதுவரை அடக்கி வைத்திருந்த கொஞ்ச நஞ்ச

பயமும் அகன்றது.

சுதந்திரமாக... வெகு சுதந்திரமாக தொழிலாளர்கள் அல்லி அர்ஜுனாவை பார்த்தார்கள். உடன் இணைந்து பாடினார்கள்.

அது முடிந்ததும் வெள்ளைக்காரர்களை மகிழ்விக்க அவர்கள் நாட்டு இசை.

இம்முறை போர் கைதிகள் தங்கள் மகிழ்ச்சியை வெளிப்படுத்தினார்கள்.

இடை இடையே மறக்காமல் தேநீர் வழங்கப்பட்டன.

கீரை சோறாக இல்லாமல் நல்ல உணவை அன்றைய தினம் வயிறு முட்ட முட்ட தொழிலாளர்கள் சாப்பிட்டார்கள்.

இதே போல் தினமும் கிடைத்தால் எவ்வளவு நன்றாக யிருக்கும் என பெருமூச்சு விட்டார்கள்.

உணவுவேளைக்கு பின் -

மேடையில் நாற்காலிகள் போடப்பட்டன.

அதிகாரிகள் அமர்ந்தார்கள்.

பெரிய ஜப்பானியக்கொடி ஏற்றப்பட்டது.

ஜப்பானிய தேசிய கீதம் முழங்க -

எல்லோரும் எழுந்து நின்று வணக்கம் செலுத்தினர்.

ஜப்பானிய அதிகாரி ஏதோ சொன்னார்.

உடனே ஒரு குருத்தோவும் ஒரு வெள்ளைக்கார கைதியும் மேடைக்கு அருகில் வந்தனர்.

அடுத்து -

சீருடை பளபளக்க, பட்டங்கள் மின்ன, சயாம் - பர்மா இருப்புப் பாதை பணியின் மூத்த அதிகாரி எழுந்து மேடைக்கு முன்னால் வந்து நின்றார்.

தன் முன்னால் அமர்ந்திருந்த தொழிலாளர்களையும் போர்க் கைதிகளையும் பார்த்தார்.

தொண்டையை கனைத்தார்.

'நிகோன்ஜின் நி பன்சாய்' (ஜப்பானியர்களுக்கு ஜே!) என யாரோ கத்தினான்.

அதை கூட்டம் எதிரொலித்தது.

முழக்கம் நின்றதும் -

குனிந்து அனைவருக்கும் வணக்கம் தெரிவித்த அந்த மூத்த அதிகாரி -

அதன் பிறகு தங்கள் மொழியில் ஏதோ உரையாற்றினார்.

தொழிலாளர்கள் நெளிந்தார்கள்.

ஐந்து நிமிடங்களுக்கு பின் தன் இருக்கைக்கு சென்று அமர்ந்தார்.

இதன் பிறகு குருத்தோ முன்னால் வந்து அந்த உரையை தமிழாக்கம் செய்தார்.

ஒவ்வொரு சொல்லாக வந்து விழவிழ -

தொழிலாளர்களின் தலையில் கொஞ்சம் கொஞ்சமாக இடி விழ ஆரம்பித்தது.

காலையில் நடந்த ஆர்ப்பாட்டம் எல்லாம் இதற்குத்தானா?

இனம்புரியாத பயமும் அனைவரையும் சூழத் தொடங்கியது.

◆ கே.என்.சிவராமன் 173

37

இப்படியொரு திருப்பத்தை சத்தியமாக அங்கு குழுமியிருந்த தொழிலாளர்கள் எதிர்பார்க்கவில்லை.

அடுத்தடுத்து இடிகள் அவர்கள் தலையில் இறங்கின.

அழுத்தமாக இறங்கும்படி கங்காணி அந்த ஜப்பானிய உரையை நிறுத்தி நிதானமாக தமிழில் இறக்கினார். போதிய இடைவெளிகள் விட்டு எந்த சந்தேகமும் எழாதபடி மொழிபெயர்த்தார்.

சரியாக அரை மணி நேரத்துக்கு முன்னால்தான் தொழிலாளர்கள் சொர்க்கத்தில் இருந்தார்கள். மிதந்தார்கள்.

பர்மியர்களும், சயாமியர்களும், ஆங்கிலேய போர் கைதிகளும், தமிழ்த் தொழிலாளர்களும் இரண்டறக் கலந்தபடிசுற்றிச் சுற்றி வந்தார்கள்.

சயாமிய பெண்களின் கடை வியாபாரம் சுறுசுறுப்பாக நடந்தது. குடியும் கும்மாளமுமாக அனைவருமே களிநடனம்புரிந்தனர். எங்கும் மகிழ்ச்சி வெள்ளம். ஆடல். பாடல். கொண்டாட்டம். அதை எல்லாம் நொடிக்கும் குறைவான நேரத்தில் வேரோடு பிடுங்கிவிட்டார்களே...

நினைக்க நினைக்க அழுகைதான் முட்டிக்கொண்டு வந்தது.

அந்தளவுக்கு கூர்மையான கத்தியால் ஜப்பானியர்கள் ஒவ்வொருவரின் ஆசன வாயிலும் சொருகியிருந்தார்கள்.

அப்படி சொருகப்பட்டத்தை எளிமையான தமிழில் கங்காணி மலர்ந்த முகத்துடன் புரியவைத்தார்.

"மகா கிழக்காசிய நிலைத்தன்மையை ஜப்பானியர்கள் பெறுவதற்கு இந்த சயாம் - பர்மா ரயில் பாதை கட்டுவது மிகமிக அவசியம் என்று ஜப்பானிய அரசாங்கம் கருதியது.

ஏனென்றால், ஜப்பானில் இருந்து கடல் வழியாக பர்மாவை அடைவதற்கு நீண்ட நாட்களும் அதிக பொருட்செலவும் ஆகும். இந்த புதிய ரயில் பாதை அமைப்பதன் மூலம் டோக்கியோவில்

174 உயிர்ப் பாதை

இருந்து சைக்கோன்; சைக்கோனில் இருந்து பாங்காக்; பாங்காக்கில் இருந்து ரங்கூன் என்ற வகையில் இந்தப் பாதை சுருங்கி விடுகிறது.

எனவேதான் ரயில் பாதை அமைக்க ஜப்பானியர்கள் திட்ட மிட்டனர்.

இந்தப் பாதை ஓர் ஆண்டுக்கு முன்ட்டி முடிக்கப்பட வேண்டும் என்று எங்களுக்கு கட்டளையிடப்பட்டது.

அதன் அடிப்படையில் நாங்களும் வேலையை தொடங்கினோம். எவ்வளவோ முயற்சி செய்தோம், செயல்பட்டோம்.

ஆனால் -

எதிர்பாராமல் பெய்த மழையின் காரணமாக இந்த வேலை முற்றுப்பெற சிறிது தாமதமாகிவிட்டது.

எனவேதான் 12 மாதங்களில் முடிக்க வேண்டிய இந்த ரயில் பாதை அமைக்கும் பணியை -

14 மாதங்களில் முடித்திருக்கிறோம்.

வடக்கே தன்பியூஜயாட்டில் இருந்து தெற்கு நோக்கி ஒரு குழுவும் -

தெற்கே பொம்போங்கில் இருந்து வடக்கு நோக்கி ஒரு குழுவும் -

இந்த பாதைபோடும் பணியில் ஈடுபட்டனர். கடுமையாக உழைத்தனர்.

இந்த இரண்டு குழுக்களுமே தங்கள் வேலையை கச்சிதமாக முடித்திருக்கின்றனர். அந்த நிறைவோடு இங்கே இணைந்து குழுமி யிருக்கின்றனர்.

ஆமாம். ரயில்பாதை அமைக்கும் பணி இன்றோடு முடிவுக்கு வருகிறது.

அதை கொண்டாடத்தான் இந்த விழா..."

மேலே தொடர்ந்து பேச கங்காணியை தொழிலாளர்கள் அனு மதிக்கவில்லை.தங்களையும் மறந்து ஆவேசத்துடன் கைதட்டினார் கள். விசில் அடித்தார்கள்.

சந்தோஷத்தை எப்படி எல்லாம் வெளிப்படுத்த முடியுமோ -

அப்படி எல்லாம் வெளிப்படுத்தினார்கள்.

அவர்களது மனதில் பூத்த நிம்மதிக்கு அளவேயில்லை.

தாய்நாடு திரும்பப்போகிறோம். ஆமாம். நம் மண்ணுக்கு செல்லப் போகிறோம். முடிவே கிடையாது என்று நினைத்த நரக வேதனை முற்று பெற்றிருக்கிறது.

இனி பார்க்கவேமுடியாது என்றுகருதிய உறவினர்களை கண் குளிர தரிச்சிக்கப் போகிறோம்.

கால் வயிறு என்றாலும் பரவசத்துடன் நம் வீட்டில் சாப்பிடப் போகிறோம்.

பட்டினியுடன் படுத்தாலும் நிம்மதியாக உறங்கப்போகிறோம்.

விடுதலை. விடுதலை. விடுதலை.

ஆனந்தக்கூச்சலிட்ட அவர்கள் அனைவரையும் இன்னும் மகிழ் விக்கும்படி அந்த ஜப்பானிய மூத்த அதிகாரி எழுந்து தன் தொப் பியை எடுத்தார். லேசாக குனிந்து வணக்கம் தெரிவித்துவிட்டு மீண்டும் தன் இருக்கையில் அமர்ந்தார். கங்காணியை நோக்கி ஜாடை காட்டினார்.

புரிந்து கொண்டதற்கு அடையாளமாக இடுப்பை வளைத்து வணங்கிய கங்காணி -

கூட்டத்தை நோக்கி திரும்பி தன் கைகளை உயர்த்தினார்.

அப்படியும் தொழிலாளர்கள் அமைதியாகவில்லை. ஆரவா ரத்தை நிறுத்தவில்லை.

உடனே அங்கிருந்த ஜப்பானிய வீரர்கள் விசிலை ஊதினார்கள்.

ஊசி விழுந்தால் சத்தம் கேட்கும். அந்த அளவுக்கு தொழிலா ளர்கள் கப்சிப்ஆனார்கள்.

தொண்டையை கனைத்தபடி கங்காணி தொடர்ந்தார்.

"பாதை போட்டு முடித்துவிட்டதால் தொழிலாளர்கள் உடனே திருப்பி அனுப்பப்படுவார்கள் என்று அர்த்தமல்ல. மைல் கணக்கில் நீண்டிருக்கும் இந்த ரயில்பாதையை பராமரிப்பதற்கும், பழுது பார்ப்பதற்கும் இங்கே தொழிலாளர்கள் தேவை. இதற்காக புதியதாக வேறு யாரையும் அழைத்து வர முடியாது. அதற்கு நேரமும் இல்லை.

எனவே தொழிலாளர்களாகிய நீங்கள் இங்கேயேதான் இருப்பீர்கள்.

ரயில் பாதை போடும் வேலையில் இரவு பகல் பாராமல் உழைத்த தோட்டத் தொழிலாளர்களுக்கும், வெள்ளைக்கார கைதிகளுக்கும், ஜப்பானிய இன்ஜினியர்களுக்கும், ராணுவத்தினருக்கும் நமது அரசாங்கம் - ஜப்பானிய அரசாங்கம் தன் மனதின் அடி ஆழத்தில் இருந்து நன்றியை தெரிவித்துக்கொள்கிறது.

அத்துடன் வேலை செய்யும்போது உயிர்நீத்த அனைவருக்கும் தன் அனுதாபத்தை தெரிவித்துக்கொள்கிறது.

இப்பாதை பூர்த்தி அடைந்ததன் விளைவாக இன்றும் நாளையும் உங்கள் அனைவருக்கும் விடுமுறை.

வாருங்கள் மகிழ்ச்சியை கொண்டாடுவோம்.

ஜப்பானியர்களுக்கு ஜே.

நன்றி. வணக்கம்..."

வானில் இருந்த அனைத்து இடிகளையும் இறக்கிவிட்டு -

அந்த கங்காணி அமர்ந்தார்.

விழுந்த இடிகளை விலக்கிவிட்டு எழுந்திருக்க முடியாமல் தொழிலாளர்கள் மூச்சுத்திணற ஆரம்பித்தார்கள்...

38

என்னதான் உடலும் உள்ளமும் மரத்துப் போயிருந்தாலும் -

அந்த இடியை தொழிலாளர்களால் தாங்கிக்கொள்ள முடியவில்லை.

மலாயாவில் இருந்து பெரும் கனவுடன் ரயில் பாதை அமைக்க வந்தார்கள். ஒவ்வொரு கனவும்ஒவ் வொரு விதமாக இங்கு தகர்ந்தன. தகர்க்கப்பட்டன.

அதையெல்லாம் பார்த்துப் பார்த்து விரக்தியின் உச்சத்துக்கு சென்றார்கள். இதுதான் இனி நம் வாழ்வு; இங்குதான் நம் மரணம் என ஒருவழியாக முடிவுக்கு வந்திருந்தார்கள்.

அந்த நிலையில்தான் -

பாதை அமைக்கும் பணி முடிந்துவிட்டது என்ற தகவல் தேனாக பாய்ந்தது. இறந்துபோயிருந்த உள்ளத்தையும் உயிர்ப்பித்தது.

ஆனால் அதிக நேரம் அது நீடிக்காதபடி சுத்தமாக ஆசிட் ஊற்றி பொசுக்கிவிட்டார்கள். எதிர்த்து குரல் எழுப்ப ஒருவரிடமும் தெம் பில்லை. ஏற்றுக் கொண்டார்கள். போடப்பட்ட ரயில் பாதையை பராமரிக்கவும் பழுது பார்க்கவும் தினமும் புறப்பட்டார்கள். ரயிலில்தான்.

எந்த காட்டையும் குன்றுகளையும் அழித்து பாதை அமைத் தார்களோ -

எந்த நதிகளின் மீது மரப்பாலம் அமைத்தார்களோ -

அதன் மீது ஓடிய ரயிலில் அவர்களும் பயணம் செய்தார்கள். சொகுசாக அல்ல. வேலை நிமித்தமாக.

பூத்தாய் மட்டும் அப்போதைக்கு மாறவில்லை. மாற்றும்படி ஜப்பானியர்கள் கட்டளையிடவில்லை.

மற்றபடி வடக்கு, தெற்கு, மேற்கு, கிழக்கு... என இருக்கும் எல்லா திசைகளை நோக்கியும் ஒவ்வொரு நாளும் சென்றார்கள். அடிக்கும் வெயிலில் அமைத்த பாதையின் ஓரமாக நடந்தபடி பழுது ஏதேனும் இருக்கிறதா என சரிபார்த்தார்கள்.

அதிர்ஷ்டவசமாக அப்படி செல்லும் இடங்களில் அவர்களது

உயிர்ப் பாதை

முன்னாள் நண்பர்களோ, உறவினர்களோ தட்டுப்படுவார்கள். முகமலர்ச்சியுடன் அவர்களிடம் குசலம் விசாரிப்பதும், மலாயா தோட்டத்தில் தாங்கள் இணைந்து பணிபுரிந்தபோது நடந்த சுவை யான சம்பவங்களை அசைபோடுவதும் அவர்களுக்கு பிடித்திருந்தது.

சொல்லப்போனால் தொழிலாளர்களை நடைபிணமாக மாற்றாமல் இருந்ததே இதுபோன்ற அபூர்வ சந்திப்புகள்.

இதை ஜப்பானியர்களும் உணர்ந்திருந்தார்கள். எனவே இது போன்ற சந்திப்புகளுக்கு ஏற்பாடு செய்தார்கள்.

பொழுதுகள் நாட்களாகி, நாட்கள் மாதங்களான தருணத்தில் அந்த சம்பவம் நடந்தது.

முதல் முறையாக என்று சொல்ல முடியாது. அங்கொன்றும் இங்கொன்றுமாக இதுபோல் நடப்பதாக செவி வழி தகவல்கள் அவ்வப்போது வந்தன. ஆனால் -

தொழிலாளர்களின் கண்முன்னால் அப்படியொரு நிகழ்வு நடந்தது அப்போதுதான்.

அன்றைய தினம் விசில் ஊதுவதற்கு முன்பே தொழிலாளர்கள் எழுந்து காலைக்கடனை முடித்துவிட்டார்கள்.

எனவே ரோல் காலுக்கும் சரியான நேரத்தில் வந்து சேர்ந்தார்கள். வழக்கம்போல் திசைக்கு ஒருவராக பிரிக்கப்பட்டு ரயில் நிலை யத்துக்கு அனுப்பப்பட்டார்கள்.

முதலில் வடக்கு நோக்கி செல்லும் ரயில் வந்தது.

குறிப்பிட்ட குழுவினர் அதில் ஏறினார்கள்.

'தகர டின்னுக்குள் கல்லைப் போட்டு குலுக்குவது போல்'தான் எப்போதும் ரயில்கள் ஓடும். எனவே தங்கள் உயிரை கையில் பிடித்தபடி பயணம் செய்வார்கள்.

பணி இடத்துக்கு அருகில் இருக்கும் ரயில் நிலையத்தில் இறங் கும்போது ஒவ்வொருவரின் குடலும் வாய் வழியே வெளியே வர துடிக்கும். அந்தளவுக்கு குலுங்கலுடன்தான் ரயில் ஓடும்.

அன்றும் அப்படித்தான் அந்த ரயில் ஓடியது. அப்படித்தான் முதலில் நினைத்தார்கள். நிமிடங்கள் செல்லச் செல்லத்தான் வழக் கத்துக்கு மாறாக ரயில் குலுங்குவதை உணர்ந்தார்கள்.

ஆட்டத்தில் இருந்து தப்பிக்க பக்கவாட்டு கம்பிகளை இறுக்க மாக பிடித்தார்கள். அப்படியும் தாக்குப் பிடிக்க முடியவில்லை.

'என்னடா இது... அந்தரத்துலயா ரயில் பறக்குது... வண்டி ஓட்டறவன் இன்னிக்கி அளவுக்கு அதிகமா குடிச்சிருக்கானா... மேடுபள்ளத்துல ஏறி இறங்கறப்ப ஈரக்குலையே அறுந்து விழறா மாதிரி இருக்கே...'

மனதுக்குள் எழுந்த வாக்கியங்களை அனைவரது முகங்களும் அச்சத்துடன் வெளிப்படுத்தின.

அப்போது -

ஆயிரம் தகரத்தோம்புகளை ஒரே சமயத்தில் பாறைக்கல்லில் போட்டு உடைத்தது போன்று தடபுடா ஓசை காதைப் பிளந்தது. ஆட்கள் ஆகாயத்தில் பறந்தனர். எந்தப் பெட்டியும் தண்டவாளத் தில் இல்லை.

◆ கே.என்.சிவராமன்

179

பூகம்பம் நிகழ்ந்தது போல் எங்கும் மரண ஓலங்கள். அபயக் குரல்கள். முக்கல் முனகல்கள்.

பிழைத்துக்கொண்டவர்கள் போட்ட வேதனைக் கூப்பாடும், அடிப்பட்டுக் கிடப்பவர்களின் வேதனைக் குரல்களும் மயங்கி விழுந்தவர்களின் செவிகளில் வந்து விழுந்தன.

'எங்கிருக்கிறோம்...' என கைகளால் தடவிப் பார்த்தவர்கள் -

அதிர்ந்தார்கள்.

சதைத் துணுக்குகள்.

தலை பாரம் தாங்காமல் கைகளை அங்கு கொண்டு சென்ற வர்கள் -

வெலவெலத்தார்கள்.

பிசுபிசு என ரத்தம்.

ஒரு பெட்டி முழுமையாக கவிழ்ந்திருந்தது.

அதனுள் சிக்கியிருந்த அனைத்து தொழிலாளர்களும் -

நசுங்கிக் கிடந்தார்கள்...

 180

உயிர்ப் பாதை

39

வாழ்வுக்கும் இறப்புக்கும் இடையில் -

1944ம் ஆண்டு பிறந்தது.

அது கூட ஜப்பானியர்கள் சொல்லித்தான் தெரியும்.

மற்றபடி சூரியன் உதிக்கும்போது ரோல் காலுக்கு வருவதும், ரயிலில் ஏறி ஏதேனும் ஒரு திசையை நோக்கி செல்வதும், பாதையை பழுது பார்த்தபடியே அன்றைய பொழுதை கழிப்பதும், இரவானதும் மீண்டும் ரயிலில் ஏறி பூத்தாயி திரும்புவதுமாக தொழிலாளர்கள் எந்திரங்களை போல் நடமாடினார்கள்.

நாளுக்கு நாள் ரயில் கவிழ்வதும், தொழிலாளர்கள் நசுங்கி உயிர் இழப்பதும்தொடர்ந்தது; அதிகரித்தது.

எனவே காலையில் புறப்பட்டு செல்லும்போது ஒருவருக்கொருவர் இறுக்கிஅணைத்துக்கொண்டார்கள்.

இரவு அவர்களை திரும்ப பார்த்த பிறகே முகம் மலர்ந்தார்கள்.

எந்த மாற்றமும் இல்லாமல் கீரை தண்ணீரும், சுண்ணாம்பு சோறும் மதிய உணவாக வழங்கப்பட்டது.

எனவே மாதங்களும் ஆண்டுகளும் ஒருவர் நினைவிலும் இல்லை.

தெரிந்து என்ன ஆகப்போகிறது?

ஒன்றுமில்லை. ஒன்றுமேயில்லை.

பெருமூச்சு. தொடர்மூச்சு. தொடர் வேலை.

செக்கு மாடுகள் போல் இப்படி சுழன்றுகொண்டிருந்த நேரத்தில்தான் -

சரியாக மார்ச், 1944 அதிகாலையில் -

ஜப்பானியன் அறிவித்ததை கங்காணி மொழிபெயர்த்தான்.

ரோல் காலுக்காக தொழிலாளர்கள்வரிசையில் அமர்ந்த நேரம் அது.

'இந்தப் பூத்தாயிலே இருக்கிற நீங்க எல்லாம் இன்னைக்கு வடக்கேயிருக்கிற சொங் ராய்க்கு மாறிப் போகணும். இனிமே உங்களுக்கு அங்கதான் வேலை. இந்தப் பூத்தாய்க்கு மலாயாவிலேயிருந்து

புது ஆளுங்க வர்றாங்க. அதனால உங்க மூட்டை முடிச்சுகளை எடுத்துக்கிட்டு உடனே ஸ்டேசனுக்கு புறப்படுங்க...'

வெடிகுண்டுகளை எல்லாம் இப்படி அறிவிப்புகள் வழியாக வீச எங்கிருந்துதான் கங்காணியும் குருத்தோவும் கற்றார்களோ?

உயிர்ப் பாதை

முணுமுணுத்தபடியே கலைந்த ஆட்கள் -
பூத்தாய்க்குள் நுழைந்து பொருட்களை மூட்டை கட்ட ஆரம்பித்தனர்.
இறந்துபோன சகாக்களின் உடைமைகளை எல்லாம் அங்கே எடுத்து வைத்திருந்தனர்.
அவற்றை இப்போது பார்த்தபோது அனைவருக்கும் அழுகை முட்டிக்கொண்டு வந்தது.
இவற்றை என்ன செய்வது?
உள்ளுக்குள் எழுந்த கேள்வியை யாரும் வாய்விட்டு கேட்கவில்லை.
அதே நேரம் அவற்றை அங்கேயே போட்டுவிட்டு செல்லவும் அவர்களுக்கு மனம் வரவில்லை.

◆ **கே.என்.சிவராமன்**

ஒவ்வொரு மூட்டையும் ஒவ்வொரு கதையை சொன்னது. மலாயாவிலிருந்து அந்த மனிதர் கனவுடன் புறப்பட்டு சயாமுக்கு வந்த கதையை... லோல் பட்டு சீரழிந்த வாழ்வின் ரணத்தை... மலேரியா தாக்கி நினைவிழந்து உயிரை விட்ட சோகத்தை... கால், கைகள் வெட்டப்பட்டு அணு அணுவாக துடித்துத் துடித்து இறந்த துயரை... நசுங்கி செத்த நொடியை...

தங்கள் பொருட்களுடன் இறந்தவர்களின் உனடமைகளையும் எடுத்துக்கொண்டனர்.

ஏதோ... அவர்களையே உடன் அழைத்துச் செல்வது போன்ற உணர்வை அது கொடுத்தது.

அதை ஏன் இழக்க வேண்டும்?

நாற்றக் கொட்டகையாக இருந்தாலும் ஓராண்டுக்கு மேல் வாழ்ந்திருந்த இடம். எனவே அந்த இடத்தை விட்டு பிரியும்போது வேதனை கவ்வியது.

பெண்கள் வெடித்து அழ, ஆண்கள்பதிலுக்கு கேவ...

திரும்பித் திரும்பி பூத்தாயை பார்த்தபடியே இருவர் இருவராக ரயில் நிலையத்தை நோக்கி மூட்டை முடிச்சுகளுடன் நடக்க ஆரம்பித்தனர்.

இப்படித்தான்கொத்துக்கொத்தாக நடந்து இங்கு வந்து சேர்ந்தோம்.

இப்போது விடைபெறுகிறோம்.

ஆனால் -

தாய்நாட்டுக்கோ மலாயாவுக்கோ திரும்ப அல்ல.

இன்னொரு சிறைக்கு.

ஒருவேளை நமக்கான கல்லறைகள் அங்கு இருக்கலாம்...

வளைவில் திரும்புவதற்கு முன் -

கடைசியாக ஆசைத் தீர தாங்கள் வாழ்ந்த இடத்தை ஒருமுறை பார்த்தார்கள்.

விசில் சத்தம் எழுந்தது.

முகத்தை திருப்பிக் கொண்டு நகர்ந்தனர்.

அந்தப் பூத்தாய் -

மீண்டும் 'மொட்ட பூத்தாய்' ஆக மாற ஆரம்பித்தது...

ரயில் நிலையம் வந்தவர்கள் அங்கு நின்றிருந்த லாரி ரயிலில் ஏறினார்கள்.

தொழிலாளர்களை சுமந்துகொண்டு சொங்ராய் நோக்கி அது புறப்பட்டது.

இறந்து போன ஒவ்வொருதொழிலாளியின் முகமும் -

லாரி ரயிலில் பயணித்துக்கொண்டிருந்தவர்களின் கண் முன்னால் வந்து போனது.

வழி நெடுக வெள்ளைக்கார கைதிகளும், தமிழ்த் தொழிலாளர்களும் ஆங்காங்கே பாதையோரங்களில் பள்ளம் பறித்துக் கொண்டிருந்தனர். சிலர் புல் வெட்டிக்கொண்டிருந்தனர்.

பார்த்தார்கள். பார்த்துக்கொண்டேயிருந்தார்கள்.

வடக்கு நோக்கி ரயில் ஓடிக்கொண்டிருந்தது...

40

அந்தப் பள்ளங்கள்தான் தொழிலாளர்களை அதிகம் தொந்தரவு செய்தது.

வெள்ளைக்கார கைதிகளும், மற்ற தமிழ் தொழிலாளர்களும் எதற்காக ஆங்காங்கே பள்ளம் தோண்டுகிறார்கள்? இதுவரை செய்யாத வேலையாக இருக்கிறதே... ஒருவேளை நம்மை எல்லாம் உயிருடன் அதில் புதைக்கப் போகிறார்களா?

கேள்விகள் - வினாக்களாக மட்டுமே எஞ்சின.

விடை பின்னால்தான் கிடைத்தது.

'ஜப்பானியர்களுக்கு எதிரா வெள்ளைக்காரன் குண்டு போடறானாம். அப்படி குண்டு போட்டா ஓடி பதுங்கத்தான் இந்த குழிங்க...' காதோடு கிசுகிசுத்தான் ஒரு குருத்தோ.

தொழிலாளர்களுக்கு இது புதுத் தகவல். வயிற்றுக்குள் அமிலத்தை சுரக்க வைத்த செய்தி. 'இது வேற இருக்கா..?'

அவர்களை ஏற்றி வந்த ரயில் -

சொங்ராய் ரயில் நிலையத்தில் நின்றது. எங்கும் ஜப்பானிய வீரர்களின் தலைகள்.

ஆற்றுப் பக்கமாக வெள்ளைக்கார கைதிகளின் பூத்தாய் இருப்பது தெரிந்தது.

தொழிலாளர்களுக்கான பூத்தாய் -

ஒரு மேட்டில் இருந்தது. எந்த அளவுக்கு பழுதுபட்டிருக்க வேண்டுமோ அந்த அளவுக்கு பழமையாக அது காட்சியளித்தது.

அதன் வழியே ஏராளமான கதைகளையும் சொன்னது.

அவர்களைப் போலவே நாடுவிட்டு நாடு வந்து அல்லாடிய தொழிலாளர்களின் வாழ்க்கையை... வேலை செய்யும்போதே இறந்த துயரத்தை... மருந்து கிடைக்காமல் மறைந்த மலேரியா காய்ச்சல் தாக்கியவர்களின் ரணத்தை...

அனைத்தையும் அந்த பாழடைந்த பூத்தாய் வெட்ட வெளிச்சமாக அறிவித்தது.

◆ கே.என்.சிவராமன்

பெருமூச்சுடன் சுற்றிலும் பார்த்தார்கள்.

கெம்பித்தாய், பெயருக்கு மருத்துவமனை... எல்லாம் வழக்கம் போல் இடைவெளி விட்டு அமைந்திருந்தன.

வண்டியில்யிருந்து இறங்கியவர்களுக்கான அன்றைய வேலை புதிய பூத்தாயி அமைப்பதே.

எனவே மூங்கில்களை வெட்டி அதற்கான பணியில் ஈடுபட்டனர்.

உணவுப் பங்கீடு மொட்டப் பூத்தாய் போன்றுதான் இங்கேயும் இருந்தது. சயாமியப் பெண்களின் கடை வியாபாரமும் மற்ற பூத் தாய்களைப் போலவே களை கட்டியிருந்தது.

என்றாலும் சின்ன மாற்றம். ஏராளமான பர்மாக்காரர்கள் இங்கே தென்பட்டனர்.

சயாமியப் பெண்கள் தங்கள் கைப்பட சவரம் செய்கிறார்கள் என்பதை கேள்விப்பட்டதும் –

ஆண்கள் அந்தக் கடைக்கு ஓடினார்கள்.

இதற்கு முன் எந்தப் பெண்ணின் கையாலும் அவர்கள் சவரம் செய்துகொண்டதில்லை. எனவே அது புது அனுபவமாகவும் கிளர்ச்சியூட்டுவதாகவும் இருந்தது.

புதிய இடத்தில், புதிய பூத்தாயில், முதல்நாள் இரவை கழித் தார்கள்.

விடிந்தது. ரோல்கால் கூடியது.

அதற்கு முன்பு பார்த்திராத ஜப்பானிய வழிகாட்டிகளும், குருத்தோக்களும் அங்கே இருந்தார்கள். வழக்கமான கெடுபிடிகள் இங்கும்.

ரோல்கால் முடிந்ததும் காலை உணவு.

பின்னர் வேலைத்தளத்துக்கு அவர்கள் அழைத்துச் செல்லப் பட்டனர்.

ரயில் பயணத்தில் அவர்கள் பார்த்த அதே பணிதான்.

பள்ளம் தோண்டுவது.

காரணத்தை அறிந்திருந்ததால் திக்திக் என இதயம் வேகமாக துடிக்க குழிகளை தோண்ட ஆரம்பித்தார்கள்.

மதிய உணவுக்கான நேரம் வந்தது.

மர நிழலில் அமர்ந்தபடி வேண்டா வெறுப்பாக வழங்கப்பட்ட கீரை உணவை சாப்பிட முற்பட்டபோதுதான் –

அந்த தகவல் கிடைத்தது.

இந்த புதிய இடத்தில் –

தொழிலாளர்கள் சமைத்து சாப்பிட அனுமதி உண்டு.

கேட்டதுமே துள்ளிக் குதித்தார்கள். நீர்நிலைகளில் பார்த்த மீன்கள் அவர்கள் கண் முன்னால் நிழலாடின.

பரவாயில்லையே... வயிறார சாப்பிட்ட பிறகே இறக்கலாம் போலிருக்கிறதே...

யாரிடமும் சட்டிப் பானை இல்லை.

அதற்காக அவர்கள் வருத்தப்படவும் இல்லை. அதுதான் சயா மியப் பெண்கள் தங்கள் கடைகளில் விற்கிறார்களே...

ஒவ்வொருவரிடமும் எத்தனை காசுகள் இருக்கின்றன என கணக்

கிட்டார்
கள்.

அதை வைத்து என்னென்ன பொருட்களை வாங்குவது என பட்டியலிட்டார்கள். பாத்திரங்கள், அரிசி, பருப்பு, காரப்ச் பொடிகள் உள்ளிட்ட மளிகைசாமான்கள்.

இதன் பிறகு தங்களுக்குள் இரு குழுவாக பிரிந்தார்கள்.

முதல்குழு இந்த வாரம் அதிகாலையிலேயே எழுந்து சமைக்கிறது என்றால் -

அடுத்த குழு மறு வாரம் சமைக்கும்.

சமைக்காத குழு அந்த வாரத்தில் சமைத்த பாத்திரங்களை கழுவும்.

காட்டுக்கோழிகளை பிடிப்பதும், ஆற்றுக்குள் இறங்கி மீன்களை பிடிப்பதும் சமைக்காத குழுவினரின் வேலை.

ஏக மனதாக இப்படி முடிவெடுக்கப்பட்டதும் -

அன்று மாலை ஆசைதீர அனைவரும் ஆற்றில் இறங்கி குளித்தார்கள்.

குருத்தோ மூலமாக ஜப்பானியர்களிடம் தாங்களே சமைத்து சாப்பிடப் போவதை அறிவித்தார்கள்.

ரயில் பாதை அமைக்கும் பணி முடிந்துவிட்டதால் -

ஜப்பானியர்களும் தங்கள் கெடுபிடிகளை ஓரளவு தளர்த்தி

இருந்தார்கள். எனவே தொழிலாளர்களிட கோரிக்கையை ஏற்று அனுமதி வழங்கினார்கள்.

போதாதா?

சயாமியப் பெண்களின் கடைகளுக்கு சென்று பொருட்களை வாங்கினார்கள்.

ஆசை தீர அன்றிரவு சமைத்து சாப்பிட்டார்கள்.

உறங்குவதற்கு முன் கால்களை நீட்டியபடி ஊர்க் கதைகளை அவர்கள் பேசத் தொடங்கியபோது -

புதிய குருத்தோ வந்தான்.

'கணவன், மனைவியா இருக்கிறவங்க பூத்தாய்க்குள்ள தங்களுக் குன்னு தனி அறை அமைச்சு தங்கலாம்...'

யாராலும் நம்ப முடியவில்லை.

'என்னய்யா சொல்ற? ஜப்பானியனுக்கு தெரிஞ்சா கொன்னுடுவான்யா...'

'மாட்டாங்க... அவங்கதான் இப்படி சொல்லச் சொன்னாங்க...' அறிவித்துவிட்டு நகர்ந்தான்.

தொழிலாளர்களுக்கு இது புதியதாக இருந்தது.

இனிப்பாகவும்.

உயிர்ப் பாதை

41 அந்த ஆண்டுக்கான மழைக்காலம் தொடங்கியது. அடிக்கடி காட்டாறுகள் தோன்றி இருப்புப் பாதையையும் பாலங்களையும் சேதப்படுத்தின.

எனவே மழையிலும் தொழிலாளர்கள் வேலை செய்தனர்.

நிலையங்களுக்கு எல்லாம் தொலைபேசித் தொடர்பு அமைக்கப்பட்டதன் காரணமாக - ஆங்காங்கே ஏற்படுகின்ற சேதங்களும் மற்ற விவரங்களும் உடனடியாக அறியப்பட்டன. நிவாரண வேலைகள் உடனுக் குடன் நடை பெற்றன.

இவற்றை எல்லாம் மேற்பார்வையிட காஞ்சனாபுரியில் இருந்து மூத்த அதிகாரிகள் ஒவ்வொரு நிலையங்களுக்கும் புறப்பட்டனர்.

இது குறித்த விவரங்கள் அனைவருக்கும் தொலைபேசி வழியே அறிவிக்கப்பட்டன.

எனவே இடையில் இருக்கும் பாதைகள் சரியாக இருப்பதை உறுதிப்படுத்த வேண்டிய பொறுப்பு, அந்தந்த பகுதியை சேர்ந்த ஜப்பானியர்களிடம் ஒப்படைக்கப்பட்டது.

மூத்த அதிகாரியிடம் நல்ல பெயர் வாங்க வேண்டுமே?

எனவே கொட்டும் மழையிலும் அந்தந்த பகுதி ஜப்பானிய அதிகாரிகளும், வீரர்களும் தொழிலாளர்களை ஓய்வெடுக்க விடாமல் வேலை வாங்கினர்.

முந்தைய நாள் வரை சரியாக இருந்த ரயில் பாதைகள் - அன்றிரவு கொட்டிய மழையில் பழுதுபட்டது. மண் அரிப்பு தான் இதற்குக் காரணம்.

மூத்த அதிகாரி வருவதற்குள் அதை சரிசெய்தாக வேண்டும்.

எனவே தொழிலாளர்களையும் ஆங்கிலேய போர்க்கைதிகளையும் சாட்டையால் அடித்து பொழுது விடிந்ததும் விடியாததுமாக வேலை வாங்கத் தொடங்கினர்.

இப்படித்தான் பல இடங்களிலும் நடந்தது.

சின்னச் சின்ன கலவரங்கள் ஒருசில இடங்களில் ஏற்படவும்

◆ கே.என்.சிவராமன்

அதுவே காரணமாக அமைந்தது.

மூத்த அதிகாரி எங்கே தன்னை பணி நீக்கம் செய்துவிடுவாரோ என்ற பயத்தில் -

பகுதி அதிகாரிகளும் வீரர்களும் தொழிலாளர்களுக்கு அருகில் நின்று பழுது பார்க்கும் பணிகளை கண்காணித்தார்கள்.

பெரும்பாலும் தண்டவாளத்துக்கு அடியில் பரப்புகின்ற சிலிப்பர் கட்டைகள் -

உரிய இடத்தில் பதியாமல் தகராறு செய்யும்.

இதுபோன்ற சமயங்களில் -

அந்தக் கட்டையை தொழிலாளர்கள் இழுத்து வெளியில் போடுவார்கள்.

கூந்தாள முனையால் தண்டவாளத்தின் அடியில் ஓங்கி அடிப் பார்கள்.

முன்பின் அனுபவம் இல்லாத ஜப்பானிய அதிகாரிகளும், வீரர்களும் அப்படி அடிக்கும் தொழிலாளிக்கு பின்னால் நின்றபடி எட்டிப் பார்ப்பார்கள்.

கூந்தாள முனையால் தண்டவாளத்தின் அடியை ஓங்கி அடிக் கும்போது -

நிச்சயம் கற்கள் எகிறும்.

அப்படி எகிறும் கல் ஒன்று பின்னால் நின்றிருக்கும் ஜப்பானி யர்களின் மேல் படீரென்று தெறித்து விழும்.

கல்லின் அளவு சிறியதாக இருந்தாலும் -

வேகத்துடன் அது தெறித்து விழும்போது -

உயிர் போய் உயிர் வரும்.

இதை தாங்க முடியாத ஜப்பானியர்கள் -

துப்பாக்கியின் பின்பக்க மட்டையால் சம்பந்தப்பட்ட தொழி லாளியின் பிட்டத்தில் ஓங்கி அடிப்பார்கள்.

சம்பந்தப்பட்ட தொழிலாளி குப்புற விழுவார்.

என்ன நடந்தது... ஏன் சப்பை மூக்குகாரன் அடித்தான் என்ப தெல்லாம் அந்த தொழிலாளிக்கு தெரியாது.

எழுந்திருக்க முற்படுவார்.

அவரை எழுந்திருக்க விடாமல் பூட்ஸ் காலால் ஜப்பானியர்கள் உதைத்துக்கொண்டே யிருப்பார்கள்.

தொடக்கத்தில் இதை தொழிலாளர்கள் பெரிதுபடுத்தவில்லை.

ஆனால் -

இதுவே தொடர்கதையானபோது அவர்களுக்கு எரிச்சல் வந்தது.

புத்தியில்லாமல் வேலை பார்க்கும் தொழிலாளிக்கு பின்னால் நிற்பது ஜப்பானியர்களின் தவறுதானே? இதற்கு சம்பந்தப்பட்ட தொழிலாளி என்ன செய்வார்?

எனவே அதுபோல் எந்த தொழிலாளியாவது தாக்கப்படும் போது -

அருகில் இருந்த மற்றவர்கள் ஓடிவந்து சம்பந்தப்பட்டவரை தூக்கி விட முயன்றார்கள்.

190

உயிர்ப் பாதை

அப்படி வருபவர்களையும் ஜப்பானியர்கள் அடிக்கத்தொடங் கியபோது -

அப்பகுதி தொழிலாளர்கள் அனைவரும் கொந்தளித்தார்கள்.

ரயில்பாதை அமைக்கப்பட்ட பிறகும் தங்களை தாய்நாட்டுக்கு அனுப்பாமல் இப்படி வேலை வாங்குகிறார்களே என்ற கோபம் ஏற்கனவே அனைவருக்குள்ளும் இருந்தது.

அது -

இதுபோன்ற சமயத்தில் வெடித்துக் கிளம்பியது.

தங்கள் கைகளில் இருந்த மண்வெட்டி, குச்சி, கூந்தாள முனை... இன்ன பிற உபகரணங்களால் -

திருப்பி அடிக்கத் தொடங்குவார்கள் / தொடங்கினார்கள்.

மொத்தமாக சுற்றி நின்று தங்கள் அனைவரையும் இப்படி தொழிலாளர்கள் தாக்குவார்கள் என்பதை எதிர்பார்க்காத ஜப்பானியர்கள் -

வலி தாங்காமல் அலறுவார்கள்.

தடால் தடால் என்று ஒவ்வொரு அடி விழும்போதும் -

ஒவ்வொரு ஜப்பானியரும் சுருண்டு விழுவார்.

அப்படியும் மனம் ஆறாமல் -

அவர்களை சேற்றில் தள்ளி தொழிலாளர்கள் மிதிப்பார்கள்.

இந்த வெற்றி தற்காலிகமானது என்றும் -

மற்ற இடங்களில் இருந்து வீரர்களை வரவழைத்து தங்களை மொத்தமாக ஜப்பானியர்கள் கட்டி வைத்து சுளுக்கு எடுப்பார்கள் என்பதும் -

தொழிலாளர்களுக்கு தெரியும்.

என்றாலும் தற்காலிக வெற்றி -

◆ கே.என்.சிவராமன்

அந்த நிமிடத்து பதில் தாக்குதல் -
தொழிலாளர்களுக்கு அலாதியான மன திருப்தியை ஏற்படுத்தியது.

இதற்காகவே பிறகு தாங்கள் அடிவாங்கப் போவதை நினைத்து இவர்கள் வருத்தப்படவில்லை.

இப்படி எல்லா இடங்களிலும் நடந்தது என்று சொல்ல முடியாது.
அதே நேரம் -
எங்கும் நடக்கவேயில்லை என்றும் பதிவு செய்ய முடியாது.

ஆங்காங்கே கலவரங்கள் வெடித்ததும், அப்பகுதி ஜப்பானியர்கள் தொழிலாளர்கள் கையால் அடி உதை வாங்கியதும் உண்மை.

42

அப்படி ஜப்பானியர்கள் அடித்து உதைத்த தொழிலாளர்கள் -

பிறகு வட்டியும் முதலுமாக அதே ஜப்பானியர்களால் கட்டி வைத்து உதைக்கப்பட்டார்கள். சித்திரவதைகளை அனுபவித்தார்கள்.

இப்படி நடக்கும் என்பது அந்த தொழிலாளர்களுக்கும் தெரியும். சொல்லப் போனால் அதை எதிர் பார்க்கவும் செய்தார்கள்.

என்றாலும் தங்கள் எதிர்ப்பை -

மனதுக்குள் வெடித்த கோபத்தை -

அவ்வப்போது வெளிப்படுத்த அவர்கள் தயங்கவில்லை.

அடி வாங்கி வாங்கி உடல் மரத்துப்போயிருந்ததும் இதற்கு ஒரு காரணம்.

'மிஞ்சிப் போனா அடிப்ப. சோறு போடாம நாலஞ்சு நாள் பட்டினி போடுவ. அவ்வளவுதானே? ஆனா, உன்னை நான் அடிச் சதை நீ ஆயுசுக்கு மறக்க மாட்ட இல்லையா? அது போதும்...' என தூசியை தட்டிவிட்டு செல்வது போல் வேதனைகளை கடந்தவர்கள் இருந்தார்கள்.

'எப்படியும் நம்மை கொல்லமாட்டாங்க. வேலை செய்ய ஆளுங்க வேணுமே? அதனால தைரியமா நம்ம எதிர்ப்பை காட்டலாம்...' என்ற உண்மை அவர்களுக்கு தைரியத்தை கொடுத்தது.

இதற்கு நல்ல பலனும் கிடைத்தது.

எடுத்ததற்கு எல்லாம் மூங்கில் கழியால் அடிக்கின்ற பழக்கம் குறைந்தது. குரலை உயர்த்தி அதட்ட மட்டுமே செய்தார்கள்.

ஜப்பானியர்களுக்குள் ஏற்பட்ட இந்த மாற்றம் -

தொழிலாளர்களை ஓரளவு நிமிர்ந்து நடக்கச் செய்தது.

என்றாலும் கொட்டும் மழையில் எப்படி ரயில்பாதை அமைக்க நிர்பந்திக்கப்பட்டார்களோ -

அப்படி அந்த ஆண்டு மழைக்காலத்திலும் ரயில் பாதையை

◆ கே.என்.சிவராமன்

பராமரிக்கும் பணியை மேற்கொள்ளும்படி கட்டாயப்படுத்தப் பட்டார்கள்.

அப்போதுதான் அந்த சம்பவமும் நடந்தது.

இரவு முழுக்க கொட்டித் தீர்த்த மழை -

பொழுது விடிந்தபோது சற்றே ஓய்ந்திருந்தது.

வழக்கம்போல் விசில் ஊதப்பட்டு ரோல் காலுக்கு அழைக்கப் பட்டார்கள்.

சலித்தபடியே பூத்தாய் விட்டு தொழிலாளர்கள் வெளியே வந்து அமர்ந்தபோது -

'ஓங்... ஓங்... ஓங்...' என அபாயச்சங்கு அலறியது.

இதை அப்பகுதி ஜப்பானிய அதிகாரிகளும் வீரர்களும் துளிகூட எதிர்பார்க்கவில்லை.

சமாளித்த பகுதி அதிகாரி தன் மொழியில் ஏதோ சொல்லி கத்தினான்.

புரிந்துகொண்டதற்கு அறிகுறியாக -

'ஓடுங்க... ஓடுங்க... ஓடிப் பதுங்குங்க...'

என கங்காணி அலறினான்.

எட்டு திக்கிலும் அது எதிரொலித்தது.

தொழிலாளர்களும், ஆங்கிலேய போர்க்கைதிகளும், ஜப்பானி யர்களும் பதுங்குகுழிகளை நோக்கி ஓடினர்.

தவளைகளை போல் தொப் தொப் எனகுழிக்குள் விழுந்தனர்.

ஒரு சில தொழிலாளர்கள் என்ன ஏது என்று தெரியாமல் காட்டுப் பக்கமாக ஓடினார்கள்.

'அந்தப் பக்கம் போகாத...' என சக தொழிலாளர்கள் போட்ட கூச்சல் அவர்கள் செவியில் விழவில்லை.

அப்படியே விழுந்தாலும் திரும்ப பதுங்கு குழிகளை நோக்கி வர அவர்களுக்கு அவகாசமில்லை.

ஏனெனில் -

வானமே அதிர, போர் விமானங்கள் பறந்து வருகின்ற சப்தம் கேட்டது.

தலைக்கு மேல் விமானங்கள் வட்டமிட்டன.

தலையை தூக்கி அதை பார்த்தவர்களுக்கு -

மயக்கம் வந்தது.

ஒவ்வொருவரும் தங்கள் இறப்பை கண்களுக்கு நேராக பார்த் தார்கள். அதுவும் எட்டும் தொலைவில். தொட்டுவிடும் உயரத்தில்.

என்ன ஏது என்று யோசித்து சுதாரிப்பதற்குள் -

டும் டும் டும்.

வெடிச் சத்தம் காதை பிளந்தது.

வட்டமடித்து வட்டமடித்து போர் விமானங்கள் குண்டுகளை பொழிந்தது.

தொழிலாளர்கள் அதிர்ந்துபோனார்கள்.

எத்தனையோ ஆபத்துகளை கடந்து இப்போது உயிர் வாழ்கிறோம்.

கணக்கில் அடங்காத சித்திரவதைகளை அனுபவித்த பிறகும்

உயிர்ப் பாதை

மரணத்தை தழுவாமல் நடமாடுகிறோம்.

அவை எல்லாம்... அப்படி தப்பிப் பிழைத்தது எல்லாம்... இப்படி குண்டு மழைக்கு பலியாகவா..?

எண்ணி எண்ணி கலங்கினார்கள்.

கடந்த சில நாட்களாக மனதுக்குள் பூத்திருந்த நம்பிக்கையும் தைரியமும் -

அந்த நொடியில் அவர்கள் கண் முன்னாலேயே எரிந்து சாம்பலானது.

'அம்மா... கடவுளே... காப்பாத்துங்க...'

எங்கும் மரண ஓலம்.

யார் யார் இறந்தார்கள். யார் யார் படுகாயம் அடைந்திருக்கிறார்கள். யார் யார் பிழைத்திருக்கிறார்கள்?

எதையும் அறிய முடியவில்லை.

குண்டுகள் விழும் சத்தமும் -

அதனை தொடர்ந்து மரண ஓலமும் -

வானுயர தூசி மண்டலமும் -

அப்பகுதி முழுக்க எழுந்தன.

திரும்பிய பக்கம் எல்லாம் கரும்புகை சூழ்ந்திருந்தது.

மெல்ல மெல்ல பதுங்குகுழியில் இருந்து தலைகளை தூக்கிப் பார்த்தவர்கள் -

ரயில் நிலையமும் கெம்பித்தாயும் கொழுந்து விட்டு எரியும் காட்சியை மட்டுமே கண்டார்கள்.

அடி, உதை வாங்கி; மலேரியா தாக்கி இறந்து; கை கால் வெட்டப்பட்டு துடித்து; கொட்டும் மழையில் நனைந்து; குன்றுகளை வெறும் கையால் பெயர்த்து; மரங்களை சுமந்து ஆற்றில் பாலம் அமைத்து;

◆ கே.என்.சிவராமன்

நெருங்கிய சொந்தங்களை எல்லாம் பறிகொடுத்து; வெறும் கீரை நீரை சாம்பாராக நினைத்து சாப்பிட்டு; எலும்பும் தோலுமாக நடமாடி -
கடந்த சில ஆண்டுகளாக சிரமப்பட்டு அவர்கள் கட்டிய / எழுப்பிய ரயில்பாதை -
நொடிக்கும் குறைவான நேரத்தில் சின்னாபின்னமாகியிருந்தது.
வெறுமையான பார்வையுடன் புகை மூட்டத்தை ஊடுருவிய வர்கள் -
அரக்கப் பரக்க ஆட்கள் அங்கும் இங்கும் ஓடுவதை கண்டார்கள்.
தங்கள் உறவினர்களின் / நண்பர்களின் / தெரிந்தவர்களின் பெயர்களை சொல்லிச் சொல்லி அழைத்தார்கள்.
பதிலுக்கு குரல் வந்தால் -
சம்பந்தப்பட்டவர் பிழைத்திருப்பதாக அர்த்தம்.
அந்த வகையில் சிலருக்கு எதிர்குரல் வந்தது.
பலருக்கு மவுனமே பதிலாக கிடைத்தது.
பிழைத்தவர்களில் சரிபாதி பேர் -
குண்டுகள் தாக்கப்பட்டு -
கைகால் துண்டிக்கப்பட்டு -
குற்றுயிராக கிடந்தார்கள்.
தங்கள் உறவினர்களை, நண்பர்களை பார்த்தபடியே துடிதுடித்து இறந்தார்கள்...

43

ஆண்டைகள் / அடிமைகள் / வெள்ளையர்கள் / மாநிறத்தவர்கள் என்ற வேறுபாடெல்லாம் குண்டுகளுக்கு தெரியாது என்ற உண்மையை உணர்த்துவது போல் -

தொழிலாளர்கள், வெள்ளைக்கார கைதிகள், ஜப்பானியர்கள்...

என குண்டடிப்பட்டு சிதறிக் கருகிப்போன நிலையில் பலரும் இறந்திருந்தார்கள்.

இத்தனைக்கும் பதுங்கு குழியில் பதுங்கியவர்கள் அவர்கள்.

துக்கம் பீறிட செய்வதறியாமல் உயிர் பிழைத்தவர்கள் நின்ற போது -

விசிலடித்தது.

மீண்டும் ரோல்கால்.

'எவ்வளவு நேரமானாலும் பகல், இரவு மாறினாலும் பரவால. குண்டுகளால சேதமாகி இருக்கிற பாதைகளை நீங்க பழுது பார்க்கணும். அதுக்கு பிறகுதான் ஓய்வு. செத்தவங்களை தூக்கி ஓரமா போட்டுட்டு உடனே வேலையை ஆரம்பிங்க...'

ரத்தம் வழியும் முகத்துடன் ஜப்பானியன் கட்டளையிட -

கை துண்டிக்கப்பட்ட நிலையில் கங்காணி அதை மொழி பெயர்த்தான்.

மீண்டும் விமானம் எப்போது தங்கள் தலைக்கு மேல் பறக்கும்... யார் தலையில் எப்போது குண்டு விழும்... என்று தெரியாமல் அச்சத்தோடும், கவலையோடும் எஞ்சிய தொழிலாளர்கள் தங்கள் பணியை தொடர்ந்தனர்.

நாட்கள் இப்படியே நகர்ந்தன.

வெள்ளைக்காரர்களின் கப்பல்கள் குண்டு வீசுவதும், ஆட்கள் பள்ளத்தில் பதுங்குவதும், கொத்துக் கொத்தாக தொழிலாளர்கள் பலியாவதும் -

தொடர்கதை ஆனது.

தப்பிப் பிழைத்தவர்கள் மரத்துப்போய் நடைப்பிணங்களாக

நடமாடினார்கள்.

சில நேரங்களில் ஐ.என்.ஏ., வீரர்கள் அந்தப் பக்கமாக ரயிலில் வருவார்கள்.

தாங்கள் அனுபவித்து வரும் அனைத்து கஷ்டங்களையும் தொழிலாளர்கள் அவர்களிடம் எடுத்துரைப்பார்கள்.

கேட்கக் கேட்க ஐ.என்.ஏ., வீரர்களின் கண்களின் ரத்தம் வடியும். உள்ளம் கொதிக்கும்.

நேதாஜியுடன் முறையிட்டு தங்களை காப்பாற்றுமாறு தொழிலாளர்கள் வேண்டுகோள் வைப்பார்கள்.

முதல் வேலையாக அதை செய்வதாக வாக்களித்துவிட்டு நகர்வார்கள்.

ஆனால் –

தொழிலாளர்களுக்கு விடிவு மட்டும் பிறக்கவே இல்லை.

இது ஒரு பக்கம் என்றால் –

மறுபக்கம் இன்னும் துயரமானது.

திடீர் திடீரென்று –

டொங்... டொங்... டொங்... டொங்...

என்று கெம்பித்தாய் பக்கத்தில் இருந்து சத்தம் வரும்.

அவசர அவசரமாக யாரோ தகரத்தை தட்டி ஒலி எழுப்புவார்கள்.

உடனே –

ஜப்பானியர்கள் ஏதோ சொல்லி அலறுவார்கள்.

தலைதெறிக்க ஓடி வரும் கங்காணி –

'பந்தங்களை கொளுத்துங்க... நெருப்பை மூட்டுங்க... காட்டானை கூட்டம் கூட்டமா வந்துகிட்டு இருக்கு...'

காட்டுக் கத்தலாக கத்துவார்.

தொழிலாளர்கள் அரக்க பரக்க அங்கும் இங்கும் ஓடுவார்கள்.

நொடிகளில் –

பந்தங்கள் கொளுத்தப்படும்.

பெண்களை பூத்தாயிக்குள் பதுங்கச்சொல்வார்கள்.

ஆண்கள் வாசலில் நிற்பார்கள்.

நெறுநெறு என்று புதர்களும், மரக் கிளைகளும் முறியும் ஓசை –

இடியாக அனைவரது உள்ளத்திலும் இறங்கும்.
கடா முடா என்று பாறைகள் உருண்டோடும்.
கருங்குன்றுகள் அசைவது போல் -
காட்டு யானைகள் நகர்ந்து வரும்.
துப்பாக்கியை ஏந்தியபடி ஜப்பானிய வீரர்கள் தயார் நிலையில் நிற்பார்கள்.
ஒரு சலர் நெருப்பு அணையாதபடி பார்த்துக் கொண்டிருப் பார்கள்.
ஒருவேளை இதைக் கண்டு யானைகள் நெருங்காமல் இருந்தால் -
அன்றைய தினம் தொழிலாளர்கள் பிழைத்ததாக அர்த்தம்.
ஆனால் -
எல்லா நாட்களும் இதுபோல் தப்பிக்க முடியாது.
சில வேளைகளில் நெருப்பை அலட்சியம் செய்துவிட்டு யானை கள் பூத்தாய் நோக்கி ஓடி வரும்.
ஜப்பானியர்களின் துப்பாக்கி ஓசைகூட அவைகளை தடுத்து நிறுத்தாது.
இதுபோன்ற விபரீத நேரங்களில் -
பெண்களுக்கு காவலாக பூத்தாய்வாசலில் நிற்கும் ஆண்கள் -
'ஓ... ஓ...' என கூச்சலிட்டபடி காட்டுக்குள் ஓடுவார்கள்.
உடனே -
யானைகள் அவர்களை துரத்த ஆரம்பிக்கும்.
பூத்தாய் குள் பதுங்கி இருக்கும் பெண்கள் தப்பிப்பார்கள்.
ஆண்கள்?
உறுதியாக சொல்ல முடியாது. காட்டு யானைகளின் பாதங்களில் மிதிபட்டு உடல் நசுங்கி பலர் இறந்திருக்கிறார்கள். முடமாகியிருக் கிறார்கள். எலும்புகள் முறிந்த நிலையில் அலறியிருக்கிறார்கள்...

44

வேலை முடிந்ததும் அழுக்கும் களைப்பும் நீங்க, நதியில் குளியல் போடுவது தொழிலாளர்களின் வழக்கம்.

ஆண்கள் சற்றே நிதானமாக குளிப்பார்கள். இரவு உணவை சமைக்க வேண்டியிருப்பதால் பெண்கள் அதிக நேரம் செலவிடுவதில்லை. குளித்ததும் கிளம்பிவிடுவார்கள்.

ஏனெனில் செம்மண் பாதை முடிந்து, கம்பிச்சடங்கில் இறங்கி, அங்கிருந்து சில குன்றுகளை ஏறி இறங்கினால்தான் பூத்தாயை அடைய முடியும்.

கம்பிச்சடங்கின் மேற்புறம் அடர்ந்த காடு. அதை ஒட்டியே பெண்கள் நடப்பார்கள்.

வழிநெடுக காட்டுக்கீரைகள் மண்டிக் கிடக்கும்.

உணவுக்கு உதவும் என்பதால் அதை பறித்தபடி செல்வார்கள்.

இதையெல்லாம் சயாம் ஆண்கள் கவனித்தபடி இருந்திருக்கிறார்கள் என்பதே பல நாட்கள் வரை யாருக்கும் தெரியாமல் இருந்தது. தெரிந்தபோதோ தலைக்கு மேல்வெள்ளம் பாய்ந்திருந்தது.

தமிழ்ப் பெண்களுக்கு பொதுவாக ஒரு குணம் உண்டு. அது உணர்வும், நம்பிக்கையும், சடங்கும் சார்ந்தது.

அதாவது, கழுத்தை நெரிக்கும் பிரச்னை ஏற்பட்டால் தவிர -

தங்கள் காது, கழுத்து, மூக்கில் இருக்கும் தங்கத்தை கழற்ற மாட்டார்கள்.

குன்றிமணி தங்கம் என்றாலும் அதுபெண்மையின் அடையாளம் அல்ல.

கணவர், சகோதரர், தந்தை உள்ளிட்ட குடும்ப ஆண்களின் கவுரவம்.

எனவே பசியில் வாடும்போது கூட -

கூடுமானவரை அதை கழற்றமாட்டார்கள்.

சயாம் - பர்மாவில் ரயில் பாதை அமைக்க மலாயா தோட்டத்தில் இருந்து அவர்கள் சென்றபோதும் -

உயிர்ப் பாதை

200

◆ கே.என்.சிவராமன்

பாதை அமைக்கும் பணி முடிந்து பரா மரிக்கும் வேலையில் ஈடுபட்டபோதும் -

சின்னச் சின்ன சங்கிலிகளையும், தோடு, மூக்குத்தி உள்ளிட்ட வற்றையும் அணிந்தே இருந்தார்கள்.

சயாம் ஆண்களின் கண்ணை உறுத்தியது இதுதான்.

எனவே பூத்தாயியில் எத்தனை பெண்கள் இருக்கிறார்கள்... யார் யார் நகைகளை அணிந்திருக்கிறார்கள்... வேலை முடிந்து தனியாக திரும்புகிறார்களா அல்லது ஆண்கள் துணைக்கு வருகிறார்களா... எந்த பாதையை தேர்ந்தெடுக்கிறார்கள்... வழியில் காடுகள், புதர்கள் இருக்கின்றதா... எந்த திருப்பத்தில் அவர்களை தாக்கினால் நகைகளை அபகரிக்கமுடியும்...

என்றெல்லாம் கணக்கிட்டார்கள்.

இதற்காகவே நாள் கணக்கில் பெண்களை பின்தொடர்ந்து கண்காணித்தார்கள்.

கம்பிச்சடங்கின் மேற்புறம் இருந்த காடு -

சரியான இடமாகப்பட்டது.

பல நாள் ஆராய்ச்சிக்குப் பின் அந்த இடத்தை குறித்தார்கள்.

பெரும்பாலும் நான்கு அல்லது ஐந்து பெண்கள்தான் மாலையே பூத்தாய்திரும்புவார்கள்.

சரியான உணவு இல்லாமல், இரவுபகலாக அவர்கள் உழைப்ப தால் எலும்பும் தோலுமாக காட்சியளித்தார்கள்.

இதையெல்லாம் உன்னிப்பாக கவனித்த சயாமிய ஆண்களில் மூவர் -

பெண் தொழிலாளர்களிடம் இருந்த தங்கத்தை அபகரிக்க முடிவு செய்தார்கள்.

நாம் மூன்று பேர். வலுவாக தாட்டியுடன் இருக்கிறோம். ஐந்து பேரை நம்மால் சமாளிக்க முடியும்.

முடிவு செய்தவர்கள் -

வழிப்பறிக்கு நாள் குறித்தார்கள்.

சரியாக கம்பிச்சடங்கின் மேற்புறம் இருந்த காட்டுப் பக்கம் பெண்கள் வந்ததும் -

மூவரும் உஷாரானார்கள். ஆளுக்கு ஒரு பக்கம் பதுங்கினார்கள்.

காட்டுக்கீரைகளை பெண்கள் பறிக்க முற்பட்டதும் -

பாய்ந்தார்கள்.

பயந்துபோய் கத்த முற்பட்ட பெண்களின் வாய்களை பொத்தி னார்கள். கைகளை முறுக்கி காட்டுக்குள் இழுத்துச் சென்றார்கள்.

பல நேரங்களில் வழிப்பறி என்பதையும் தாண்டி பாலியல் பலாத் காரத்தில் போய் இது முடிவதுண்டு.

வாட்டசாட்டமான ஆண்கள்.

முடிந்தவரை பெண்கள் போராடுவார்கள்.

கையில் தட்டுப்படும் கற்களை எடுத்து அவர்கள் முகத்தில் குத்துவார்கள். வீசுவார்கள்.

இதனால் வெறியேறும் சயாம் ஆண்கள் -

தங்கள் மூர்க்கத்தை மொத்தமாக பெண் களின் உடலில்

செலுத்துவார்கள்.
அணிந்திருந்த நகைகளையும் தங்கள்கற்பையும் பறிகொடுத்து விட்டு -
குற்றுயிராக புதரில் கிடக்கும் பெண்கள் -
மீட்கப்படுவதும் உண்டு. அப்படியே மடிவதும் உண்டு.
அங்கொன்றும் இங்கொன்றுமாக நடைபெற்ற இதுபோன்ற சம்பவங்களின் எண்ணிக்கை அதிகரித்ததும் -
பெண்கள் தனியாக பூத்தாய் திரும்புவதை நிறுத்திக்கொண்டார்கள்.
ஜப்பானிய வீரர்கள் இதை பொருட்டாக கருதியதும் இல்லை. பெண் தொழிலாளர்களுக்கு பாதுகாப்பு தர முற்பட்டதுமில்லை.
எனவே முறையிடுவதை தொழிலாளர்களும் நிறுத்திக்கொண்டார்கள்.
பணியிலும் சரி, வேலை முடிந்து திரும்பும்போதும் சரி -
தங்களுக்கு எந்த பாதுகாப்பும் இல்லை என்பதை உணர்ந்த பெண் தொழிலாளர்கள் -
தங்கள் கை, கால்களை மட்டுமே நம்ப ஆரம்பித்தார்கள்.
அவற்றையே ஆயுதமாகப் பயன்படுத்தி -
வழிப்பறி, பாலியல் பலாத்காரம் செய்ய வரும் சயாமிய ஆண்களை வீழ்த்த முற்பட்டார்கள்.
ஆண் தொழிலாளர்களின் நிலைவார்த்தைகளுக்கு அப்பாற்பட்ட நிலையில் தத்தளித்தது.
நம்பி வந்த சக பெண்களைக் கூட தங்களால் பாதுகாக்க முடியவில்லை என்ற உண்மை -
அவர்களது உள்ளத்தை ரம்பத்தால்அறுத்தது.
இப்படிப்பட்ட சூழலில்தான் -
'உங்களை சந்திக்க நேதாஜி வரப்போகிறார்...' என்று ஜப்பானியர்கள் ஒருநாள்அறிவித்தார்கள்.
பாரம் நீங்கி தங்களுக்கு விடிவு காலம் பிறக்கப்போகிறது என்ற நிம்மதியுடன் -
தங்கள் தலைவரின் வருகையை எதிர்பார்த்து தொழிலாளர்கள் வழிமேல் விழி வைத்து காத்திருந்தார்கள்.
அந்த நாளும் வந்தது.

◆ கே.என்.சிவராமன்

45

நேதாஜியின் வருகையையொட்டி அன்று அனைத்து தொழிலாளர்களுக்கும் விடுமுறை அளிக்கப்பட்டிருந்தது.

திரும்பிய பக்கம் எல்லாம் ஜப்பானிய கொடிகள் காற்றில் படபடத்தன.

சொங்கராய் ரயில் நிலையம் களை கட்டியிருந்தது. இந்திய உபகண்டத்தின் ஈடு இணையற்ற தலைவர் நேதாஜியை வரவேற்கவும், தாங்கள் அனுபவித்து வரும் துன்பங்களை அவரிடம் எடுத்துச் சொல்லவும் தொழிலாளர்கள் ஆவலோடு காத்திருந்தனர்.

இதற்கு சமமாக ஜப்பானியர்களும் அதிகாலையில் இருந்தே சுறுசுறுப்புடன் இயங்கிக்கொண்டிருந்தனர். அனைத்து திசைகளில் இருந்தும் தொழிலாளர்கள் வந்து குவிந்தார்கள்.

எப்படியாவது நேதாஜியிடம் முறையிட வேண்டும். தங்களுக்கு விடிவு பிறக்கவேண்டும்.

இதுவே அனைவரது நோக்கமாகவும் இருந்தது.

ஆனால் -

வயதில் முதிர்ந்த பல தொழிலாளர்கள் இந்த பரபரப்புக்கும் எதிர்பார்ப்புக்கும் அணை போட முயன்றார்கள்.

‘அதிகம் எதிர்பார்க்காதீர்கள். ஒருவேளை நேதாஜி வராமலும் போகலாம். ஜப்பானியர்கள் அதுபோல் பலமுறை எங்களை ஏமாற்றியிருக்கிறார்கள். நம் தலைவர் வருவார்... வருவார்... என நாங்கள் அதிகாலை முதல் காத்திருப்போம். இரவு மலரும் வரை அவர் வருவதற்கான எந்த சுவடும் இருக்காது. சோர்வுடன் பூத்தாய் திரும்புவோம்.

அதுபோல இன்றும் நிகழலாம். தப்பித் தவறி அவர் வந்தாலும் நம்மால் எதுவும் முறையிட முடியாது. ஜப்பானியர்கள் அவரை சூழ்ந்து நிற்பார்கள். அந்த வளையத்தை தாண்டி நம்மால் அவரை நெருங்க முடியாது.

ரயில் பாதையை பழுதுபார்க்கும் பணியில் நாம் ஈடுபட்டிருக்கிறோம். பலமுறை நம்மைக் கடந்து ரயில்கள் சென்றிருக்கின்றன.

204 உயிர்ப் பாதை

அதில் எல்லாம் ஐ.என்.ஏ., வீரர்கள் இருந்திருக்கிறார்கள். நாம் அனுபவிக்கும் துன்பங்களை தங்கள் கண்களால் பார்த்திருக்கிறார்கள்.

ஆனாலும் இன்று வரை நமக்கு விடிவு பிறக்கவில்லை. கொத்துக் கொத்தாக தொழிலாளர்கள் இறப்பதும் நிற்கவில்லை.

ஒருமுறை அருகில் இருந்த ரயில் நிலையத்தில் வண்டி நின்றது. அதிலிருந்து இறங்கி வந்த ஐ.என்.ஏ.வில் இருக்கும் பெண் வீரர்கள் எங்களிடம் பேச்சுக்கொடுத்தார்கள். அப்போது நம் பெண்கள் அவர்களிடம் கதறி அழுது தாங்கள் அனுபவித்து வரும் அனைத்து துன்பங்களையும் பட்டியலிட்டார்கள்.

அதைக் கேட்ட பெண் வீரர்களின் கண்களில் இருந்து கண்ணீர் வழிந்தது. 'தலைவரிடம் எடுத்துச்

சொல்லி உரிய நடவடிக்கை எடுக்கிறோம்...' என்றார்கள்.

அந்த நாளுக்காகத்தான் காத்திருக்கிறோம். நீங்களும் காத்திருங்கள்.

மற்றபடி இன்று நேதாஜி வராமலும் போகலாம் என்ற எண்ணத்துடனேயேநடமாடுங்கள். அப்போதுதான் ஏமாறாமல் இருப்பீர்கள்.

ஆனால், ஒன்று. என்றேனும் ஒருநாள் நிச்சயம் நம்மைப் பார்க்க நம் தலைவர் வருவார். அப்போது ஜப்பானியர்கள் எவ்வளவு கடுமையாக வளையம் அமைத்தாலும் அதற்குள் நுழைந்து நம் குறைகளை சொல்லி முறையிடுவோம். நிச்சயம் நேதாஜி நம்மை காப்பாற்றுவார்...'

என நம்பிக்கைக்கும் அவநம்பிக்கைக்கும் இடையில் பேசினார்கள். உண்மை நிலவரத்தை இளையவர்களுக்கு புரிய வைத்தார்கள்.

மெல்ல மெல்ல காலை வெயில் ஏறிக்கொண்டிருந்தது.

கூஊஊஊஊஊ...

சட்டென்று தொழிலாளர்களும்ஜப்பானியர்களும் சோர்வு நீங்கி பரபரப்பானார்கள்.

இந்தியக் கொடியும் ஜப்பானியக் கொடியும் பறக்க தெற்கில் இருந்து ரயில் ஒன்று வந்தது.

அதைப் பார்க்கப் பார்க்க தொழிலாளர்கள் அதிர்ந்தார்கள்.

ஏனெனில் -

அது கூரை இல்லாத மொட்டை வண்டி.

'அடபாவிகளா... இதுலயா எங்க தலைவரை கூட்டிட்டு வர்றீங்க..?'

நிலையத்தில் வண்டி நின்றது.

என்ஜின் பெட்டிக்குள்ளிருந்து நேதாஜியும் மற்றும் சிலரும் இறங்கினர்.

'நேதாஜிக்கு ஜே!'

விண் அதிர தொழிலாளர்கள் கோஷமிட்டார்கள்.

சுற்றிலும் அவர்களைப் பார்த்து நேதாஜி புன்னகைத்தார்.

ஜப்பானிய வீரர்கள் சூழ அதிகாரி வந்து அவரை வரவேற்றார்.

தொழிலாளர்கள் அனைவரும் அணிவகுத்து நின்றனர்.

ராணுவப் பாணியில் நின்று 'ஜெய்ஹிந்த்' என நேதாஜி முழக்கமிட்டார்.

தொழிலாளர்கள் அதை எதிரொலித்தனர்.

பின்னர் ஜப்பானிய அதிகாரி முன்னால் வந்து ஏதோ பேசினார். புரிந்து கொள்ள விருப்பமே இல்லாமல் தொழிலாளர்கள் நின்றார்கள்.

அனைவரது பார்வையும் தங்கள் தலைவர் மீதே நிலைத்திருந்தது. அந்த கம்பீரம், மூக்குக் கண்ணாடியை தாண்டி கண்களில் தெரிந்த ஒளி... பார்த்துக்கொண்டே நின்றார்கள்.

அதிகாரி பேசி முடித்ததும் -

நேதாஜி தொண்டையை கனைத்தார்.

தொழிலாளர்கள் விழிப்புடன் அவர் பேசுவதை கேட்க தயாரானார்கள்.

தெளிவான உச்சரிப்புடன் ஆங்கிலத்தில் நேதாஜி பேசினார்.

பெரும்பாலானவர்களுக்கு அவர் என்ன சொல்கிறார் என்று விளங்கவில்லை. புரியவில்லை. என்றாலும் அது குறித்து அவர்கள் வருத்தப்படவில்லை. உன்னிப்பாக கேட்டார்கள்.

அவர் பேசி முடித்ததும் -

குருத்தோ அதை தமிழில் மொழிபெயர்த்தார்.

'என் அருமை சகோதர சகோதரிகளே... உங்களை எல்லாம் சந்தித்ததில் நான் மகிழ்ச்சி அடைகிறேன். இந்திய நாடு விடுதலை பெறுவதற்காக இப்போது நாம் வீரப் போராட்டம் நடத்திக் கொண் டிருக்கிறோம். இந்த முயற்சியில் இறுதி வெற்றி நமக்கே.

நமது சுதந்திர இந்திய அரசாங்கத்தின் படைகள் இப்போது பர்மா வில் நுழைந்து இந்திய எல்லையை நெருங்கிக் கொண்டிருக்கின்றன. இந்திய மண்ணில் முதல் சுதந்திரக் கொடியைப் பறக்க விடப்போகிற பெருமையை அவர்கள் அடையப் போகிறார்கள்.

நமது படை இந்திய மண்ணில் அடி யெடுத்து வைத்ததும் -

அங்கு ஆங்கிலேயர் படையில் இருக்கும் நமது இந்திய சகோத ரர்கள் -

தங்களின் துப்பாக்கியை ஆங்கிலேயருக்கு எதிராகத் திருப்ப தயாராக இருக்கின்றனர்.

எனவே வெள்ளையரை காப்பாற்ற இனி யாராலும் முடியாது. இந்தப் போரில் வெற்றி நமக்கே!

இந்த வெற்றியின் தூண்களாக நீங்கள் ஒவ்வொருவரும் விளங்கு கிறீர்கள்.

தொடரட்டும் உங்கள் உழைப்பு.

வளரட்டும் உங்களின் தியாகம்.

வாழ்க இந்திய மணித்திரு நாடு.

ஜெய்ஹிந்த்!'

கைதட்டல் அடங்க நீண்ட நேரமானது.

கைகளை உயர்த்தி அதை அடக்கிய நேதாஜி, 'உங்களுக்கு ஏதாவது குறையிருந்தால் முறையிடலாம்...' என்றார்.

இதை சற்றும் எதிர்பார்க்காத ஜப்பானியர்கள் -

தங்கள் பார்வையால் 'யாரும் எதுவும் சொல்ல வேண்டாம்' என தொழிலாளர்களை எச்சரித்தார்கள்.

அதை மீறும் துணிவு -

தொழிலாளர்களிடம் இல்லை. நேதாஜி சென்றதும் இந்த ஜப்பா னியர்களின் முகத்தில்தானே விழித்தாக வேண்டும்..?

நாம் ஏதேனும் முறையிடப் போய் பின்னால் அதற்கு வட்டியும் முதலுமாக இந்த சப்பை மூக்குக்காரர்கள் பழிவாங்கினால்..?

அமைதியாக இருந்தார்கள்.

சில நொடிகள்தான்.

தழுதழுத்த ஒரு முதியவரின் குரல் -

கணீரென்று ஒலிக்க ஆரம்பித்தது.

'பொஞ்சாதி புள்ளைங்கள அனாதையா விட்டுட்டு இங்க

வந்தோம். ரெண்டு வருஷத்துக்கு மேல ஆச்சு. அனாதையாவே செத்துடுவோமோன்னு பயமா இருக்கு...

இங்கதான் பாதை போட்டு முடிச்சாச்சே... எங்களை எல்லாம் திரும்ப மலாயாவுக்கு அனுப்பக்கூடாதா..? தினமும் கொத்து கொத்தா மனுஷங்க சாகறாங்க... சரியான சோறு தண்ணி இல்ல... காய்ச்சல் வந்தா மருந்து மாத்திரை இல்ல...

இங்க இப்பத்தான் நீங்க வந்திருக்கீங்க. ஆரம்பத்துலயே வந்திருந்தா நாங்க பட்ட பாட்டை பார்த்து ரத்தக்கண்ணீர் வடிச்சிருப்பீங்க... மனுஷனா மதிக்காம மாடு மாதிரி அடிக்கிறாங்க...'

குரல் உடைந்து மேற்கொண்டு பேசமுடியாமல் அழுதார்.

அதனை தொடர்ந்து அங்கிருந்த அனைத்து தொழிலாளர்கள் மத்தியில் இருந்தும் கேவல் வெடித்தது.

இதை சற்றும் எதிர்பார்க்காத ஜப்பானியர்கள் திகைத்து நின்றார்கள்.

உயிர்ப் பாதை

46

பதில் சொல்ல நேதாஜியும் - பதறியபடி எதையோ விளக்க வந்த ஜப்பானியர்களும் - அடுத்ததாக ஒலித்த கணீர்குரலில் அப்படியே சிலையாக நின்றார்கள்.

இம்முறை பேசியவர் நடுத்தர வயதுள்ள ஒரு பெண்மணி.

'வெள்ளைக்காரங்களுக்கு எதிரா சண்டைக்குப் போன ஜான்சிராணி படைகளை நாங்களும் பார்த்தோம். எங்களையும் சேர்த்துக்குங்கன்னு அவங்ககிட்ட கேட்டோம். நீங்க வரும்போது உங்ககிட்ட கேட்கச் சொல்லிட்டு அவங்க போயிட்டாங்க. இப்ப நீங்க வந்திருக்கீங்க. உங்ககிட்ட கேட்கறோம். எங்களையும் சுதந்திரப் போராட்டத்துல சேர்த்துக்குங்க...'

அந்த பெண்மணி நிறுத்தியதும் -

இன்னொருவர் எழுந்தார். தன் கஷ்டங்களை விவரித்தார். கைகளை பறிகொடுத்த மற்றொருவர் எழுந்தார். கதறி அழுதார்.

சங்கிலி போல் இப்படி பலரும் தங்கள் சிரமங்களை சொல்லி முடித்ததும் -

நேதாஜி பேசினார்.

'இத்தனை துன்பங்களை கடந்த பிறகும் விடுதலைப் படையில் சேரத் துடிக்கும் உங்களுக்கு என் நன்றி. நாம் அடிமைகளாக இருக்கும் வரை இப்படித்தான் நம்மை ஆட்டி வைப்பார்கள். இந்த அடிமை விலங்கை உடைக்கத்தான் நம் வீரர்கள் போர்க்களம் நோக்கி சென்றுக் கொண்டிருக்கிறார்கள். நமது நீண்ட பயணத்தில் ஏராளமான தியாகங்களை செய்யவேண்டி வரலாம். அத்தகைய தியாகங்களில் ஒன்றைத்தான் இப்போது நீங்கள் செய்து வருகிறீர்கள். நிச்சயம் நமக்கு விடிவுகாலம் பிறக்கும். இயன்றவரை உங்கள் குறைகளை தீர்க்கும்படி ஜப்பானிய தோழர்களிடம் சொல்கிறேன். நன்றி. ஜெய்ஹிந்த்!'

கைகளை அசைத்து விட்டு தன் வண்டியை நோக்கி

◆ கே.என்.சிவராமன்

விடுவிடுவென்று சென்றார். ஜப்பானிய அதிகாரிகள் பின்தொடர பறந்தார்.

கனவுலகிலிருந்து நிஜத்துக்கு வர தொழிலாளர்களுக்கு சில நிமிடங்கள் ஆனது.

பெருமூச்சு விட்டபடி கலைய ஆரம்பித்த அவர்கள் அனைவரது மனதுக்குள்ளும் எழுந்த எண்ணம் ஒன்றே ஒன்றுதான்.

'வந்தவர் நேதாஜி அல்ல... சுபாஷ் சந்திர போஸ் போல் யாருக்கோ வேடமிட்டு நம்மை ஏமாற்ற ஜப்பானியர்கள் அழைத்து வந்திருக்கிறார்கள்...'

சிறு பொறியாக எழுந்த இந்த சந்தேகம் -

அனைவர் மத்தியிலும் கொழுந்துவிட்டு எரிய சில நாட்கள் ஆனது. அதற்குள் பல மாறுதல்கள் ஏற்பட்டிருந்தன.

இரவு பகல் பாராமல் அபாயசங்கு அலறியது. நள்ளிரவிலும் பதுங்கு குழிகளை தேடி ஓடுவது வழக்கமானது. ஆங்காங்கே குண்டு மழை பொழிவதாக தகவல்கள் வந்தன. நேசநாட்டுப் படைகள் முன்னேறுவதாக சிலர் கிசுகிசுத்தார்கள்.

என்றாலும் அன்றாட வேலைகளில் எந்த மாறுதலும் ஏற்படவில்லை. ஜப்பானியர்களின் அடாவடித்தனங்களும் குறையவில்லை. இரவில் பந்தங்கள் ஏற்றவும் வெளிச்சம் போடுவதையும் தடை செய்திருந்தார்கள். கும்மிருட்டில் வாழ மெல்ல மெல்ல தொழிலாளர்கள் பழகிக்கொண்டார்கள்.

இந்த சமயத்தில்தான் கோலாலம்பூரில் இருந்து ஒரு ரயில் வந்தது. அது மேல்கூரை இல்லாத மொட்டை ரயில். பெட்டிக்குள் கொத்துக் கொத்தாக மனிதர்கள் நெருக்கியடித்தபடி அமர்ந்திருந்தார்கள். பார்த்ததுமே தொழிலாளர்களுக்கு பற்றிக் கொண்டு வந்தது.

படுபாவிகள். ஆசை வார்த்தை காட்டி எந்தெந்த தோட்டங்களில் இருந்தோ ஆட்களை பிடித்து வந்திருக்கிறார்கள். இன்னும் எத்தனை பேரைத்தான் ஜப்பானியர்கள் பலி கொடுப்பார்களோ..?

நினைத்து முடிப்பதற்குள் -

விமானங்கள் வரும் இரைச்சல் செவிட்டை கிழித்தன.

அலறியபடி பதுங்கு குழிகளை நோக்கி ஓடினார்கள். மொட்டை ரயிலில் வந்தவர்களுக்கு எதுவும் புரியவில்லை.

'ஹை விமானம்...' என குழந்தைகள் அண்ணாந்து பார்த்தார்கள்.

சரியாக அப்போது அவர்கள் மீது குண்டுகள் வந்து விழுந்தன. மொட்டை ரயிலில் வந்த அனைவரும் எரிந்து சாம்பலானார்கள்...

◆ கே.என்.சிவராமன்

47

கதறி அழக்கூட தெம்பில்லாமல் -
நடைப்பிணமாக தொழிலாளர்கள் மாறிப் போனார்கள்.

வாழ்வது நிச்சயமில்லை; எப்போது வேண்டுமானாலும் மரணம் தழுவலாம் என்பது தெளிவாகப் புரிந்தது.

ஜப்பானியர்களின் அடக்குமுறை ஒருபக்கம் என்றால் -

நேச நாடுகளின் குண்டுவீச்சு மறுபக்கம்.

இத்தனை நாட்கள் பிழைத்தது கூட பெரிய விஷயமில்லை. இந்த யுத்தத்தில் பிழைப்பதுதான் மலையை புரட்டுவதற்கு சமம் என்பதை அனைவரும் உணர்ந்தார்கள்.

அதற்கு ஏற்பவே பலிகளின் எண்ணிக்கை அதிகரித்தது.

விமானங்கள் தாழப் பறக்கும்போதெல்லாம் குண்டு விழுந்தது. குண்டு விழுந்தபோதெல்லாம் இறந்தவர்களின் எண்ணிக்கை பெருகியது.

மனித உடல்கள் ஆங்காங்கே சிதறிக் கிடப்பதும், கருகிக் கிடப்பதும் அன்றாட நிகழ்வானது. உயிர் ஊசலாடிக்கொண்டிருந்தவர்களை பிழைக்க வைக்க மருத்துவரில்லை. மருத்துவர் இருந்தாலும் மருந்தில்லை.

எனவே அங்கங்களை இழந்தவர்களின் மரண ஓலம் பூத்தாய் முழுக்க எதிரொலித்தபடியே இருந்தது.

இந்த தாக்குதலில் ஜப்பானிய வீரர்களும் பலியானதால் யாரிடம் என்ன சொல்லி முறையிடுவது என்று ஒருவருக்கும் தெரியவில்லை - ஜப்பானிய அதிகாரி உட்பட சகலருமே கையறு நிலையில்தான் நடமாடினார்கள்.

இந்த நிலையில்தான் அந்த ஆண்டின் மழைக்காலம் தொடங்கியது.

சயாமிய காட்டுக்கு மலாயா தொழிலாளர்கள் வந்து சேர்ந்த பிறகு அவர்கள் பார்க்கும் மூன்றாவது மழைக்காலம் அது.

உயிர்ப் பாதை

முந்தைய இரு ஆண்டுகளை விட இப்போது சமாளிப்பது பெரும்பாடாக இருந்தது.

ரயில் நிலையத்துக்கு அருகில் வெள்ளத்தால் அரிக்கப்பட்ட தண்டவாளப்பாதையை சரிசெய்யும் பணி அனைவரது தலை யிலும் விழுந்தது.

கொட்டும் மழையில் மரப்பாலம் அமைத்திருக்கிறார்கள்.

தண்டவாளங்களை சுமந்துகொண்டு சேற்றில் நடந்திருக்கிறார் கள்; வழுக்கி விழுந்து மண்டையில் அடிபட்டிருக்கிறார்கள்.

இப்போது போட்ட பாதையை சரிசெய்யும் பணி. அதுவும் கொட்டும் மழையில். அட்டைகள் எஞ்சியிருந்த கொஞ்சநஞ்ச ரத்தத்தையும் உறிஞ்சின.

மழைக்கும், நோய்க்கும், ஜப்பானியர்களின் கொடுமைக்கும் அஞ்சியது போதாது என்று இப்போது குண்டு வீச்சுக்கும் பயப்பட வேண்டியிருந்தது.

'கோவணத்துடன் வேலை செய்யும் நாமெல்லாம் ஜப்பானியர்கள் அல்ல என்பது நேசநாட்டு படையினருக்கு தெரியாதா..? எதற்காக நம் மீது குண்டு வீசுகிறார்கள்..?'

விடை தெரியாமல் தத்தளித்த தொழிலாளர்களுக்கு ஒருநாள் பதில் கிடைத்தது. கொஞ்சம் கருணை உள்ளம் கொண்டிருந்த ஜப்பானிய வீரர் ஒருவர்தான் உடைந்த தமிழில் அதை புரியவைத்தார்.

'தெரிஞ்சுதான் குண்டு வீசறாங்க. அவங்க குறி பார்த்து நாச மாக்கற பாலத்தை / ரயில் பாதையை நீங்கதானே சரி செய்யறீங்க? அதுபோக இந்தியாவுக்குள்ள நாங்க நுழைய இந்த ரயில்பாதை யைத்தானே தேர்வு செய்திருக்கோம். அதனாலதான் இங்க குண்டு போடறாங்க. பாதையை சரிசெய்யற உங்களையும் தீர்த்துக்கட்ட முயற்சி செய்யறாங்க...'

மழை நிற்கவில்லை.

பணிகளையும் ஜப்பானியர்கள் நிறுத்தச் சொல்லவில்லை.

வேலைகள் தொடர்ந்துகொண்டிருந்தன.

அப்போது -

விசில் ஊதப்பட்டது. அதுவும் விடாமல்.

பதறிப்போனார்கள் தொழிலாளர்கள். 'இந்த மழையிலுமா குண்டுவீச வந்துட்டாங்க...'

பதுங்குக் குழியை நோக்கி கூட்டம் கூட்டமாக சிறுவர்களும் சிறுமிகளும் பெரியவர்களுமாக ஓடினார்கள்.

பதுங்கு குழிக்குள் மழைநீர் கொட்டிக் கொண்டே இருந்தது.

இதற்குள் எப்படி இறங்குவது?

யோசிக்க நேரமில்லை. குதி.

மனது கட்டளையிட்டது. விசில் சத்தம் அதை செயல்படுத்தத் தூண்டியது.

கண்ணை மூடிக்கொண்டு பதுங்கு குழிக்குள் இறங்கினார்கள்.

மண்ணை அரித்தபடியே மழைநீர் குழிக்குள் விழ ஆரம்பித்தது.

இது ஆபத்தல்லவா..? வெளியேற முயற்சி செய்தார்கள். கை வழுக்கியது. தவிர குண்டுகள் விழும் சத்தமும் காதைப் பிளந்தது.

செய்வதறியாமல் தொழிலாளர்கள் அதிர்ந்து நின்றார்கள்.

அரித்து வரப்பட்ட மணல்கள் மெல்லமெல்ல குழியை மூட ஆரம்பித்தன.

இடுப்பளவு.

மார்பளவு.

ஐயோ... சமாதி ஆகப்போகிறோமா?

'காப்பாத்துங்க... காப்பாத்துங்க...'

கைகளை மேலே தூக்கியபடி அலறினார்கள்.

மழையின் வேகமும் குண்டுகளின் சத்தமும் அவர்களது குரலை அமுக்கின.

கழுத்தளவு மூடப்பட்டார்கள்.

பின் தாடை.வாய். மூக்கு. கண்கள். நெற்றி. தலை...

தன் வேலையை முடித்துவிட்டு விமானங்கள் சென்றதும் -

உயிர் பிழைத்தவர்கள் தங்கள் சகாக்களை தேடி அங்கும் இங்கும் ஓடினார்கள்.

தட்டுப்பட்டவை எல்லாம் சடலங்கள்தான்.

குழிக்குள் பதுங்கியவர்கள் என்ன ஆனார்கள்?

பதுங்கு குழியை தேடினார்கள். அப்படியொரு இடம் இருந்ததற்கான அடையாளங்களே தெரியவில்லை.

பதறிப் போனவர்கள்.

குழிகள் இருந்த இடங்கள் எல்லாம் மண் மேடாகி இருந்தன.

உயிருடன்புதைக்கப்பட்டிருக்கிறார்களா..?

ஆபத்தை உணர்ந்தவர்கள் தடதடக்கும் இதயத்துடன் மண் வெட்டியால் மடமடவென்று தோண்ட ஆரம்பித்தார்கள்.

ஒருவரையொருவர் கட்டிப்பிடித்தபடி பலரும் மாண்டு கிடந்தார்கள்.

ஒரு சிலருக்கு மூச்சு இருந்தது.

பிழைக்க வைக்க முடியும்.

ஆனால், மருத்துவமனை..?

கண் முன்னால் தங்கள் சகாக்கள் துடிதுடித்து இறப்பதை பார்த் தார்கள்.

பார்த்துக்கொண்டே இருந்தார்கள்.

மழை நிற்காமல் கொட்டியது.

ஜப்பானியர்கள் விசிலை ஊதியபடியே வேலையை தொடரும்படி கட்டளையிட்டார்கள்...

48

தொழிலாளர்களும் கட்டளைக்கு கட்டுப்பட்டு வேலையை தொடர்ந்தார்கள்.

ஆனால் வேலை நேரம் முடிந்த பிறகு யாரும் பூத்தாயி திரும்பவில்லை.

மாறாக பதுங்கு குழியில் புதைந்து இறந்தவர்களின் இடம் நோக்கி வந்தார்கள். மேடாகவும், சமதளமாகவும் காட்சியளித்த அந்த நிலப்பரப்பை பார்க்கப் பார்க்க அனைவருக்கும் அழுகை வந்தது. அவர்களோடு பழகியவர்கள்.அவர்களோடு உறங்கியவர்கள். அவர்களோடு சிரித்தவர்கள். அவர்களோடு சகல வேதனைகளையும் சரிசமமாக பகிர்ந்துகொண்டவர்கள்.

இப்போது அவர்கள் இல்லாமல் மடிந்துபோயிருக்கிறார்கள்.

அதுவும் ஒரு குற்றமும் செய்யாமல். ஒரு பாவமும் புரியாமல். நேசப் படையினரின் குண்டுகள் மொத்தமாக வாழ்க்கைக்கு முற்றுப்புள்ளி வைத்திருக்கிறது.

இருக்கும் இடத்தில் இருந்தபடி இறந்திருந்தால் சகல மரியாதையுடன் அடக்கம்செய்யப்பட்டிருப்பார்கள். உறவினர்களும் நண்பர்களும் ஊர்க்காரர்களும் ஒன்றுசேர்ந்து இறுதி மரியாதை செலுத்தியிருப்பார்கள்.

இப்போது அதற்கெல்லாம் வழியில்லை. அதற்காக அநாதை பிணங்களாக விட்டுவிட முடியுமா? தமிழர்களின் வீர வரலாற்றை கேட்டுக் கேட்டு வளர்ந்தவர்கள் அல்லவா அந்த தொழிலாளர்கள்?

எனவே பதுங்கு குழியில் புதைந்தவர்களுக்கு மரியாதை செலுத்த விரும்பினார்கள்.

போரில் உயிர் துறந்தவர்களுக்கு நடுகல் நடுவது நம் இனத்தின் வழக்கம் என்பதை அங்கிருந்த ஒருவரும் மறக்கவில்லை. நியாயமாகப் பார்த்தால் குண்டுகளுக்கு பலியான ஒவ்வொருவருக்கும் ஒவ்வொரு கல்லை நட வேண்டும். அதற்கு வாய்ப்பில்லை என்பதற்காக அப்படியே விட்டுவிட முடியாது. கூடாது.

அங்கிருந்தவர்களில் வயதில் பெரியவராக இருந்தவர் வேலை

செய்யும்போதே இளைஞர்களின் செவியில் ரகசியமாக ஒன்றை சொல்லியிருந்தார். புரிந்து கொண்டதற்கு அடையாளமாக தலையை அசைத்தவர்கள், பணி முடிந்ததும் காட்டுப் பக்கம் சென்றார்கள்.

தொழிலாளர்கள் அனைவரும் பதுங்குகுழியை சுற்றி நின்று கண் கலங்கிய நேரத்தில் வாழைக்கன்றுடன் வந்து சேர்ந்தார்கள்.

அதை முன்பு பதுங்குகுழியாக இருந்து இன்று மேடாகவும் சமதள மாகவும் காட்சி அளித்த இடத்தின் நடுவில் நட்டார்கள்.

மழை விடாமல் தூறிக்கொண்டிருந்தது. காட்டுப்பூக்களை அந்த இடம் முழுக்க சுற்றிலும் தூவினார்கள். பெண்கள் அழுதபடி பாட்டுப்பாடினார்கள். அதைக் கேட்டபடி கேவலுடன் ஆண்கள் நின்றார்கள். பிறகு திரும்பிப் பார்க்காமல் அனைவரும் பூத்தாயி வந்து சேர்ந்தார்கள்.

அன்றிரவு ஒருவருக்கும் சாப்பிட பிடிக்கவில்லை. உறங்காமல் அப்படியே படுத்திருந்தார்கள். ஒவ்வொருவரின் மனதிலும் ஒவ்வொரு விதமான எண்ணங்கள் ஓடின.

மழை மட்டுமல்ல -

நள்ளிரவிலும் அபாயச் சங்கு ஒலிப்பது நிற்கவில்லை. பந்தங் களை ஏற்றாமல் இருட்டில் படுத்திருப்பதும், விசில் ஊதப்பட்டதும் புதிதாக தோண்டப்பட்ட பதுங்குகுழியை நோக்கி ஓடுவதும், பேரி ரைச்சலுடன் ராட்சஷ கழுகுகளைப் போல் போர் விமானங்கள் தாழப்பறந்து வட்டமடிப்பதும் தொடர்ந்தது.

வழக்கத்துக்கு மாறாக வடக்கிலிருந்து தெற்கே சென்ற ஜப்பானியப் படைகளின் எண்ணிக்கை அதிகரித்தது. கூடவே ஜப்பானியர்களிடம் இனம்புரியாத பதற்றமும் வளர்ந்து கொண்டே வந்தது.

வெள்ளைக்கார போர்க் கைதிகளின் வேலைத்தளம் முன்பெல் லாம் தனிமைப் படுத்தப்பட்டிருக்கும். இந்த முறையை ஜப்பானி யர்கள் மாற்ற ஆரம்பித்தனர்.

எங்கே எந்த வேலை நடந்தாலும் அங்கு தமிழ் தொழிலாளர் களுடன் வெள்ளைக்காரர்களையும் கலக்கச்செய்தனர்.

இதன் மூலம் குண்டுகளை வீச வரும் நேசப் படையினர் தங்கள் நண்பர்களை தாக்கத் தயங்குவர் என கணக்கிட்டனர்.

அது தப்பவில்லை. தாழப் பறந்தபடி குண்டுகளை வீச வந்த விமானங்கள் வெள்ளைக்கார கைதிகளை பார்த்ததும் தயங்கினர். பின்வாங்கினர். இந்நிலையில்தான் அந்த சம்பவம் நடந்தது.

பழகிப்போன தொழிலாளர்கள் விடியற்காலையில் கண்விழித்த னர். ஆங்காங்கே கணப்புகள் எரியத் தொடங்கின. சட்டி பானை கள் உருண்டன. ரோல்கால் செல்வதற்கு முன் வழக்கமாக என்ன செய்வார்களோ அதையெல்லாம் தொழிலாளர்கள் செய்தார்கள்.

நேரம் ஓடிக்கொண்டிருந்தது. பூத்தாயின் வாசலில் வெளிச்சம் தெரிந்தது.

ஆனால் -

ரோல்காலுக்கு அழைக்கும் விசில் சத்தம் மட்டும் ஒலிக்கவே யில்லை...

 218 உயிர்ப் பாதை

49

என்ன காரணம்?

யாருக்கும் தெரியவில்லை. கேட்டு அறிய வேண்டும் என்றும் ஒருவருக்கும் தோன்றவில்லை.

நிலைகொள்ளாமல் அங்கும் இங்கும் நடந்தவர்கள் சிலர். சோம்பலுடன் படுக்கையிலேயே இருந்தவர்கள் பலர்.

'குளிரில் வெடவெடத்தபடி ஜப்பானியர்கள் படுத்திருக்கிறார்களா... அப்படி இருக்க மாட்டார்களே... அடாது மழையிலும் விடாது விசில் ஊதி வேலைக்கு கிளப்பியவர்கள் அல்லவா அவர்கள்?

ஒருவேளை வெள்ளைக்கார கப்பல் வந்து கெம்பித்தாயில் குண்டு போட்டுவிட்டு சென்றுவிட்டதா? குரா சத்தம் வராததன் காரணம் அதுதானா..?'

கேள்விகள் மட்டும் வட்டமிட்டன.

இன்று தீபாவளி இல்லை. விடுமுறை நாளும் இல்லை. அப்படியிருந்தும் ரோல் காலுக்கு இன்னும் அழைக்கவில்லை. எனில், ஏதோ நடந்திருக்க வேண்டும்.

என்ன அது?

முந்திரிக்கொட்டை போல் முன்னால் வரும் குருத்தோக்களையும் காணவில்லை. ஜப்பானியர்களும் அங்கில்லை. கெம்பித்தாய் வாசலில் துப்பாக்கியும் கையுமாக காட்சி தரும் ஜப்பானிய வீரர்களும் போன இடம் தெரியவில்லை. வெள்ளைக்கார போர்க் கைதிகள் இருக்கும் பூத்தாயியும் அமைதியாக இருக்கிறது.

காரணம் என்ன..?

பலவாறாக குழம்பியவர்கள் –

கத்தரிக்காய் முற்றினால் தன்னால் கடைத்தெருவுக்கு வரும். அதுவரை காத்திருப்போம்...

என காத்திருந்தார்கள். விசில் சத்தம் ஒலித்த பிறகே செல்வது என்று முடிவுசெய்தார்கள்.

◆ கே.என்.சிவராமன்

என்றாலும் –

ரோல்கால் கூடும் இடத்தை மட்டும் சகலரது கண்களும் நோக்கிக் கொண்டிருந்தன.

கிட்டத்தட்ட சூரியன் உச்சியை நோக்கி நகர்ந்தபோது –

விசில் சத்தம் அமைதியை கிழித்தது.

ராணுவத்துக்கே உரிய நிமிர்ந்த நடையும் மிடுக்கும் இல்லாமல் –

தொங்கிப்போன உடல் மொழியுடன் அப்பகுதிக்கான ஜப்பானிய அதிகாரி அங்குவந்துநின்றார். கைகளை பின்புறம் கட்டியிருந்தார். பார்வை குனிந்திருந்தது.

வழக்கமான பரிவாரங்கள் இல்லை.
பேய் அடித்தது போல் குருத்தோக்கள் சுற்றிலும் நின்றார்கள்.
மெல்ல மெல்ல தொழிலாளர்கள் அவர்களை அணுகினார்கள்.
வழக்கமாக தாங்கள் ரோல் காலுக்கு நிற்கும் இடங்களில் நின்றார்கள்.
ஜப்பானிய அதிகாரி தலையை உயர்த்தி வானத்தை பார்த்தார்.
பூமியை அளவிட்டார்.
ஆனால் -
தொழிலாளர்களின் முகத்தை மட்டும் அவர்கள் ஏறிட்டு பார்க்க வில்லை.
அமைதி என்றால் அப்படியொரு அமைதி.
அனைவரது கண்களும் அசையாமல் அவரையே மொய்த்தன.
சில நிமிடங்களுக்கு அந்த அதிகாரி தலையை உயர்த்தினார். சதைப்பற்றுடன் பளபளப்பாக இருக்கும் அவரது கன்னங்களில் கண்ணீர்க் கோடுகள் தெரிந்தன.
அழுகிறாரா..? எதற்கெடுத்தாலும் குரலை உயர்த்தியபடி நம்மை சவுக்கால் அடிக்க கட்டளையிடும் நபர் -
கையறுநிலையில் நிற்கிறாரா?
நம்பமுடியாத அதிர்ச்சியுடன் தொழிலாளர்கள் சிலையானார்கள்.
தொண்டையை கனைத்தபடி குருத்தோக்களை அழைத்த அந்த அதிகாரி -
தாழ்ந்த குரலில் அவர்களிடம் ஏதோ சொன்னார்.
பிறகு தொழிலாளர்கள் பக்கம் திரும்பினார்.
'கோமென் குடசாய்! கமிமேசன்!' (வருந்துகிறேன்... மன்னியுங்கள்...) என்றார்.
எதற்கு? ஏன்? என்ன நடந்துவிட்டது?
ஜப்பானிய மொழியில் கடகடவென்று எதையோ சொல்லிவிட்டு தலைதாழ்த்தி வணங்கினார். பின்னால் நகர்ந்தார்.
முன்னால் வந்த ஒரு குருத்தோ -
தமிழில் தெளிவாக புரியவைத்தார்.
'சண்டையில் ஜப்பான் தோற்றுவிட்டது. எனவே உங்களுக்கெல்லாம் இனி இங்கு வேலையில்லை. திரும்ப மலாயாவில் உங்களை விட்டுவிடுகிறோம்.
ஆனால் -
ஆற்றுப்பாலம் எல்லாம் உடைந்திருக்கின்றன. அவற்றை எல்லாம் பழுது பார்த்த பிறகுதான் உங்களை ஏற்றிச் செல்ல ரயில் வரமுடியும். எனவே பாலங்கள் சீராகும்வரை இங்கேயே இருங்கள்.
முக்கியமான விஷயம். கவனமாக இருங்கள். குண்டு தாக்குதலுக்கு பலியாகாமல் உங்களை நீங்களே காப்பாற்றிக்கொள்ளுங்கள்...'
குருத்தோ சொல்லி முடித்ததும் -
நம்ப முடியாமல் தொழிலாளர்கள் திகைத்து நின்றார்கள்.
இறுதி வாக்கியத்தை ஒருவரும் பொருட்படுத்தவில்லை.
'மலாயாவுக்கு செல்லலாம்...' என்று சொற்றொடர் மட்டுமே மனதில் ஆழமாக பதிந்தது.

◆ கே.என்.சிவராமன்

எனவே அடுத்த கணம் -

தொழிலாளர்கள் ஆனந்தக் கூத்தாடினார்கள். பார்வை இழந்தவருக்கு பார்வை கிடைத்தது போல் பரவசப்பட்டார்கள்.

வேளா வேளைக்கு விருப்பம்போல் சமைத்து சாப்பிட்டார்கள். ஆடுபுலி ஆட்டம், தாயம், சீட்டாட்டம் என பொழுதை கழித்தார்கள்.

நோய்வாய்ப்பட்டவர்கள் இந்த வாய்ப்பை பயன்படுத்திக்கொண்டார்கள். பச்சிலைகளை தேடிப் பறித்து பக்குவப்படுத்தி தங்கள் உடலை தேற்றினார்கள்.

வேட்டையாடுதல், மீன் பிடித்தல் என சிலர் காலத்தை செலவிட்டனர்.

இளைஞர்கள் சயாமியப் பெண்களை தேடிச் சென்றார்கள்.

மொத்தத்தில் அதுவரை எந்தக் காட்டில் வேலை வேலை என இரவு பகல் பாராமல் உழைத்தார்களோ -

அந்தக் காட்டை நிதானமாக சுற்றிப் பார்க்கும் நேரம் இப்போது தான் தொழிலாளர்களுக்கு கிடைத்தது.

அதை சரிவர பயன்படுத்திக் கொண்டார்கள்.

என்றாலும் -

ஆற்றுப் பாலங்கள் சீர் செய்யப்பட்டு எப்போது தெறிகில் இருந்து ரயில் வரும் என ஆவலாக பார்ப்பதை மட்டும் ஒருவரும் நிறுத்த வில்லை.

போலவே உடன் வந்த சகாக்களை பறிகொடுத்துவிட்டு செல்லப் போகிறோமே என்ற ஏக்கமும் மறையவில்லை.

இன்பத்துக்கும் துன்பத்துக்கும் இடையில் ஊசலாடினர். தத்தளித்தனர்.

நேசப் படைகளின் விமானங்கள் வராதது அவர்களுக்கு மகிழ்ச்சியை தந்தது.

இந்த சூழலில்தான் -

ஒரு தொழிலாளர் கூட்டம் கால்நடையாகவே நடந்து வந்தது.

அவர்களது உடைகள் கந்தலாக காட்சியளித்தன. ஒருசிலரை தவிர வேறு யார் தலையிலும் பொதி மூட்டைகள் இல்லை. முகத்தில் சோகம் அப்பிக்கிடந்தது.

சிலருக்கு காது கேட்கவே இல்லை. நேசப் படைகள் வீசிய குண்டு பெரும் சத்தத்துடன் அருகில் விழுந்ததால் ஏற்பட்ட அதிர்ச்சியின் விளைவு என்று மற்றவர்கள் சொன்னார்கள்.

வந்தவர்கள் அனைவருமே ஐந்துநாட்களாக பட்டினி என்று அறிந்தபோது -

பூத்தாயில் இருந்தவர்கள் அதிர்ந்துபோனார்கள்.

உடனடியாக இருப்பதை சமைத்து அவர்களுக்குபரிமாறினார்கள்.

பேச முடிந்தவர்கள் தங்கள் கதைகளை விரிவாக சொன்னார்கள்.

குண்டடிபட்டு கை, கால்களை இழந்தவர்கள் அந்த ரணத்தை பகிர்ந்து கொண்டார்கள்.

ஆனால் -

கல்வெட்டாக பொறிக்கப்பட வேண்டிய வரலாறு தங்களுடையது என்பதை மட்டும் அனைவரும் வார்த்தைக்கு வார்த்தை கம்பீரமாக ஒலித்தார்கள்.

'மலாயா தமிழர் ஒவ்வொருத்தரும் நினைச்சு நினைச்சு பெருமைப்பட வேண்டிய கதை நம்முடையது. நாப்பது கோடி பேர் வசிக்கிற இந்தியாவை சேர்ந்தவங்ககூட வெள்ளைக்காரன் மேல படையெடுக்கல.

ஆனா, பத்து லட்சம் தமிழர்கள் வாழற மலாயாலேந்து ஆயிரக் கணக்கானவங்க இந்தியாவை விடுவிக்கறதுக்காக வெள்ளக்காரன் மேல படையெடுத்து போயிருக்காங்க. அட துப்பாக்கிய ஏந்தறது மட்டும்தானா போர்? சண்டைக்கு உதவற பாதைகளை அமைக்கறது கூட யுத்தம்தான். ஆண்களுக்கு சமமா பெண்களும் இதுல பங்கு பெற்றிருக்காங்க.

ஆனா, நம்ம தியாகம் முழுக்க வீணா போச்சேன்னு நினைக்கும் போதுதான் வருத்தமா இருக்கு.

நிச்சயமா வரலாற்றுல நம்மை மறந்துடுவாங்க. இந்தியாவுல சுத்தமா நம்மளகண்டுக்க மாட்டாங்க. குறைந்தபட்சம் மலாயாவுல யாவது நம்மை, நம்மோட தியாகத்தை நினைக்கணும். அதுக்காக நாம பட்ட கஷ்டத்தை எல்லாம் வாய்மொழியா அங்க போய் சொல்லணும்...'

தீர்மானித்துக்கொண்டார்கள். அதை செயல்படுத்த வேண்டும் என்றும் முடிவு செய்தார்கள்.

ஆனால் -

இதற்கெல்லாம் முன்பாக நாம் மலாயா போய் சேர வேண்டாமா? நம்மை அழைத்துச் செல்ல ரயில் எப்போது வரும்?

வழக்கம்போல் வினாக்கள்தான் வேர்விட்டு படர்ந்தன.

விடை மட்டும் கிடைக்கவில்லை.

ரயிலும் வரவில்லை...

50

ஆனால் -

மனிதர்கள் வந்தார்கள். அதுவும் கூட்டம் கூட்டமாக. கொத்துக்கொத்தாக.

ரயிலில் அல்ல. கால் நடையாக. எங்கிருந்தோ. எந்தெந்த திசைகளில் இருந்தோ.

முதலில் வந்தவர்கள் 'ஐ.என்.ஏ.'வில் பணிபுரிந்தவர்கள். பசி, பட்டினியுடன் தப்பித்தோம் பிழைத்தோம் என்று வந்தவர்களுக்கு பூத்தாயில் இருந்தவர்கள் அடைக்கலம் கொடுத்தார்கள்.

பல நாட்களாக அவர்கள் வயிறு காய்ந்திருக்கிறது என்பதை அறிந்ததும் பதறிப்போய் இருப்பதை வைத்து சமைத்துப் போட்டார்கள். காட்டு விலங்கை அடித்து, கறிச் சோறு பரிமாறினார்கள்.

விருந்தோம்பல் என்றால் அது தமிழர்கள்தான் என்பதை அந்த சயாம் - பர்மா காட்டிலும் நிரூபித்தார்கள். முன் பின் அறிமுகமா

காதவர்களுக்கும் உணவு கொடுத்தார்கள்.

வந்தவர்கள் தங்கள் அனுபவங்களை பகிர்ந்துகொண்டார்கள். நேதாஜியை சந்தித்தது, அருகில் அமர்ந்து அவருடன் பேசியது, ஆங்கிலேயர்களுக்கு எதிராக போரிட்டது, குண்டடி பட்டது... எல்லாவற்றையும் கொட்டினார்கள்.

காதுகள் கிடைக்காதா... நம் வாழ்க்கையை பகிர்ந்துகொள்ள மாட்டோமா... என்று காத்திருந்தது போல் மொத்தத்தையும் விரிவாக விளக்கினார்கள்.

வாயைப் பிளந்தபடி கேட்ட தொழிலாளர்கள் -

தங்கள் பங்குக்கு, தாங்கள் ரயில்பாதை அமைக்க பட்ட வேதனையை சொன்னார்கள்.

இதன் வழியாக பரஸ்பரம் ஆறுதல் தேடிக்கொண்டார்கள்.

சாப்பிட்டு இளைப்பாறி ஓரளவு தெம்பானதும் -

வந்தவர்கள் புறப்பட்டார்கள். அவர்களை தடுத்து நிறுத்த தொழிலாளர்கள் முயலவில்லை. ரயில் வரும் வரை... மலாயா சென்று சேரும் வரை... இருப்பதை உண்ண வேண்டுமே...

எனவே மனமில்லாமல் வழியனுப்பிவைத்தார்கள்.

'ஐ.என்.ஏ' வீரர்கள் சென்றதுமே அடுத்த கூட்டம் பூத்தாயை முற்றுகையிட்டது.

இம்முறை காடுமேடு எல்லாம் நடந்து வந்தவர்கள் சக தொழிலாளர்கள்.

இவர்களை போலவே மலாயா தோட்டத் தொழிலாளர்கள்.

மட்டுமல்ல, ஏற்கனவே அறிமுகமானவர்கள் கூட. எனவே கட்டிப் பிடித்து அழவும், வாய்விட்டு கதறவும் முடிந்தது.

தெரிந்தவர்களின் பெயரை சொல்லி -

அவர்(ள்) எப்படி இருக்கிறார்...எங்காவது பார்த்தீர்களா...

என்றெல்லாம் விசாரித்தார்கள். இறந்தவர்களை பட்டியலிட்டு அவர்களைப் பற்றிய நினைவுகளை பகிர்ந்துகொண்டார்கள். இடைப்பட்ட வருடங்களில் உடலில் ஏற்பட்ட காயங்களை காண்பித்து ஆறுதல் தேடிக்கொண்டார்கள்.

புதைக்கப்பட்டவர்களின் இடத்துக்கு சென்று கை கூப்பி வணங்கினார்கள்.

வயிறார சாப்பிட்டார்கள். கால்களை நீட்டியபடி நன்கு உறங்கினார்கள்.

நாட்கள் நகர்ந்தன. மாதங்கள் கடந்தன.

ரயில் வருவதற்கான எந்த அறிகுறியும் தெரியவில்லை.

'என்ன குருத்தோ... வேலைவெட்டி இல்லாம மூணு

நாலு மாசமா சும்மாவே இருக்கோம். வண்டியே வரக் காணோம்? நடந்திருந்தாக் கூட இந்நேரம் மலாயா போய் சேர்ந்திருப்போமே..? உறுதியா சொல்லுங்க... தெற்கேயிருந்து ரயில் வருமா வராதா..?'

அச்சமின்றி வினவினார்கள்.

அதற்கு ஏற்ப முன்புபோல் குருத்தோக்களும் கெத்து காட்டவில்லை. எல்லோரும் ஒரே நிலையில்தான் இருக்கிறோம்... இதில் தொழிலாளி என்ன... குருத்தோ / கங்காணி என்ன... என்ற ஞானம் அவர்களுக்கும் பிறந்திருந்தது.

எனவே கேட்டவர்களின் தோளில் கைபோட்டு, அவர்களது பெயரைச் சொல்லி –

'ஆக்கப் பொறுத்துட்டு ஆறப் பொறுக்காம இருந்தா எப்படி..? பொறுத்தது பொறுத்தாச்சு... இன்னும் கொஞ்ச நாள் காத்திருப் போமே..?'

பவ்யம் காண்பித்த குருத்தோவின் குரலில் இருந்தே இவர்களுக்கும் எந்த விவரமும் தெரியாது... நம்மைப் போல்தான் காத்திருக்கிறார் கள்... என்ற உண்மையை தொழிலாளர்கள் புரிந்து கொண்டார்கள்.

ரயிலுக்காக காத்திருந்தார்கள்.

இந்த சூழலில்தான் –

ஒருநாள் பூத்தாய் என்றும் இல்லா தபரபரப்பை அடைந்தது.

காரணம் வந்த செய்தி.

'ஜப்பான்ல குண்டு போட்டுட்டாங்களாம்... ரெண்டு பட்டணம் அழிஞ்சு போச்சாம். லட்சக்கணக்குல மக்கள் செத்துட்டாங்களாம். இதுக்கு மேல தாக்குப் பிடிக்க முடியாதுன்னு வெள்ளக்காரங்ககிட்ட சரணடைஞ்சுட்டாங்களாம்...'

தகவல் உண்மையா பொய்யா என்று தெரியாமல் தொழிலா ளர்கள் தத்தளித்தார்கள்.

ஆனால் –

அடுத்தடுத்து வந்த செய்திகள் அனைத்தும் இவை எல்லாம் உண்மையே என பறைசாற்றின.

ஹிரோஷிமா, நாகசாகி நகரங்கள் மீது அணுகுண்டுகள் வீசப் பட்டிருக்கின்றன. அவை பயங்கரமான சக்தி வாய்ந்த குண்டுகள். இதனால் அவ்விரு நகரங்களும் சுடுகாடுகளாக காட்சியளிக்கின்றன...

'தானிக்குத் தீனி சரியாப் போச்சு. இங்க நம்ம ஜனங்களைக் கொன்னான். அங்க அணுகுண்டு அவங்களைக் கொன்னுடுச்சு...'

யாரோ வாய்விட்டு சொன்னபோது –

மற்றவர்கள் கடிந்துகொண்டார்கள்.

'அப்படி சொல்லாத. பட்டணமே அழிஞ்சு போச்சுன்னா அங்க இருந்த குழந்தைங்க, வயசானவங்க எல்லாரும்தானே செத்திருப் பாங்க? அவங்க எல்லாம் என்ன பாவம் செஞ்சாங்க? ஒருவேளை இங்க இவனுங்க தலைல குண்டை வீசி இருந்தாகூட நீ சொன்னதை சரின்னு ஏத்துக்கலாம். செத்தவங்க பூரா அப்பாவியா...'

'அப்ப நாம மட்டும் பாவிகளா..? இங்கயும்தானே குழந்தைங்க, வயசானவங்க, பொம்பளைங்க எல்லாம் செத்திருக்காங்க..? அது மட்டும் சரியா..?'

வாத பிரதிவாதங்கள் எழுந்தன. இரண்டு தரப்புக்கும் ஆதரவாக குரல் ஒலித்தன.

என்றாலும் -

ஜப்பானில் அணுகுண்டுகள் வீசப்பட்டன... இரு நகரங்கள் அழிந் தன... என்ற தகவல் இனம்புரியாத ஓர் உணர்வை தொழிலாளர்கள் மத்தியில் ஏற்படுத்தின என்பதில் மட்டும் மாற்றுக் கருத்தில்லை.

கூடவே -

இனி ரயில் வருமா..? நாம் காத்திருப்பது சரிதானா..?

என்ற வினாவும் அனைவரது மனதிலும் எழுந்தன.

அந்தக் கேள்வி வேர்விட்டு படருவதற்குள் -

ஊஊஊஊஊஊஊஊ...

ரயில் வரும் சத்தம் கேட்டது.

‘ஏய்... ரயில் வந்தாச்சு... ரயில் வந்தாச்சு...’

எங்கும் மகிழ்ச்சிக்குரல் பரவின. ரயில் நிலையத்தை நோக்கி ஓடினார்கள்.

வந்து நின்ற ரயிலிலிருந்து இரு வெள்ளைக்காரர்கள் இறங்கினார் கள். போர்க்கைதிகள் அடைக்கப்பட்டிருந்த பூத்தாயிக்கு சென்று ஏதோ சொல்லிவிட்டு மீண்டும் ரயிலில் ஏறினார்கள். புறப்பட்டு சென்றார்கள்.

தொழிலாளர்களுக்கு எதுவும் புரியவில்லை.

மெல்ல மெல்ல வெள்ளைக்கார கைதிகள் விஷயத்தை விளக் கினார்கள்.

வடக்கில் இருந்து எங்கள் ஆட்களை ஏற்றிக்கொண்டு வரும் போது -

எங்களையும் அழைத்துச் செல்வார்கள்.

‘அப்படியானால் நாங்கள்?’

கேட்ட தமிழ்த் தொழிலாளர்களுக்கு எந்த பதிலையும் சொல் லாமல் அவர்கள் விலகினார்கள்.

இப்படியே தினமும் ரயில்கள் வந்தன. வெள்ளைக்கார கைதி களை மட்டும்அழைத்துச் சென்றன.

நமக்கும் வண்டி வரும் என நம்பிக்கையோடு தொழிலாளர்கள் காத்திருந்தனர்.

அதற்கு ஏற்றபடி -

ஒருநாள் வந்த ரயிலில் ஏராளமான தொழிலாளர்கள் இருந் தார்கள்.

அதைப் பார்த்ததுமே அனைவருக்கும் உற்சாகம் பொத்துக் கொண்டது.

வண்டியில் இருந்து இறங்கிய ஆங்கிலேயர் -

நேராக தொழிலாளர்கள் இருந்த பூத்தாய்க்கு வந்தார்.

‘குட்மார்னிங் ஆல் ஆஃப் யூ! ஒரு குட் நியூஸ். நம்ம ஆளு எல்லாம் நல்ல காலம் வந்துச்சு. ஜப்பான் ஆளு, நம்ம ஆளு எல்லாம் ரொம்ப கஷ்டப் படுத்துச்சு. நீ ஆளு இந்தக் காட்டுல கஷ்டம். இப்ப நல்லா ஆச்சு. மலாயாக் காட்டுலே மூணு மாசம் கஷ்டம். இப்ப நல்லா ஆச்சு. நீ ஆளு எல்லாம் இப்ப ரயில் ஏறுது. மலாயா போகுது..!’

ஆங்கிலமும் தமிழும் கலந்து சொல்லிவிட்டு சிரித்தார்.

'நீ ஆளு எல்லாம் இப்ப ரயில் ஏறுது. மலாயா போகுது..!' என்ற வாசகம் தொழிலாளர்கள் மத்தியில் மின்னலென பரவியது.

'ஹு-ரே...' என அவர்கள் எழுப்பிய கூச்சலில் காடே அதிர்ந்தது.

இதுவரை வாழ்ந்தது நாற்றக்குடிசைதான் என்றாலும் பல மாதங்கள் அங்குதான் படுத்து உறங்கியிருந்தார்கள். எனவே அந்த இடத்தைப் பார்க்கப் பார்க்க அவர்கள் மனதில் ஈரம் கசிந்தது.

இங்கு வந்தபோது உடனிருந்த தங்கள் சகாக்களில் பலர் இங்கேயே இறந்து இந்த மண்ணிலேயே புதைக்கப்பட்டிருக்கிறார்களே... நம்முடன் அவர்களால் மலாயாவுக்கு திரும்ப முடியவில்லையே... அவர்களது உறவினர்களிடம் என்ன பதில் சொல்வது..?

நினைக்கும்போதே கண்கள் கலங்கின.

மகிழ்ச்சியும் சோகமும் கலந்த உணர்வில் நடந்தார்கள். ரயிலில் ஏறினார்கள்.

அழைக்க வந்த வெள்ளைக்காரர் கொடியை அசைக்க - வெள்ளையர் கொடி கம்பீரமாக ரயிலின் முகப்பில் பறக்க - அந்தக் காட்டுக்கு பிரியா விடை கொடுத்தபடி மெல்ல மெல்ல ரயில் நகர ஆரம்பித்தது...

உயிர்ப் பாதை

51

தொழிலாளர்களின் மனோவேகம்போல் ரயிலும் ஓடிக்கொண்டிருந்தது. மித மாகவும், விரைவாகவும் மெதுவாகவும். அவர வர் மனநிலையை பொறுத்து ரயிலின் வேகம் தெரிந்தது.

எல்லோருக்குமே உடனே மலாயா செல்ல வேண்டும் என்று தோன்றியது.சிலரது உள்ளங்கள் அங்கு ஏற்கனவே சென்றும் விட்டன. உடல் மட்டுமே பயணம் செய்தது.

என்றாலும் இனம்புரியாத வெறுமை சூழ்வதை ஒருவராலும் தடுக்க முடியவில்லை. காத்திருந்த வசந்தம்தான். செல்லத் துடித்த பூர்வீகம்தான். தப்பித்து செல்ல முயன்ற இடமும்தான்.

ஆனால் -

மூன்று ஆண்டுக்கும் மேலான பந்தத்தை சுத்தமாக அறுத்துவிட்டு செல்ல முடியவில்லை.

ரயில் சென்ற இடமெல்லாம் அவர்களது காலடித்தடம் பதிந் திருக்கிறது.

இங்குதான் நாம் தங்கிய முதல் பூத்தாய் இருந்தது. இந்த இடத் தில்தான் நம் மக்களை மலேரியா தாக்கியது. அதோ அங்குதான் ஜப்பானிய வீரர்கள் சாட்டையால் அடித்தார்கள். இங்கிருந்து நூறடி தள்ளித்தான் கால்வழுக்கி மண்டை பிளந்து நம் நண்பர் / உறவினர் இறந்தார்...

நினைத்து நினைத்து பெருமூச்சு விடவும், கசிந்து கசிந்து நினைவு கூரவும் ஏராளமான விஷயங்கள் இருந்தன. அவற்றை எல்லாம் அந்த இடங்கள் நினைவுப்படுத்தவும் செய்தன.

ஆம். நினைவுகள்தான். இனி சகலமும் வெறும் ஞாபகங்கள்தான். அழிக்க முடியாத கடந்த காலங்கள். எதிர்காலத்தில் எவருக்கும் எதுவும் தெரியப்போவதில்லை. இறந்தவர்களை போலவே வாழ்ப வர்களும் ஒருநாள் மரணிக்கத்தான்போகிறார்கள். என்ன... அது மலாயாவிலேயே நிகழப்போகிறது.

இதைத் தாண்டி சயாம் - பர்மாவில் இறந்தவர்களுக்கும் -
மலாயாவில் மரணிக்கப் போகிறவர்களுக்கும் -
ஒரு வித்தியாசமும் இல்லை.

நினைவுகளையும் ஞாபகங்களையும் ரணங்களையும் வலிகளையும் இழப்புகளையும் ஒரு சேர புதைக்கப் போகிறோம். அதுவும் நம் உடலுடனேயே...

வெறித்த பார்வையுடன் அமர்ந்தபடி சுற்றுப் புறங்களை பார்த்துக் கொண்டே வந்த தொழிலாளர்கள் -
சட்டென்று நடப்புக்கு வந்தார்கள்.
கங்காய் ரயில் நிலையத்தை தாண்டி -
ஆற்றங்கரையில் ரயில் நின்றுவிட்டது.

'இதுக்கு மேல வண்டி போகாது. ஆத்துப் பாலம் உடைஞ்சிருக்கு. இதுக்காக நீங்க வருத்தப்பட வேண்டியதில்ல. ஆத்துல இழுவைப் படகு ஓடிட்டு இருக்கு. அதுல ஏறி அக்கரைக்கு போங்க. அங்க உங்களுக்காக காஞ்சனாபுரி போற ரயில் காத்துகிட்டு இருக்கு...'

ஆங்கிலமும் தமிழும் கலந்த மொழியில் விவரங்களை சொல்லி விட்டு நகர்ந்தார் ஆங்கிலேய அதிகாரி ஒருவர்.

அடுத்த நொடி -
தொழிலாளர்கள் வண்டியிலிருந்து இறங்கினார்கள்.
விசில் ஊதாமலேயே வரிசையாக நின்றார்கள்.
ஆற்றங்கரை பக்கம் நடந்தார்கள்.
ஏழெட்டு காட்டு மரங்கள் ஒன்றாகப்பிணைக்கப்பட்டு கட்டு மரம் போல் மாற்றப்பட்டிருந்தது.
நீளமான பெரிய கயிற்று வடங்கள் -
இரு கரைகளிலும் இழுத்துக் கட்டப்பட்டிருந்தன.
வடங்களை இழுத்து மிதவையைக் கரையில் இணைப்பதற்கு -
இரு கரைகளிலும் ஏராளமான சயாமிய தொழிலாளர்களை ஆங்கிலேயர்கள் ஏற்பாடு செய்திருந்தனர். வெள்ளைக்கார அதிகாரிகள் கண்காணிப்பில் ஈடுபட்டிருந்தனர்.

எவ்வித அபாயமும் இன்றி மிதவைகள் இக்கரைக்கும் அக்கரைக்கும் மாறிமாறி சென்று வந்தன.

தொழிலாளர்கள் அமைதியாக மிதவையில் ஏறி அமர்ந்தனர். அக்கரையில் இறங்கினர்.

'இதே வழியாகத்தான் நாம் வந்தோம். இதே ஆற்றை நடந்தே கடந்தோம். இதே ஆற்றின் மீது மரப்பாலத்தை எழுப்பினோம். அதற்காகவே ஆயிரக்கணக்கான ஆட்களை பலியும் கொடுத்தோம். இப்போது இதே ஆற்றில் மிதவையில் செல்கிறோம்.
நாம் கட்டிய பாலம் இல்லை.
ஆனால் -
ஆறு அப்படியே இருக்கிறது. மாறவேயில்லை.
மனிதன் மட்டுமே மாறியிருக்கிறான். மாற்ற முயற்சித்திருக்கிறான். தோல்வியும் அடைந்திருக்கிறான்.

வழியும் கண்ணீருடன் பெருமூச்சு விட்டபடி அக்கரையில் காத்திருந்த ரயிலில் ஏறினார்கள்.

◆ கே.என்.சிவராமன்

52

'இந்தப் பாலத்தை கட்ட எம்புட்டு பாடுபட்டிருப்போம்... எத்தன பேரோட உசிரை பறிகொடுத்திருப்போம்... ஒரு நொடில எல்லாத்தையும் அழிச்சுட்டாங்களே... நாம கட்டின பாலத்துல நம்மாலயே போக முடியாதபடி செஞ்சுட்டாங்களே...'

உள்ளம் குமுறியபடி கட்டுமரத்தில் பயணம் செய்த தொழிலாளர்கள் -

அக்கரையை அடைந்ததும் தங்களுக்காக காத்திருந்த ரயிலில் ஏறினார்கள்.

கருகரு என்று இருட்டும் நேரத்தில் காஞ்சனாபுரியை அடைந்தார்கள்.

அனைவரையும் அங்கிருந்த பூத்தாயிக்கு நேசப்படையினர் அழைத்துச் சென்றார்கள். வயிறார உணவு அளிக்கப்பட்டது.

சாப்பிட்டு முடித்ததும் அவர்களை தேடி மருத்துவக் குழுவினர் வந்தார்கள். அவசரப்படாமல் அனைவரையும் நிதானமாக பரிசோதித்தார்கள்.

உடல்நலம் குன்றியவர்களும், சொறி சிரங்கு பிடித்தவர்களும் உடனடியாக மருத்துவமனைக்கு அழைத்துச் செல்லப்பட்டனர்.

வந்த மருத்துவர்களில் தமிழ் பேசுபவர்களும் இருந்தார்கள். ஒவ்வொரு காயமும் எதனால் ஏற்பட்டது என்று அவர்கள் கேட்கும்போதெல்லாம் -

தங்கள் துக்கத்தை, பட்ட கஷ்டங்களை சொல்லிச் சொல்லி பாரத்தை இறக்கினார்கள்.

ஆனால் -

உடனடியாக சிகிச்சை அளிக்கக்கூடிய பிரச்னைகளை மட்டுமே அந்த மருத்துவக் குழுவினரால் சரிசெய்ய முடிந்தது.

தீர்க்க முடியாத உபாதை கொண்டவர்களுக்கு முதல் உதவி சிகிச்சையை அளித்துவிட்டு மலாயா சென்றதும் மருத்துவமனையில் சேரும்படி அறிவுறுத்தினார்கள்.

இந்த குறைந்தபட்ச அக்கறை -

தொழிலாளர்களை நெகிழ வைத்தது.

இதைக் கூட ஜப்பானியர்கள் செய்யவில்லை என்ற நிஜம் -

ஆங்கிலேயர்கள் மீதான மரியாதையையும், மதிப்பையும் கூட்டியது.

அன்றிரவு அனைவரும் பூத்தாயில் தங்கினர்.

யாருக்கும் உறக்கம் வரவில்லை. கைக்கு எட்டும் தொலைவில் மலாயா இருந்தது.

என்றாலும் இடையில் யாராவது அதை தட்டிவிட்டால் -

கடந்த சில ஆண்டுகளாக அனுபவித்த வேதனைகளும் துயரங்களும் அவர்களை வாட்டி வதைத்தன. மகிழ்ச்சியைக் கூட கொண்டாட முடியாதபடி செய்தன.

பயமும் பரவசமுமாக விழித்திருந்தவர்கள் -

மறுநாள் விடிந்ததும் விடியாததுமாக தயாராகிவிட்டார்கள்.

ரயில் சத்தம் கேட்டதுமே ஓடிச்சென்று ஏறினார்கள்.

கூட்டம் கூட்டமாக தொழிலாளர்கள் ஏறியதால் ஒவ்வொரு பெட்டியுமே பிதுங்கி வழிந்தன.

வியர்வையில் நனைந்தார்கள். புழுக்கத்தில் தவித்தார்கள். ரயில் கிளம்பும் தருணத்துக்காக வழி மேல் விழி வைத்து காத்திருந்தார்கள்.

யுகங்களாக நொடிகள் கழிந்தன.

விடிவுகாலம் பிறந்துவிட்டதற்கு அறிகுறியாக விசில் சத்தம் ஊதப்பட்டது.

'ஹுரே...' என சொல்லி வைத்ததுபோல் தொழிலாளர்கள் கத்தினார்கள்.

ஆங்கிலேயப் படையினர் இதை எதிர்பார்த்திருக்க வேண்டும்.

தொழிலாளர்களுடன் மகிழ்ச்சியை பகிர்ந்துகொள்வதற்கு அறிகுறியாக நடைபாதையில் நின்றபடி சிரித்த முகத்துடன் கை அசைத்தார்கள்.

வண்டி புறப்பட்டது. நண்பகலில் பாங்காக்கை அடைந்தது.

அந்த நகரத்தின் சுறுசுறுப்பு -

தொழிலாளர்களுக்கு உற்சாகத்தை கொடுத்தது. நேசப் படையை சேர்ந்த வீரர்கள் அங்கு அதிகமாக நடமாடினர். அவர்களுக்கு இணையாக தமிழர்களும், மலாய்க்காரரர்களும், சயாமியர்களும், சீனர்களும் அங்கும் இங்குமாக சுற்றிக்கொண்டிருந்ததை பார்க்கப் பார்க்க தொழிலாளர்களுக்குள் இனம்புரியாத சந்தோஷம் பூத்தது. புதிய உலகத்தை கண்ட மகிழ்ச்சி அனைவரது முகத்திலும் தாண்டவமாடியது.

ரயிலை விட்டு இறங்கிய அனைத்து தொழிலாளர்களையும் -

பூத்தாய் போன்ற நீண்ட தகர கொட்டகைக்கு அழைத்துச் சென்றனர்.

'அதிகபட்சம் நான்கு வாரங்கள் வரை இங்கு நீங்கள் தங்க வேண்டும். சிங்கப்பூர் செல்லும் கப்பல் தயாரானதும் அதில் உங்களை ஏற்றுகிறோம். அதுவரை அமைதியாக காத்திருங்கள்...'

என்ற அறிவிப்பு -

தொழிலாளர்களின் செவியில் தேன் வந்து பாய்ந்தது போல் இனித்தது.

அதுவரை இங்கே எப்படி இருப்பது... நாட்களையும் பொழுதுக ளையும் எப்படி கடத்துவது..?

இந்த சிந்தனைகள் ஏதும் தொழிலாளர்களிடம் தோன்றவில்லை. அப்படியே தோன்றினாலும் அதை பொருட்படுத்தி கவலைப்படும் நிலையில் யாரும் இல்லை.

ஒருசிலர் அங்கிருந்த சயாமியக் கடையில் தினக்கூலிக்கு செல்ல ஆரம்பித்தார்கள்.

ஒன்றிரண்டு பேர், அதுவரை அனுபவிக்காத ஓய்வை கிடைத்த அவகாசத்தில் சமன் செய்துவிட வேண்டும் என்ற வெறியுடன் சாப்பிட்டு சாப்பிட்டு உறங்கினர்.

தாயம், பல்லாங்குழி, அஞ்சாங்கல்... என குழுகுழுவாக அமர்ந்து கணிசமானோர் விளையாட ஆரம்பித்தனர்.

நாட்கள் நகரவில்லை. மாறாக ஓடிக் கொண்டிருந்தன.

விடியலும் பிறந்தது.

'கப்பல் வந்தாச்சு... கப்பல் வந்தாச்சு...'

காத்திருந்த மந்திரச் சொல் அனைவரது செவியிலும் விழுந்தது.

கிளம்பினார்கள். நீராவியினால் ஓடுகின்ற பிரமாண்டமான மித வைப் படகில் அமர்ந்தபடி தொழிலாளர்கள் மீனம்நதியில் கடலை நோக்கி பயணித்தார்கள்.

சிலமணி நேரத்திற்குப் பிறகு -

நதியின் முகத்துவாரத்தில் நின்றிருந்த பெரிய கப்பலை -

மிதவைப் படகுகள் அடைந்தன.

பரபரப்புடன் தொழிலாளர்கள் இறங்கி -

பெரிய கப்பலுக்குள் அடைக்கலம் புகுந்தனர்.

புறப்பட்ட பெரிய கப்பல் மறுநாள் சிங்கப்பூரை அடைந்தது. இறங்க வேண்டியவர்கள் இறங்கியதும் மீண்டும் புறப்பட்டது.

தங்கள் சொந்தங்களை பார்க்கப் போகிறோம்... கட்டிப் பிடித்து அழப்போகிறோம்... பிரிந்த குழந்தைகளை கொஞ்சப் போகிறோம்... மகிழ்ச்சியாக வாழப் போகிறோம்...

கனவு விரிந்தது. அது அனைவரது முகத்திலும் பிரதிபலித்தது.

ஆனால் -

அபாயம் காத்திருக்கிறது என்பதை மட்டும் யாரும் உணர வில்லை...

53

சிங்கப்பூர் போய்ச் சேர எத்தனை நாட்களாகும்? கப்பலில் ஏறிய தொழிலாளர்களின் மனதில் தோன்றிய வினா இதுதான்.

இதற்கான விடையை விவரம் அறிந்தவர்கள் சொன்னார்கள்.

'கோலாவுலேந்து கப்பல் ஏறுனா பினாங்கு போய்ச் சேர ஒரு ராத்திரி ஆகும். அப்படிப் பார்த்தா மறுநாள் காலைல நாம சிங்கப்பூர் போயிடுவோம்...'

'அப்படியா? சிங்கப்பூர் போறவன் அப்படியே கோலாவுல கொண்டு போய் இறக்கினானா நடந்தே நாம வீட்டுக்குப் போயிடலாம்...'

'அட... எங்க போய் நம்மளை இறக்கினாதான் என்ன... நடந்தே நாம போயிடலாம்...'

தங்கள் எதிர்பார்ப்பை வெளியிட்டு பெருமூச்சு விட்டார்கள்.

அனைவரின் இதயங்களும் வேகமாக துடிக்கத் தொடங்கின. தாய் மண்ணை மிதிக்கும் பரவசத்துக்காக காத்திருக்க ஆரம்பித்தார்கள்.

கடல் பயணம் சிலருக்கு சரிப்பட்டு வரவில்லை. குறிப்பாக பெண்களுக்கும் குழந்தை களுக்கும். அவர்களது உடல்கள் இந்த தட்பவெப்ப மாறுதலை ஏற்க முரண்டு பிடித்தன.

சிலர் வாந்தி எடுத்தார்கள். வேறு சிலருக்கு காய்ச்சல் வரும்போல் இருந்தது.

ஆனாலும் அதை யாரும் பெரிதுபடுத்தவில்லை. உடலில் எதிர்ப்பு சக்தி குறைவாக இருந்தாலும் மனோதிடம் அவர்களை எழுந்து நடமாட வைத்தது.

காத்திருந்தார்கள்.

அவர்களது உணர்வுகளை புரிந்துகொண்டதுபோல் காற்றும் முரண்டு பிடிக்காமல் அமைதியாக வீசியது.

அனுபவஸ்தர்களின் வாக்குபடியே மறுநாள் காலை கப்பல் சிங்கப்பூரை அடைந்தது.

இறங்கவேண்டியவர்கள் இறங்கினார்கள்.

இறங்குவதற்கு முன் சயாம் - பர்மா காடுகளில் தங்களுடன் வேலை செய்த -

உயிர் தப்பிப் பிழைத்திருந்த -

ஊர் திரும்பிக்கொண்டிருந்த -

சக தொழிலாளர்களை கட்டிப்பிடித்து கண்ணீர் சிந்தினார்கள்.

எதையோ சாதித்த திருப்தியும், எவற்றையோ பறிகொடுத்த உணர்வும் கலந்த கலவை அவர்கள் அனைவரையும் ஆட்டிப் படைத்தது.

பிரியா விடை பெற்று அவர்கள் சென்றதும் -

எஞ்சியவர்கள் கப்பலில் தங்கினார்கள். தங்கள் ஊருக்கு தாங்கள் எப்போது போய்ச் சேருவோம் என தடதடக்கும் மனதுடன் கப்பல் கேப்டனின் அறையை பார்த்தபடியே காலத்தை கழிக்க முற்பட்டார்கள்.

இதற்குள் சிங்கப்பூர் நகரில் இருந்த வியாபாரிகளின் கூட்டம் -

சாரை சாரையாக கப்பலுக்குள் நுழைந்தது.

'இங்க ஜப்பான் நோட்டு செல்லாது. ஏதாவது வைச்சிருந்தா கொடுங்க. அதை நாங்க வெள்ளைக்காரன் நோட்டா மாத்தித் தர்றோம்...'

இதைக் கேட்ட தொழிலாளர்களுக்கு அழுவதா சிரிப்பதா என்றே தெரியவில்லை.

உயிர் தப்பினால்போதும் என்று வந்திருக்கிறோம்... நம்மிடம் ஏது பணம்?

கையை விரித்தார்கள்.

'அப்படீன்னா கஞ்சா கொண்டு வந்திருக்கீங்களா? ரெண்டு மடங்கு விலை தர்றோம். என்ன பார்க்கறீங்க? சயாம் காட்டுலதானே வேலை செஞ்சீங்க... அங்கதான் ஏராளமா கஞ்சா விளையுதே..?

இருந்த தொழிலாளர்கள் விழித்தார்கள். இப்படி என்று தெரிந்திருந்தால் அள்ளி வந்திருப்போமே... என்று பலர் ஆதங்கப்பட -

சிலர் தங்களிடம் இருந்த பொட்டலத்தை கொடுத்து பணத்தை பெற்றுக்கொண்டார்கள்.

பகல் முழுக்க துறைமுகத்திலேயே நின்றிருந்த கப்பல் -

இரவில் புறப்பட்டது.

கோலா துறைமுகத்தை அடைந்த நொடி -

அனைவருக்கும் அப்பாடா என்று இருந்தது.

சாலையில் ஏராளமான ராணுவ லாரிகள் அவர்களை ஏற்றிச் செல்வதற்காகக் காத்திருந்தன. வெள்ளைக்காரர்களும் கிராணிகளும் அவர்களை விரைவாக ஏறச் சொன்னார்கள்.

லாரிகள் புறப்பட்டன.

ஆனால் -

தொழிலாளர்கள் செல்ல வேண்டிய ஊர் பக்கம் அவை செல்லவில்லை.

மாறாக வேறு திசையில் ஓடியது.

என்ன ஏடு என்று புரியாமல் கூச்சலிட்டு வண்டியை நிறுத்தச் சொன்னார்கள்.

ம்ஹூம். எந்த லாரியும் நிற்கவில்லை.

சுங்கை மங்கீசை கடந்து டிங்கில் சாலையில் பயணித்து காஜாங்குக்கு அருகில் இருந்த பிராங் பெசார் தோட்டத்துக்குள் நுழைந்து நின்றது.

தொழிலாளர்கள் இறக்கப்பட்டனர்.

ஒவ்வொரு தோட்டத்தை சேர்ந்தவர்களையும் கணக்கெடுத்து அங்கே தனித்தனியாக பேரேடு போடப்பட்டது.

‘நீங்க எல்லாரும் கொஞ்ச நாள் இங்கதான் தங்கியிருக்கணும். எல்லாரையும் ஒரே சமயத்துல அனுப்பி வைக்க வண்டி வசதி இல்ல. கொஞ்சம் கொஞ்சமா அனுப்பி வைக்கறோம். கவலைப்படாம இருங்க. சாப்பாட்டுக்கு பஞ்சமிருக்காது. வயிறார சாப்பிடுங்க...’

ஆங்கிலேயர் சொன்னதை தமிழ்ப்படுத்தினார் அங்கிருந்த கங்காணி.

கேட்ட தொழிலாளர்களின் அடிவயிறு சில்லிட்டது.

மீண்டும் முதலில் இருந்தா..?

பயந்தது போலவே சயாம் - பர்மா காட்டுக்கு எப்படி அழைத்துச் செல்லப்பட்டார்களோ -

எந்த வரிசையில் சென்றார்களோ -

அதே போல் வரிசையாக இப்போதும் நிறுத்தப்பட்டார்கள்...

54

ஆனால் -

ரயில்பாதை அமைக்க ஜப்பானியர்கள் சயாம் - பர்மா காடுகளுக்கு அழைத்துச் சென்று கொடுமைப்படுத்தியது போல் இங்கு எதுவும் நடக்கவில்லை.

சொல்லப்போனால் மலாயா தேயிலை தோட்டத்தில் அவர்கள் வேலை பார்த்ததுபோல் பணியும் செய்யவில்லை.

நேசப்படையினர் அதற்கு அனுமதிக்கவும் இல்லை.

வாக்குறுதி அளித்தது போல் டென்ட்டில் தங்க வைத்தார்கள். வேளாவேளைக்கு உணவு வழங்கினார்கள். மருத்துவர்கள் குறிப்பிட்ட காலத்துக்கு ஒருமுறை வந்து ஒவ்வொருவரையும் பரிசோதித்தார்கள். தேவைப்பட்டவர்களுக்கு மருந்துகள் வழங்கினார்கள்.

மட்டுமல்ல. சொன்னது போலவே ஒவ்வொரு நாளும் ஒவ்வொரு குழுவினர் வண்டிகளில் ஏற்றப்பட்டு அவரவர் ஊர்களுக்கு அழைத்துச் செல்லப்பட்டார்கள். தத்தம் உறவினர்களை பார்த்து கட்டிப் பிடித்து அழுதார்கள்.

அதுவரை அவர்கள் அனுபவித்த துன்பங்கள் எல்லாம் பனி போல் விலகிய உணர்வு ஏற்பட்டது.

கைநிறைய பணம் கிடைக்கும் என்று ரயில்பாதை அமைக்கச் சென்றவர்களில் கணிசமானவர்கள் வெறுங்கையுடன்தான் திரும்பியிருந்தார்கள். அதுகுறித்த வேதனை ஒரு பக்கம் இருந்தாலும் பிழைத்து வந்துவிட்டோம் என்ற உணர்வே அவர்களை நிம்மதியடையச் செய்தது.

என்றாலும் சயாம் - பர்மா காடுகளில் இறந்தவர்களின் உறவுகளை பார்க்கும்போது -

உயிர் பிழைத்து வந்தவர்களுக்கு அடிவயிறு கலங்கியது.

எப்படி ஆறுதல் சொல்வது என்று தெரியாமல் தவித்தார்கள். இறந்தவர்களின் குழந்தைகளை ஒருசிலர் தத்து எடுத்துக்கொண்டார்கள். வேறுசிலர் கைம்பெண்ணாக நின்றவர்களின் வளர்ந்த

◆ கே.என்.சிவராமன்

பிள்ளைகளை தங்கள் வாரிசுகளுக்கு மணம் முடித்து சம்பந்தி ஆக்கிக்கொண்டார்கள்...

கண்ணில் பட்ட அனைவரிடமும் தாங்கள் அனுபவித்த துயரங் களை சொல்ல ஆரம்பித்தார்கள்...

இதுவரை சொல்லப்பட்ட அனைத்தும் புனைவு போல் தெரிய லாம்.

ஆனால் –

எதுவுமே கற்பனை கலந்து எழுதப்பட்டவை அல்ல. ரத்தமும் சதையுமான நிஜம்.

இதற்கான ஆதாரங்கள் பல இருக்கின்றன.

அவற்றை எல்லாம் பல ஆண்டுகள் அலைந்து திரிந்து சேகரித்து – 'சயாம் – பர்மா மரண ரயில்பாதை – மறக்கப்பட்ட வரலாற்றின் உயிர்ப்பு' –

என்ற தலைப்பில் நூலாக எழுதியிருக்கிறார் ஆராய்ச்சியாளரான சீ.அருண்.

இவர் மட்டுமல்ல. பலவேறு ஆங்கில ஊடகங்களும், மலாயா,

ஜப்பானிய ஆய்வாளர்களும் விருப்பு வெறுப்பு இன்றி இந்தக் கொடுமையை உள்ளது உள்ளபடி எழுதியிருக்கிறார்கள்.

பிள்ளை பெற்ற சிலமணி நேரத்துக்கு பிறகு பெண் ஒருத்தியை தண்டவாளக்கட்டை சுமக்க வைத்தனர் ஜப்பானியர்கள் என்ற குறிப்பு ஒரு சோறு பதம்.

One of the written records mentioned the case of an indian woman from Malaya who carried sleepers a few hours after she gave birth... ('New strait Times' 12-11-2002).

ஆசியத் தொழிலாளர்களின் மருத்துவப் பாதுகாப்புக்காக நியமிக்கப்பட்டிருந்த 19வது ஆம்புலன்ஸ் படைப்பிரிவின் தலைவராக பொறுப்பு ஏற்றிருந்தவர், மேஜர் குடோ. இவர் மீது பாலியல் வல்லுறவு, மனிதாபிமானமற்ற நடத்தைகள் முதலிய குற்றங்கள் சுமத்தப்பட்டு விசாரணை மேற்கொள்ளப்பட்டது.

* மாலை நேரங்களில் நடத்தப்பட்டும் மது விருந்துகளில் தன் விருந்தினர்களை மகிழ்விக்க இளம் தமிழ் பெண்கள் பலரை நிர்வாண நடனம் ஆட வைத்தார். பின்னர், விருந்தினர்களால் அப்பெண்கள்

பாலியல் வல்லுறவுக்கு ஆளாக்கப்பட்டனர்...

*பாலியல் வல்லுறவுக்கு ஆளான பெண்கள் பலர் இறந்து போனார்கள். இப்படி மரணமடைந்த ஒரு பெண்ணின் கணவன், மனப்பிறழ்வுக்கு ஆளானான்...

என்கிறது ஒரு ரெக்கார்ட்.

மெசாலி முகாமில் இருந்த மற்றொரு அதிகாரி இதுபோன்ற செயல்களில்ஈடுபட்டிருந்தார். ஓனோடெரா என்பது அவர்பெயர். தொழிலாளர் முகாமில் நுழைந்து அங்கிருந்த 19 வயதுடைய தமிழ்ப்பெண்ணை தரதரவென்று இழுத்துச்சென்று கதறக் கதற வல்லுறவு செய்தார்... அன்றிரவே அந்தப் பெண் நினைவிழந்து மரணமடைந்தார் என்ற விவரமும் பதிவாகியிருக்கிறது.

சிறைக்கைதிகளுக்கு மாதச் சம்பளமும் ஆசியத் தொழிலாளர்களுக்கு நாள் சம்பளமும் கொடுக்கப்படும் என்று ஜப்பானியர்கள் உறுதி அளித்திருந்தனர்.

ஆனால் -

அப்படி எதுவும் நடக்கவில்லை என்பதை அந்நாட்டு ஊடகங்களே எழுதியிருக்கின்றன.

'Jepon tak bayer tapi suroh pakcik kirjo sie male samo-samo oghe puteh, Banyak yang mati... (The japanese did not pay us but instead forced us to work day and night with westeners. Many Died)

- 'The Star' 12-11-2002.

55

ரயில்பாதை அமைக்க சயாம் - பர்மாவுக்கு தொழிலாளர்கள் அழைத்து செல்லப் பட்டார்கள் அல்லவா?

இவர்களுக்காக அமைக்கப்பட்ட முகாம்கள் எப்படியிருந்தன என்பதற்கான ஆதாரங்களும் கிடைத்திருக்கின்றன.

தொழிலாளர் குடில், மருத்துவமனை, சமையல் கூடாரம் -

இந்த மூன்றும் சேர்ந்ததே முகாம்.

கட்டுமானம் எங்கெல்லாம் நடைபெற்றதோ அதன் அருகில் எல்லாம் இப்படிப்பட்ட முகாம்கள் உருவாக்கப்பட்டன.

அத்தாப்பு மர ஓலைகள், தடித்த மூங்கில்கள், மரக்கட்டைகள் ஆகியவற்றை பயன்படுத்தியே இந்தக் குடில்கள் அமைக்கப்பட்டன.

தொடர் வீடுகளை போல் இவை கட்டப்பட்டன. தடுப்புகள் கிடையாது. ஆண் - பெண்களுக்கு தனித்தனி அறைகள், சமைய லறை, கழிவறை, குளியலறை என எந்த வசதியும் கிடையாது. மண் தரைக்கு மேல் மூங்கில்கள், சிறிய கம்புகள் ஆகியவற்றால் படுக்கு மிடம் கட்டப்பட்டன.

சுருக்கமாக சொல்வதென்றால் -

இன்றும் காடுகளில் வசிக்கும் பூர்வக்குடிகளின் வீடுகள் எப்படி யிருக்குமோ அப்படித்தான் தொழிலாளர்களுக்காக அமைக்கப் பட்ட குடில்கள் இருந்தன. இதையே ஜப்பானியர்கள் 'பூத்தாயி' *(Putai)* என்றழைத்தனர். ஒவ்வொரு குடிலிலும் நூறு முதல் இருநூறு தொழிலாளர்கள் வரை தங்க வைக்கப்பட்டனர். ஆண்கள் பகுதி, பெண்கள் பகுதி என்றெல்லாம் பிரிக்கப்படவில்லை. அனைவரும் குறுகிய இடத்தில் நெருக்கியடித்து உறங்கினர்.

சமையல் கூடாரத்தை -

தொழிலாளர்கள் 'சமையல் கொட்டாய்' என்று அழைத்தனர். வெள்ளைச்சோறு, கீரைச்சாறு, பொரித்த கருவாடு ஆகியவையே அன்றாட உணவுகள்.

மலாயாவில் இருந்து அழைத்து செல்லப்பட்ட தமிழ்ப் பெண்களே சமையல் வேலைகளை செய்தனர். இவர்களுக்கு உதவியாக ரயில் பாதை அமைக்கும்போது கை, கால்களை இழந்து ஊனமான ஆண்கள் இருந்தனர்.

சமையல் கூடாரத்தில் தமிழ்ப்பெண்களை தவிர வேறு இனப் பெண்கள் ஈடுபட்டதற்கான சான்றுகள் ஏதும் கிடைக்கவில்லை என்கிறார் ஆராய்ச்சியாளர் சீ.அருண்.

ரயில் பாதை அமைக்கும் கட்டுமானப் பணிகளுக்காக தொழிலாளர்களை 'A' அணி (A Force), 'F' அணி (F Force), 'H' அணி (H Force), 'D' அணி (D Force) என ஜப்பானியர்கள் நான்காக பிரித்தனர்.

ஆஸ்திரேலியா, அமெரிக்கா, போலந்து நாடுகளை சேர்ந்த சிறைக்கைதிகள் (கிட்டத்தட்ட 7 ஆயிரம் என்கிறது புள்ளிவிவரம்) 'A' அணியில் இருந்தனர். இவர்களை சயாமுக்கும் பர்மாவுக்கும்

கப்பலில் ஜப்பானியர்கள் அழைத்துச் சென்றார்கள்.

இங்கிலாந்து, ஆஸ்திரேலியா, அமெரிக்கா, போலந்து நாடுகளை சேர்ந்தவர்களில் சிலரை இணைத்து - இவர்களின் எண்ணிக்கையும் 7 ஆயிரம் என்கிறது பு.வி. - ‘F’ அணி என்று அழைத்தனர். பான் போங்கில் இருந்து 300 கி.மீ. தொலைவிலுள்ள தங்கள் முகாமுக்கு இவர்கள் கால்நடையாக அழைத்துச் செல்லப்பட்டனர்.

3,270 பேர் - இங்கிலாந்து, ஆஸ்திரேலிய போர்க் கைதிகள் - ‘H’ அணி என்றழைக்கப்பட்டனர்.

‘D’ அணியில் இருந்தவர்கள் அனைவரும்

தமிழர்களே.

கட்டுமானப்பணிகள் நடந்த இடங்கள் அனைத்திலும் தொழிலாளர்கள் தங்குவதற்காக சின்னதும் பெரியதுமாக 97 முகாம்கள் அமைக்கப்பட்டிருந்தன.

61,200 போர்க்கைதிகளும்; 1,77,700 ஆசியத் தொழிலாளர்களும் ரயில் பாதை அமைக்க பயன்படுத்தப்பட்டுள்ளனர்.

மலாயாவில் இருந்து 75 ஆயிரம்; சிங்கப்பூரில் இருந்து 5,200; பர்மாவில் இருந்து90 ஆயிரம் தொழிலாளர்கள் இப்பணியில் ஈடுபட்டதாக சொல்கிறார்கள்.

இந்தக் கணக்கும் துல்லியமானதல்ல, மிகக் குறைந்த எண்ணிக்கையை காட்டுகிறார்கள். உண்மையில் கட்டுமானப்பணியில் ஈடுபட்ட தொழிலாளர்களின் எண்ணிக்கை இதை விட அதிகம் என்கிறார்கள்.

ரயில்பாதை அமைப்பதற்கான பொருட்களில் பல அண்டை நாடுகளிலிருந்து கொண்டு வரப்பட்டன.

ஆங்கிலேயர் ஆட்சிக்காலத்தில் -

மலாயாவில் தொடர்வண்டிப் பாதைகள் அமைக்கப்பட்டன.

இதற்காக 'Federated States Of Malaya Railways - FMSR' என்ற துறை உருவாக்கப்பட்டது.

மலாயாவை ஜப்பானியர்கள் கைப்பற்றியதும் இத்துறையின் கீழ் மேற்கொள்ளப்பட்ட பல பாதைகளின் பணிகள் நிறுத்தப்பட்டன.

இப்படி கைவிடப்பட்ட இடங்களில் இருந்த பொருட்களை சயாமுக்கும் பர்மாவுக்கும் எடுத்துச் சென்றனர்.

அந்த வகையில் மலாக்கா, தம்பின், கோத்தபாரு, கோல லிப்பீஸ் முதலிய இடங்களில் இருந்து தண்டவாளக் கம்பிகள், கட்டைகள், சிறுகற்கள் போன்றவை கொண்டு செல்லப்பட்டன.

குவாய் பாலத்தை கட்ட ஜாவாவில் இருந்து தண்டவாளக் கம்பிகள் வந்து இறங்கின.

சயாம் - பர்மா இடையில் -

மனித ஆற்றலைக் கொண்டே ஜப்பானியர்கள் ரயில்பாதை அமைத்தனர்.

குழிகள் தோண்டுவது, குறுக்கே நிற்கும் மலை(களை)யை வெட்டுவது, மண்ணில் புதைந்திருக்கும் கற்பாறைகளை தோண்டி அகற்றுவது, பெரிய பாறைகளை வெடி வைத்து உடைப்பது, தண்டவாளக் கட்டைகளை சுமப்பது, மரத்தூண்களை பள்ளத்தாக்கில் செங்குத்தாக இறக்குவது, பாலங்களை கட்டுவது -

உள்ளிட்ட அனைத்தையும் மனிதர்களே செய்தனர். நம் தோக் (Nam Tok), குவாய் ஆற்றுப்பாலம், ஹெல்ஃபயர் கணவாய் முதலிய இடங்களில் கட்டப்பட்ட பாதைகளும், பாலங்களும் மனித ஆற்றலின் உச்சத்தை இன்றும் பறைசாற்றுகின்றன.

தேக்கு மரங்களையும், பெரும்பாறைகளையும் இழுத்து வர யானைகள் பயன்படுத்தப்பட்டன. பெரும்பாலும் சயாமியப் பெண்களே பாகர்களாக இருந்தனர்.

13 மாதங்களில் 415 கி.மீ. நீளத்துக்கு தொழிலாளர்கள் ரயில்

பாதை அமைத்துள்ளனர். ஒரே நேரத்தில் சயாமில் இருந்து 304 கி.மீ. தூரமும், பர்மாவில் இருந்து 111 கி.மீ. தொலைவும் பணிகள் மேற்கொள்ளப்பட்டன. பாதை நெடுக சிறியதும் பெரியதுமாக 60 ரயில்வே ஸ்டேஷன்கள் அமைக்கப்பட்டன.

மிகமிகக் கடுமையான உடல் உழைப்பினையும், பல்லாயிரம் மனிதப் பலியையும் மூலதனமாகக் கொண்டே இந்த ரயில்பாதை அமைக்கப்பட்டது.

இப்படி ரத்தத்தைக் குடித்து எதற்காக ஜப்பானியர்கள் சயாம் - பர்மா இடையில் தொடர்வண்டிப் பாதை அமைக்க வேண்டும்?

ஆங்கிலேயர்களை வீழ்த்தவும், 'ஆசியாவை ஆசியர்களே ஆள வேண்டும்' என்ற கோஷமும் மட்டும்தான் காரணமா?

சுருக்கமாக இதை தெரிந்துகொள்வது இன்றைய உலகை புரிந்துகொள்ள உதவும்.

◆ கே.என்.சிவராமன்

56

மூலதனம்.

இது ஒன்றுதான் - ஒன்று மட்டுமேதான் - தொழிற்புரட்சிக்கும், விஞ்ஞான கண்டுபிடிப்புகளுக்கும் காரணம்.

அவ்வளவு ஏன் ரயில்பாதை அமைப்பதற்கு கூட இதுவேதான் பிரதானம்.

ஆதியில் நிலம் இருந்தது. வேளாண்மை வளர்ந்தது. விவசாயத்துக்கு உதவும் பொருட்கள் கைவினைக் கலைஞர்களால் உருவாக்கப்பட்டன. ஆடை, அணிகலன்களை தயாரித்தார்கள். வணிகர்கள் அதை விற்றார்கள்.

இதன் வழியாக குறைந்த அளவிலேயே லாபங்கள் கிடைத்தன. ஏனெனில் பொருட்களை தயாரித்தவர்கள் அதை பயன்படுத்தியது போக எஞ்சியிருந்தவைகளே விற்பனைக்கு வந்தன.

ஒரு கட்டத்துக்கு மேல் விவசாயம் - வேளாண்மை - வழியே லாபம் கிடைக்காது என்று தெரிந்ததும்.

வேறு வாய்ப்புகளை தேடி பயணப்பட்டார்கள். உற்பத்திகளை அதிகரிக்கவும் வழி இருக்கிறதா என்று பார்த்தார்கள்.

உதாரணத்துக்கு ஒரு கைத்தறி நெசவாளரால் -

ஓர் ஆடையை -

ஒரு நாள் முழுக்க வேலை செய்தே தயாரிக்க முடியும் என்று கொள்வோம்.

இப்படியே இருந்தால் மாதம் முழுக்க அவர் வேலை செய்தாலும் 30 ஆடைகளைதான் உற்பத்தி செய்ய முடியும்.

அதுவே கைத்தறி நெசவுக்கு பதில் இயந்திரம் வந்தால்... அந்த இயந்திரம் நாள் ஒன்றுக்கு பத்து ஆடைகளை உற்பத்தி செய்தால் எப்படி இருக்கும்? மாதத்தின் முடிவில் முந்நூறு ஆடைகள் வருமே... உற்பத்தி அதிகரிப்பதால் விலையும் குறையுமே... சந்தைக்கும் கொண்டு போய் விற்கலாமே...

இந்த சிந்தனை தொழிற்புரட்சிக்கு வித்திட்டது. விஞ்ஞானக் கண்டுபிடிப்புகளுக்கு வழிவகுத்தது.

உயிர்ப் பாதை

சரி -

தயாரான பொருட்களை கால்நடையாகவோ, மாட்டுவண்டியிலோ கொண்டுபோனால் குறிப்பிட்ட இடத்தை - சந்தையை - அடையமாதக் கணக்கில் ஆகுமே?

இதை தவிர்க்கத்தான் ரயில் என்ஜின்கள் கண்டுபிடிக்கப்பட்டன. ரயில் பாதைகள் அமைக்கப்பட்டன.

பிறநாட்டுச் செல்வங்களை - நிலம், கனிமம், மூலப்பொருட்கள் உள்ளிட்டவை - அபகரிக்க - வளர்ந்த நாடு கள் முற்பட்டன. வளர்ச்சியடையாத நாடுகளை தங்கள் காலனியாக மாற்றின.

இதை மனதில் வைத்து உலக வரலாற்றை ஆராய்ந்தால் -

1900ம் ஆண்டுகளின் துல்லியமான சித்திரம் கிடைக்கும்.

ரி.கால்வெர் இப்படிதான் முயற்சி செய்து தனது ‘உலகப் பொருளாதாரம்: ஓர் அறிமுகம்’ என்ற தன் நூலில் ஆராய்ந்திருக்கிறார்.

19ம் நூற்றாண்டின் முடிவு -

20ம் நூற்றாண்டின் தொடக்கத்தில் -

உலகில் ஐந்து முக்கியமான ‘பொருளாதார பிரதேசங்கள்’ இருந்ததாக வரையறுக்கிறார்.

1. மத்திய ஐரோப்பா (ரஷ்யாவும், இங்கிலாந்தும் நீங்கலாக); 2.கிரேட் பிரிட்டன்; 3.ரஷ்யா; 4.கிழக்கு ஆசியா; 5.அமெரிக்கா.

மற்ற நாடுகள் எல்லாம் இந்த ஐந்து பிரதேசங்களுக்கும் காலனிகளாக இருந்தன.

இவற்றில் -

மத்திய ஐரோப்பாவின் பரப்பளவு 276 லட்சம் சதுர கி.மீ. மக்கள் தொகை 38.8 கோடி (இவற்றுக்கு காலனிகளாக இருந்த நாடுகளின் பரப்பளவு 236 லட்சம் சதுர கி.மீ. மக்கள் தொகை 14.6 கோடி). இதில் 204 ஆயிரம் கி.மீ.க்கு ரயில் பாதைகள் அமைக்கப்பட்டிருந்தன. 80 லட்சம் டன்களுக்கு வணிகக் கப்பல்கள் இயங்கின. ஏற்றுமதியும் இறக்குமதியுமாக மொத்த turn over 41 X 100 கோடி மார்க்குகள் (அன்றைய நாணய மதிப்பு). 251 X 10 லட்சம் டன்களுக்கு நிலக்கரியும், 15 X 10 லட்சம் டன்களுக்கு இரும்பு வார்ப்புகளும், 26 X 10 லட்சம் பருத்தி நூற்கும் கதிர்களும் உற்பத்தி செய்யப்பட்டன.

போலவே -

கிரேட் பிரிட்டனின் பரப்பளவு 289 லட்சம் சதுர கி.மீ. மக்கள் தொகை 39.8 கோடி (இவற்றுக்கு காலனிகளாக இருந்த நாடுகளின் பரப்பளவு 286 லட்சம் சதுர கி.மீ. மக்கள் தொகை 35.5 கோடி). இதில் 140 ஆயிரம் கி.மீ.க்கு ரயில் பாதைகள் அமைக்கப்பட்டிருந்தன. 110 லட்சம் டன்களுக்கு வணிகக் கப்பல்கள் இயங்கின. ஏற்றுமதியும் இறக்குமதியுமாக மொத்த turn over 25 X 100 கோடி மார்க்குகள் (அன்றைய நாணய மதிப்பு). 249 X 10 லட்சம் டன்களுக்கு நிலக்கரியும், 9 X 10 லட்சம் டன்களுக்கு இரும்பு வார்ப்புகளும், 51 X 10 லட்சம் பருத்தி நூற்கும் கதிர்களும் உற்பத்தி செய்யப்பட்டன.

இதே போல் -

ரஷ்யாவின் பரப்பளவு 220 லட்சம் சதுர கி.மீ. மக்கள் தொகை 13.1 கோடி. இதில் 63 ஆயிரம் கி.மீ.க்கு ரயில்பாதைகள் அமைக்கப்

பட்டிருந்தன. 10 லட்சம் டன்களுக்கு வணிகக் கப்பல்கள் இயங்கின. ஏற்றுமதியும் இறக்குமதியுமாக மொத்த turn over 3 X 100 கோடி மார்க்குகள் (அன்றைய நாணய மதிப்பு). 16 X 10 லட்சம் டன்களுக்கு நிலக்கரியும், 3 X 10 லட்சம் டன்களுக்கு இரும்பு வார்ப்புகளும், 7 X 10 லட்சம் பருத்தி நூற்கும் கதிர்களும் உற்பத்தி செய்யப்பட்டன.

பிறகு -

கிழக்கு ஆசியாவின் பரப்பளவு 120 லட்சம் சதுர கி.மீ. மக்கள் தொகை 38.9 கோடி. இதில் 8 ஆயிரம் கி.மீ.க்கு ரயில் பாதைகள் அமைக்கப்பட்டிருந்தன. 10 லட்சம் டன்களுக்கு வணிகக் கப்பல்கள் இயங்கின. ஏற்றுமதியும் இறக்குமதியுமாக மொத்த turn over 2 X 100 கோடி மார்க்குகள் (அன்றைய நாணய மதிப்பு). 8 X 10 லட்சம் டன்களுக்கு நிலக் கரியும், 0.02 X 10 லட்சம் டன்களுக்கு இரும்பு வார்ப்புகளும், 2 X 10 லட்சம் பருத்தி நூற்கும் கதிர்களும் உற்பத்தி செய்யப்பட்டன.

அதே போல் -

அமெரிக்காவின் பரப்பளவு 300 லட்சம் சதுர கி.மீ. மக்கள் தொகை 14.8 கோடி. இதில் 379 ஆயிரம் கி.மீ.க்கு ரயில் பாதைகள் அமைக்கப்பட்டிருந்தன. 60 லட்சம் டன்களுக்கு வணிகக் கப்பல்கள் இயங்கின. ஏற்றுமதியும் இறக்குமதியுமாக மொத்த turn over 14 X 100 கோடி மார்க்குகள் (அன்றைய நாணய மதிப்பு). 245 X 10 லட்சம் டன்களுக்கு நிலக்கரியும், 14 X 10 லட்சம் டன்களுக்கு இரும்பு வார்ப்புகளும், 19 X 10 லட்சம் பருத்தி நூற்கும் கதிர்களும் உற்பத்தி செய்யப்பட்டன.

இவை எல்லாம் 1900ம் ஆண்டின் கணக்கு.

பாடநூல் போல எதற்காக இப்படி புள்ளிவிவரங்களாக கொட்ட வேண்டும் என்று தோன்றலாம்.

காரணம் இருக்கிறது.

இந்தப் பட்டியலில் (அதாவது, 1900களில்) ஜப்பான் இல்லை.

ஆனால் -

1940களுக்குள் அந்த நாடு வல்லரசு தன்மையை அடைந்துவிட்டது. மூலதன பெருக்கத்துக்காக ஆக்டோபஸ் ஆக தன் கரங்களை விரித்தது.

இதன் விளைவுதான் லட்சக்கணக்கான தொழிலாளர்களை பலிகொண்டு எழுப்பப்பட்ட ரயில் பாதை.

இப்படி அசுர வேகத்தில் கட்டி முடிக்கப்பட்ட ரயில் பாதை இப்போது எப்படி இருக்கிறது?

கே.என்.சிவராமன்

57

ஜப்பான் வீழ்ச்சி அடைந்த பின் -

தொடர் வண்டிப்பாதை கட்டுமானப் பணிகள் அனைத்தும் நிறுத்தப்பட்டன. மட்டுமல்ல, சிறைக் கைதிகளும், ஆசியத் தொழிலாளர்களும் உடனடியாக விடுவிக்கப்பட்டு அவரவர் நாடுகளுக்கு திருப்பி அனுப்பப்பட்டனர்.

ஆனால் -

பலரும் பர்மாவிலும் சயாமிலும் தங்கிவிட்டனர். திக்கற்ற சிலர் சிங்கப்பூர், ஜாவா, வியட்நாம் முதலிய நாடுகளுக்கு சென்று குடியேறினர்.

ஏன்?

பல்வேறு குடும்பச் சிக்கல்களை தமிழ்த் தொழிலாளர்கள் எதிர் கொண்டதுதான் என்கிறார் ஆராய்ச்சியாளர் சீ.அருண், தனது 'சயாம் - பர்மா மரண ரயில் பாதை - மறக்கப்பட்ட வரலாற்றின் உயிர்ப்பு' என்னும் நூலில்.

இது தொடர்பாக அவர் அளிக்கும் விவரங்கள் கல் மனதையும் கரைய வைக்கின்றன.

தங்கள் குடும்பத்தை முற்றிலுமாக இழந்து உறவேதும் இல்லாமல் நிர்கதியாக நின்றவர்கள் பலர்.

மலாயாவில் விட்டு வந்த தங்கள் குடும்பத்தினரை ஜப்பானியர்கள் சுட்டுக் கொன்ற தகவலை கேட்டு அதிர்ச்சி அடைந்து சிலர் தற்கொலை செய்து கொண்டனர்.

செல்லும் திசை அறியாமல் மனம்போன போக்கில் அலைந்து காணாமல் போனவர்கள் பலர் என்கிறது புள்ளிவிவரம்.

கணவனையும், உறவினர்களையும் இழந்து கையறு நிலையில் நின்ற பெண் களின் எதிர்காலம் கேள்விக்குறியானது. பெற்றோரை பறிகொடுத்து அனாதையான பிள்ளைகளின் எண்ணிக்கை பல ஆயிரங்களில் இருக்கும் என்கிறார்கள்.

கடுமையான நோய்களுக்கு ஆளாகி குற்றுயிரும் குலை உயிருமாக கணிசமானோர் தவித்தனர்.

நிர்கதியாக சயாமிலும் பர்மாவிலும் தங்கியவர்கள் -

அங்கேயே கால ஓட்டத்தில் திருமணம் செய்துகொண்டு வாழ ஆரம்பித்தனர். இவர்களின் வாரிசுகள் இப்போதும் அங்கு வசிக்கின்றனர்.

சிறைக் கைதிகளுக்கு இப்படிப்பட்ட துன்பங்கள் நிகழவில்லை. பெரும்பாலோர் தங்கள் தாய்நாடு திரும்பினர். வெகுசிலர் மட்டுமே சிங்கப்பூர், வியட்நாம், இந்தோனேசியா போன்ற நாடுகளில் குடியேறினர்.

சிறைக்கைதிகள் எதிர்நோக்கிய பிரச்னைகளை தீர்க்கும் நடவடிக்கைகளை அந்தந்த நாடுகளே மேற்கொண்டன.

இத்தகைய நடவடிக்கைகளை ஆசிய நாடுகள் மேற்கொள்ளவில்லை என்பது முகத்தில் அறையும் நிஜம்.

நாதியற்று நடுக்காடுகளில் தவித்த தமிழ்த் தொழிலாளர்களை மீட்கும் செயலில் யாருமே - எந்த நாடுமே - இறங்கவில்லை.

'...many Asian labourers did not know where their home was or how to get there or did not want to return...' (போர் முடிந்தவுடன் எங்கே எப்படிப் போவது என்று அறியாமல் பல ஆசியத் தொழிலாளர்கள் குழம்பிக் கொண்டிருந்தனர்...) என கசியும் ஈரத்துடன் *'The Thai - Burma Railway: The True Story of the Bridge on the River Kwai'* என்னும் நூலின் 50ம் பக்கம் பதிவு செய்திருக்கிறது.

கட்டுமானப் பணிகள் நிறுத்தப்பட்ட இடங்களில் தண்டவாளக் கம்பிகளும் கட்டுமானக் கருவிகளும் குவிந்து கிடந்தன.

இவற்றைக் கொண்டு மீண்டும் பாதை அமைக்க அல்லது செப்பனிட சயாமும் பர்மாவும் விரும்பவில்லை.

1947ம் ஆண்டு மேற்கொள்ளப்பட்ட ஒப்பந்தத்தின்படி கைவிடப்பட்ட கம்பிகளையும், கட்டுமானப் பொருட்களையும் பர்மாவிடம் இருந்து சயாம் 125 கோடி பவுண்டுக்கு வாங்கிக்கொண்டது.

அதேபோல் -

பான்போங்கில் இருந்து பர்மா எல்லை வரையுள்ள தொடர்வண்டிப்பாதையை -

சயாம் அரசு பர்மாவிடம் இருந்து வாங்கிக்கொண்டது. போருக்கு பின் சேதமுற்றிருந்த இந்த பாதைகள் சீரமைக்கப்பட்டன.

முதல் கட்டமாக 1949, ஜூன் 24 அன்று காஞ்சனாபுரியில் இருந்து நோங் பிளாடூக் வரையிலான பாதை சரிசெய்யப்பட்டது.

வாங் போவிலிருந்து (Wang Pho) -

நோங் தோக் (Nong Tok) வரையிலான சீரமைப்புப் பணிகள் 1952, ஏப்ரல் முதல் தேதி அன்று நிறைவடைந்தன.

1958, ஜூலை முதல் தேதி அன்று நாம் தோக் (Nam Tok) பாதை சரிசெய்யப்பட்டது.

ஏறத்தாழ 130 கி.மீ., தூரமுள்ள இந்த தொடர்வண்டிப்பாதை இன்றும் பயன்பாட்டில் இருக்கிறது.

நாம்தோக்பகுதிக்குபிறகுஇருந்தபாதைகள்சீரமைக்கப்படவில்லை. அங்கிருந்த தண்டவாளக் கம்பிகள் தகர்க்கப்பட்டு பங்சு (Bangsu) இரட்டை தொடர்வண்டிப்பாதை (Bangsu Railway) உருவாக்கத்துக்கு

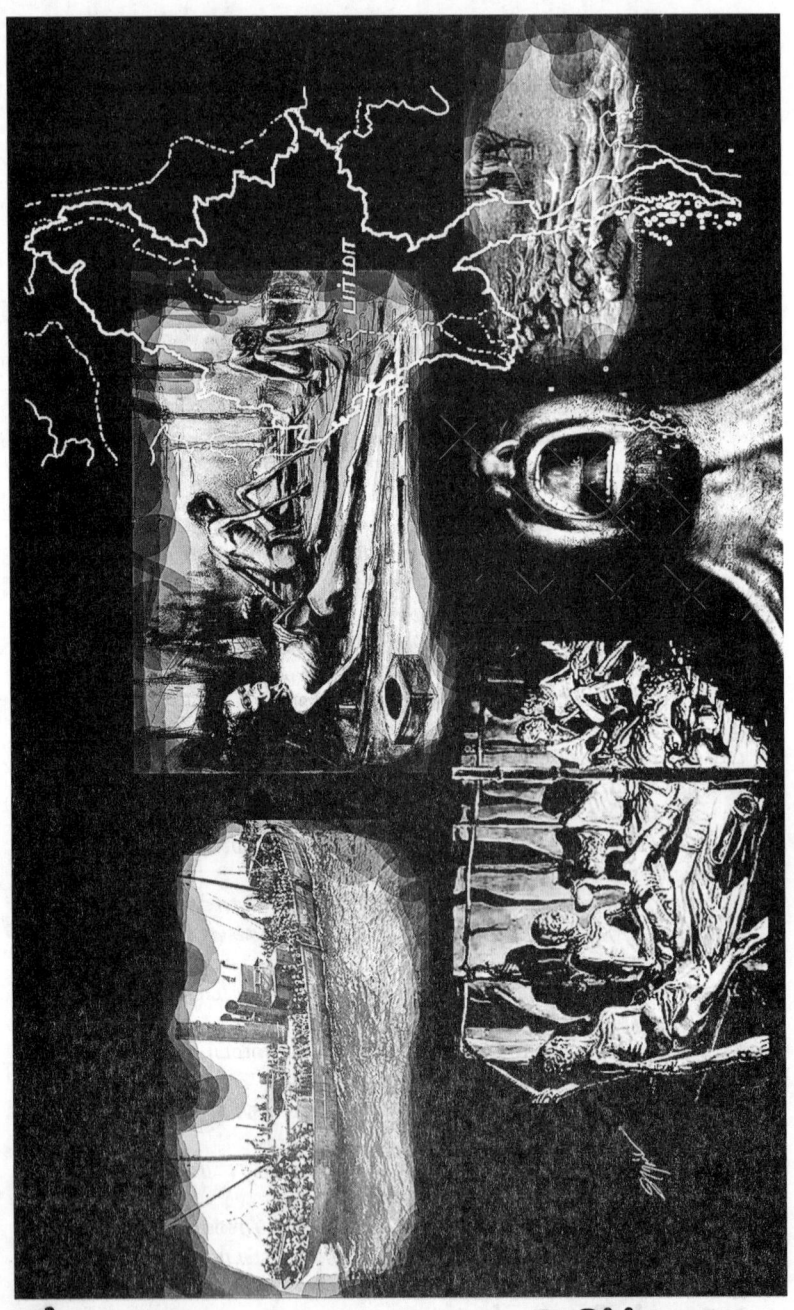

உயிர்ப் பாதை

பயன் படுத்தப்பட்டன.

இன்று -
தொடர் வண்டிப்பாதையும், அதன் சுற்றுவட்டாரங்களும் - புகழ்பெற்ற சுற்றுலாத்தலங்களாக மாற்றப்பட்டுள்ளன.

அந்த வகையில் காஞ்சனாபுரியில் இரண்டு காட்சியகங்கள் உள்ளன.

ஒன்று, ஜீயாத் அருங்காட்சியகம் (JEATH war museum - Japan, England, Australia, Thailand, Holland).

இரண்டு, இரண்டாம் உலகப்போர் காட்சியகம் (World War II Museum).

ஜீயாத் அருங்காட்சியகத்தில் -
தொடர்வண்டிப்பாதை கட்டுமானம் தொடர்பான வரலாற்றுக் குறிப்புகள், பாதை வரைபடங்கள், ஒளிப்படங்கள், ஜப்பானியர்கள் பயன்படுத்திய கருவிகள், கட்டுமானப் பொருட்கள், நூல்கள், ஓவியங்கள்... உள்ளிட்டவை மக்கள் பார்வைக்கு வைக்கப்பட்டுள்ளன.

பாதை கட்டுமானப் பணியில் உயிர் நீத்த போர்க் கைதிகளின் எண்ணிக்கை துல்லியமாக அறியப்படவில்லை. கிடைத்த சடலங்களைக் கொண்டு கல்லறைகள் எழுப்பப்பட்டன.

ஆண்டுதோறும் ஏப்ரல் 25 அன்று அன்செக் நாள் (ANZAC Day - Australian and New Zealand Army Cops) கொண்டாடப்படுகிறது.

மட்டுமல்ல, துருக்கி, குக் தீவுகள், நியு, சமோவா, தொங்கா... உள்ளிட்ட நாடுகளும் அன்செக் நாளை கடைப்பிடிக்கிறது.

இது தவிர ஆண்டுதோறும் டிசம்பர் முதல் வாரத்தில் -
உயிரிழந்தவர்களுக்காக சிறப்பு வழிபாடும் மேற்கொள்ளப்படுகிறது. குவாய் பாலத்தில் வாணவேடிக்கைகளும் சிறப்பு நிகழ்ச்சிகளும் நடத்தப்படுகின்றன.

1945ல் 'போர்க் கல்லறை குழுவினர்' (War graves recovery party) - சயாம், பர்மா அரசுகளுடன் ஒப்பந்தம் செய்து கொண்டு -

தொடர் வண்டிப்பாதை நெடுக புதைக்கப்பட்ட போர்க் கைதிகளின் சடலங்களை தோண்டி எடுத்து -

காஞ்சனாபுரி, தம்புசாயாத், சுங்கை ஆகிய இடங்களில் கல்லறை வளாகத்தை உருவாக்கி -

அந்த இடங்களில் கிடைத்த சடலங்களை புதைத்துள்ளனர்.
இந்த வகையில் காஞ்சனாபுரி வளாகத்தில் 6,982 கல்லறைகளும் - சுங்கையில் 1,734 கல்லறைகளும் -

தம்புசாயாத்தில் 3,771 கல்லறைகளும் உள்ளன.

மொத்தமுள்ள இந்த 12,487 கல்லறைகளும் வளாகங்களும் காமன் வெல்த் போர்க் கல்லறை குழுவினர் (Commonwealth War Graves Commission) பாதுகாப்பில் உள்ளன. பராமரிக்கும் செலவையும் இக்குழுவினரே ஏற்றுள்ளனர்.

குவாய் பாலத்தின் மேல் நினைவுப்பட்டயம் (Memorial Plaque) எழுப்பப்பட்டுள்ளது. அத்துடன் தொடர்வண்டிப் பாதையின் எந்திரப் பகுதியும் -

◆ கே.என்.சிவராமன்

C-56 No.719, P Class No.804 -

பொதுமக்கள் பார்வைக்காக வைக்கப்பட்டுள்ளன.

இது தவிர ஆயிரக்கணக்கான தொழிலாளர்களின் உயிரைக் குடித்த ஹெல்ஃபயர் கணவாயில் -

ஆஸ்திரேலிய மக்களால் நினைவகம் ஒன்று உருவாக்கப்பட்டுள் ளது.

ஆனால் -

லட்சக்கணக்கில் இறந்த தமிழ் தொழிலாளர்களுக்கு இப்படி கல்லறை வளாகங்கள் ஏதும் அமைக்கப்படவில்லை.

சொல்லப்போனால் சிறிய பதிவுகள் கூட இல்லை.

படுகொலை செய்யப்பட்ட தொழிலாளர்களின் ஆவிகள் அல்லது ஆன்மா -

தங்கள் துயர வாழ்க்கையை எழுதச் சொல்லி ஓயாமல் குரல் கொடுத்து வருகின்றன.

'உயிர்ப் பாதை' அதன் ஒரு வடிவம்தான்.

இன்னும் எழுதப்பட வேண்டிய வரலாறுகள் -

எழுதுபவர்களை எதிர்பார்த்து காத்திருக்கின்றன...